NĂNG LỰC CHỮA LÀNH
CỦA TÂM

NĂNG LỰC CHỮA LÀNH CỦA TÂM
TULKU THONDUP
TUỆ PHÁP Việt dịch
NGUYỄN MINH TIẾN hiệu đính

TULKU THONDUP

TUỆ PHÁP Việt dịch

NGUYỄN MINH TIẾN hiệu đính

NĂNG LỰC CHỮA LÀNH CỦA TÂM

NHÀ XUẤT BẢN LIÊN PHẬT HỘI

UNITED BUDDHIST PUBLISHER

Một trong những thành tựu ngày càng sâu sắc hơn của khoa học hiện đại là sự khám phá rằng thân và tâm không tách biệt và độc lập, mà đúng hơn là cùng một thực thể được nhìn từ hai góc độ khác nhau. Descartes đã sai lầm trong việc tách rời thân và tâm, và y học phương Tây đi theo quan điểm của ông đã sai lầm tương tự trong việc xem nhẹ ý nghĩa những trạng thái tinh thần của bệnh nhân đối với điều kiện sức khỏe của họ.

Một dấu hiệu về sức mạnh liên kết giữa thân và tâm - được tìm thấy trong sự phân tích hơn một trăm cuộc nghiên cứu về mối liên kết giữa những cảm xúc và sức khỏe - là những người bị phiền não kéo dài, cho dù đó là sự lo sợ, bồn chồn, thất vọng, bi quan, hay giận dữ, thù hận, đều sẽ có nguy cơ mắc bệnh nghiêm trọng cao gấp hai lần trong những năm sau đó so với tỷ lệ trung bình thông thường. Hút thuốc lá làm gia tăng nguy cơ mắc bệnh nghiêm trọng là 60%; những cảm xúc phiền não dai dẳng làm gia tăng đến 100%. Nếu so sánh với việc hút thuốc, những cảm xúc phiền não làm gia tăng nguy cơ cho sức khỏe gần gấp đôi.

Những nhà nghiên cứu trong lãnh vực khoa học mới về khoa tâm thần kinh miễn nhiễm học (Psychoneuroimmunology), một ngành khoa học nghiên cứu về mối liên kết sinh học giữa tâm trí, não bộ và hệ thống miễn nhiễm, đã nhanh chóng lấp đầy những cơ cấu thiếu sót liên kết giữa thân và tâm. Họ phát hiện trung tâm cảm xúc của não bộ không chỉ liên kết chặt chẽ với hệ thống miễn nhiễm mà còn với cả hệ thống tim mạch. Khi chúng ta bị căng thẳng tâm lý kéo dài - như khi cơ thể liên tục bị đẩy vào trạng thái "phải đương đầu hay trốn tránh", khiến tiết ra những nội tiết tố căng thẳng -, điều này sẽ làm yếu đi khả năng của hệ miễn nhiễm chống lại virus và ngăn chặn bệnh ung thư, thậm chí làm tăng huyết áp, tăng nhịp tim làm cho cơ thể phải báo động. Kết quả cuối cùng là làm gia tăng sự dễ bị tổn hại bởi đủ loại bệnh.

Ngược lại, một tâm thức an bình với chính nó sẽ bảo vệ sức khỏe cơ thể. Nguyên lý này là căn bản của y học cổ truyền Tây Tạng, một hệ thống cổ xưa không bao giờ đánh mất cái nhìn về mối liên kết trọng yếu giữa thân và tâm.

Ngài Tulku Thondup, một vị thầy lỗi lạc thuộc phái Nyingma của Phật giáo Tây Tạng, đã chắt lọc cho người phương Tây phần tinh chất của cách thức có được sức khỏe trong nền văn hóa của Ngài, không chỉ cho thân thể và trí óc, mà cả cho phần tâm linh nữa. Ngài chỉ rõ là cả ba yếu tố đó liên hệ chặt chẽ với nhau. Khi chúng ta có thể "tháo lỏng những trói buộc của sự bám chấp" tới một mức độ nào đó - nghĩa là buông bỏ những mối bận tâm nhỏ hay lớn đã làm hạn chế và đóng khung tầm nhìn của chúng ta - và thay vào đó là thư giãn trong cảm thức rộng lớn, rỗng rang hơn của chính ta và trong chỗ ở thực sự của ta trong vũ trụ, khi đó ta sẽ có thể khôi phục năng lực chữa lành thương tổn của tâm.

Ngài Tulku Thondup trao cho chúng ta nhiều hơn một khuôn khổ lý thuyết để đạt được sự khỏe mạnh: Ngài cho chúng ta những phương pháp thực hành đã được chứng minh trong thực tế qua nhiều thế kỷ ở Tây Tạng. Và khi làm việc đó, Ngài đã phác thảo một biện pháp hướng về việc chữa lành không chỉ thân thể, trí óc và tâm linh, mà còn cả tâm hồn nữa. Như thế, con đường chữa lành này là một sự tu tập tâm linh, một phương thức để chuyển hóa ngay chính cuộc sống của chúng ta.

DANIEL GOLEMAN

LỜI CẢM TẠ

Tôi rất biết ơn Ông Harold Talbott đã sáng suốt, cẩn trọng và kiên nhẫn trong việc hiệu đính quyển sách này, và cảm ơn Ông Robert Garret với sự thành thạo trong nghệ thuật hiệu chỉnh đã giúp cho sách này được phổ biến rộng rãi. Tôi cũng cảm ơn Bà Emily Hilburn Sell về việc định dạng quyển sách như hiện nay với hiểu biết sâu sắc về chuyên môn và Ông Ian Baldwin đã có những đóng góp vô giá về biên tập và sự hướng dẫn thành thạo không mệt mỏi.

Tôi cũng cảm ơn Ông Daniel Goldman đã tử tế viết lời tựa làm sáng tỏ cho quyển sách.

Tôi cám ơn Lydia Segal đã giúp đỡ tôi trong nhiều giai đoạn viết và nghiên cứu, cám ơn Amy Hertz, Jonathan Miller, Brian Boland về những gợi ý giá trị, cám ơn David Dvore đã trợ giúp vi tính, cám ơn thư viện riêng của Ngài Kyabje Dodrupchen Rinpoche tại Điện Mahasiddha Nyingmapa và thư viện Lehman thuộc Đại học Columbia về nguồn tư liệu cần thiết, cám ơn Victor và Ruby Lam đã dành căn phòng ấm cúng cho tôi làm việc.

Tôi rất cám ơn Michael Baldwin đã soi sáng cho chúng tôi với sự hướng dẫn không mệt mỏi, với nguồn cảm hứng vô tận và những người bảo trợ, những thành viên của tổ chức Buddhayana, với sự tài trợ hào phóng đã cho tôi cơ hội để làm công việc nghiên cứu viết lách trong suốt mười lăm năm qua.

Cuối cùng, tôi biết ơn Samuel Bercholz và các nhân viên ở nhà xuất bản Shambala với sự quan tâm lớn lao trong việc dành những điều kiện hoàn hảo cho quyển sách này, bao gồm cả việc Bà Kendra Crossen đã trau chuốt quyển sách với sự nhiệt thành và kỹ năng biên tập tuyệt vời của bà.

TULKU THONDUP

NHẬP ĐỀ

Tôi sinh ra trong căn lều một gia đình du mục tầm thường trên một cao nguyên cỏ xanh hoang dã thuộc miền Đông Tây Tạng, giữa những ngọn núi cao nhất và những con sông rộng nhất trên thế giới. Mặt đất bao phủ đầy tuyết suốt tám tháng trong một năm. Gia đình tôi thuộc bộ lạc du mục sinh sống trong lều, chăn nuôi gia súc như trâu *Yak*, ngựa và cừu. Nhiều lần trong năm chúng tôi thường cắm trại trên những thung lũng khác nhau để có đủ cỏ tươi cho gia súc.

Lúc lên năm tuổi, một thay đổi mạnh mẽ làm lay chuyển cuộc sống tôi. Tôi được công nhận là tái sanh của một vị thầy nổi tiếng thuộc tu viện *Dodrupchen*, một học viện quan trọng ở miền đông Tây Tạng. Người Phật tử công nhận nguyên lý về nghiệp và tái sanh, vì vậy người Tây Tạng tin rằng: khi một đại sư viên tịch, vị ấy sẽ tái sanh như một người có khả năng lớn lao làm lợi ích cho kẻ khác.

Vì tôi là đứa con duy nhất, nên cha mẹ tôi rất buồn khi phải xa tôi, nhưng họ vẫn dâng hiến tôi cho tu viện không một chút lưỡng lự. Cha mẹ tôi đã tự hào và cảm thấy vô cùng vinh dự vì con mình chỉ trong chốc lát đã trở thành một người được tôn kính trong vùng.

Mọi phương diện cuộc sống tôi đột nhiên thay đổi. Tôi không có tuổi thơ bình thường: được chơi đùa với những đứa trẻ khác. Thay vào đó, những vị thầy phụ đạo phẩm giá săn sóc và đối đãi với tôi bằng sự tôn kính, vì tôi được công nhận là vị thầy tái sanh của họ. Tôi cảm thấy quen thuộc với cuộc sống mới, vì trẻ em luôn dễ dàng thích nghi với những hoàn cảnh mới hơn người lớn. Tôi thương cha mẹ tôi, nhất là bà ngoại, nhưng tôi bảo họ đừng vào tu viện nữa, dù họ được đặc biệt tạm thời cho phép. Người ta cho rằng đây là một dấu hiệu khác chứng tỏ rằng tôi đã từng sống ở tu viện trong đời trước.

Từ bình minh đến khi chiều xuống, vòng thời gian của tôi đầy ắp việc học tập và cầu nguyện. Trong môi trường này, phần lớn thời gian trong lòng tôi tràn đầy sự hoan hỷ và an bình. Những vị thầy phụ đạo của tôi rất từ bi, thấu hiểu và thực tế. Họ không phải những tu sĩ kỷ luật cứng ngắt như bạn đã hình dung, dù đôi lúc có thể như vậy. Trái lại, họ hiền từ, khiêm tốn và mang lại cho mọi người niềm hoan hỷ và nụ cười.

Sau một thời gian, tôi không còn ham chơi đùa, chạy nhảy vô ích. Tôi cũng cảm thấy không cần thiết phải nhìn quanh nhiều, và tôi có thể ngồi yên trong nhiều giờ. Trước tiên tôi thọ những lời nguyện cho người mới tu và sau đó là tu sĩ. Mỗi một tháng tôi được cạo tóc, và sau bữa trưa chúng tôi không ăn gì cho đến sáng hôm sau. Những ngày của chúng tôi đều đặn theo chu kỳ mặt trời và mặt trăng. Cho đến tuổi mười tám, tôi vẫn chưa nhìn thấy máy bay hay xe gắn máy. Một cái đồng hồ đeo tay là sản phẩm tinh vi nhất của kỹ thuật hiện đại mà tôi tình cờ thấy được trước khi rời tu viện.

Với chúng tôi, đạo Phật không chỉ là thiền định, học tập hay nghi lễ, mà là một cách sống hằng ngày và toàn bộ cuộc đời. Đạo Phật dạy rằng đặc tính thiết yếu của tất cả chúng sanh là tâm, mà trong bản tánh chân thật của mình, tâm thì thanh tịnh, an bình và hoàn thiện đầy đủ. Tâm là Phật. Như chúng ta biết, khi tâm thức chúng ta thoát khỏi áp lực của cảm xúc và hoàn cảnh bên ngoài, tâm trở nên an bình, rỗng rang, sáng suốt và lồng lộng hơn.

Trong tu viện, tôi đã được dạy về sự quan trọng của việc buông xả thái độ mà đạo Phật gọi là *"chấp ngã"*. Đó là nhận thức sai lầm về một thực thể thường hằng, cứng chắc trong chính mình, trong những chúng sanh khác và sự vật. *"Cái ta"* là một ý niệm được tạo tác bởi tâm trí thông thường, không phải là tâm trong thực tánh của nó. *Chấp ngã* là gốc rễ của sự rối loạn tâm trí và tình cảm, là nguyên nhân đau khổ của chúng ta. Đây là điểm mà chúng ta có thể qua đó hiểu được cốt lõi, tinh thần và mùi vị của đạo Phật. Bạn có thấy đạo Phật truy nguyên đến tận gốc rễ như thế nào không? Phật giáo nói rằng đau khổ do tâm thức chúng ta gây ra, thậm chí trước khi chúng ta có một cách ứng xử nào không khéo léo hay rắc rối, hoặc ngôn ngữ bất hòa; trước khi chúng ta lao vào chuỗi đau khổ, bệnh tật, tuổi già và cái chết, vốn là sự nghiệp của tất cả chúng sanh. Trong đạo Phật, tất cả những phiền não xáo trộn đều gắn chặt với sự chấp ngã và phát sinh từ đó.

Ngài *Shantideva (Tịch Thiên)*, một đại sư Phật giáo đã mô tả cái *bản ngã* mà chúng ta bám víu vào như *"con quái vật độc ác"*:

Mọi bạo lực, sợ hãi và đau khổ
Hiện hữu trên thế gian
Đều do chấp ngã.
Vậy, con đại ác quỷ này có ích gì cho các bạn?
Nếu bạn không buông bỏ bản ngã
Thì khổ đau của bạn không khi nào chấm dứt.
Giống như bàn tay mình không lìa bỏ lửa
Thì bàn tay không bao giờ ngừng bỏng.

Nhưng, làm thế nào chúng ta có thể buông bỏ *bản ngã?* Với tôi, việc chứng ngộ thật tánh không thể thực hiện lúc tôi còn quá bé và mới bắt đầu giai đoạn tu hành. Nhưng, khi tiến bộ qua nhiều mức độ rèn luyện thân thể và tâm linh khác nhau, tôi đã có cảm hứng với sự tỉnh thức, lòng bi mẫn, sùng mộ, tham thiền và tri giác thanh tịnh. Điều đó có từ những mức độ tiệm tiến của việc nới lỏng sự siết chặt tâm thức và cảm xúc của sự *chấp ngã*, và tôi thu hoạch sức mạnh, sự tỉnh giác và rộng mở bên trong nhiều hơn. Vì tôi dần dần đưa tâm mình vào bản tính bình an của nó, và tự rèn luyện buông xả trong nó, sự rối loạn của môi trường bên ngoài bắt đầu ít tác động đến cảm nghĩ của tôi và trở nên dễ xử lý. Những kinh nghiệm về bản tánh bình an và rỗng rang của tâm giúp tôi chữa lành những biến cố khó chịu của cuộc sống, duy trì sức mạnh và hạnh phúc trong cả hai môi trường tốt và xấu.

Vào năm tôi mười tám tuổi, vì những thay đổi ở Tây Tạng, tôi đã phải vất vả vượt qua hàng ngàn dặm đường trong nhiều tháng từ Tây Tạng đến Ấn Độ với hai vị thầy và tám người bạn. Giữa đường, tại một hang động thiêng liêng trong một thung lũng trống có những ngọn núi xám sừng sững bao quanh, Thầy tôi, Ngài *Kyala Khenpo*, người đã săn sóc tôi như cha mẹ từ khi tôi năm tuổi, đã thở hơi cuối cùng. Đột nhiên tôi thấy mình là một người mồ côi, một kẻ cô độc không nhà.

Cuối cùng, chúng tôi đến Ấn Độ, một miền đất giàu trí huệ và văn minh. Lần đầu tiên trong nhiều tháng, tôi có thể hưởng thụ cảm giác mát mẻ dưới những bóng cây và thoải mái trong sự ấm áp của những chỗ ở. Trong khoảng một trăm ngàn người Tây Tạng ở Ấn Độ, nhiều người đã chết vì sự thay đổi khí hậu, thực phẩm, nước và độ cao. Với những người còn sống, nỗi đau khổ của những người thân còn ở lại Tây Tạng vẫn tiếp tục ám ảnh chúng tôi cả ngày lẫn đêm.

Trong những ngày đen tối đó, tất cả những gì đã dẫn dắt và an ủi tôi chính là ánh sáng trí huệ của đạo Phật trong tâm tôi. Nếu một vấn đề rắc rối có thể giải quyết và đáng để tham dự vào, tôi cố hết sức mình để giải quyết nó với một tâm thức an bình, một thái độ rộng mở, một tính cách hoan hỷ. Nếu vấn đề không thể giải quyết, tôi cố gắng không nóng nảy và lãng phí thời gian, năng lực vô ích. Trong cả hai trường hợp, tôi đều cố gắng buông xả những phiền não, những bám chấp của tâm thức, bằng cách không bám vào, không trụ nơi chúng, không lo âu về chúng, vì điều đó chỉ làm tình huống tồi tệ hơn. Ngài *Shantideva* đã nói:

Nếu bạn có thể giải quyết những vấn đề của mình,
Thì cần gì phải lo nghĩ?
Nếu bạn không giải quyết được chúng,
Thì lo nghĩ có ích gì?

Suốt từ lúc tôi đến Ấn Độ, tôi không còn sống trong cộng đồng tu viện hay dưới sự giám sát của kỷ luật tu viện. Nhưng ấn tượng của sự an bình và hoan hỷ về tu viện thiêng liêng ở Tây Tạng vẫn sống động mạnh mẽ trong tâm trí tôi. Tiếng vọng của những lời từ ái, êm dịu của những vị thầy đầy từ bi và trí huệ tột cùng hồi tôi còn bé vẫn vang lên trong tai tôi. Quan trọng hơn nữa, cái kinh nghiệm về sự rỗng rang, an bình, sức mạnh mà tôi đã trau giồi rồi được tinh lọc và chiếu sáng trong lòng tôi, qua việc đối mặt những gian khó trong cuộc sống, giống như vàng ròng được tinh luyện bằng sự nấu chảy và trui đập. Những hình ảnh, lời nói và kinh nghiệm ấy luôn luôn là ánh sáng dẫn đường và năng lực chữa lành qua những đau khổ, rối loạn và yếu đuối của đời tôi.

Che chở cho ánh sáng của tâm thức an bình khỏi gió bão của những trận chiến cuộc đời, và tỏa ra ánh sáng của sự cởi mở và thái độ tích cực để đến với những người khác, là hai yếu tố giúp tôi vượt qua những lúc khó khăn. Bằng nhiều cách, những bi kịch lớn của đời tôi đã chuyển thành những gia hộ ban phước. Chúng làm rõ những giáo lý đạo Phật về tính như huyễn của cuộc sống, lột bỏ tấm màn che của sự an toàn giả tạo. Không còn nghi ngờ gì nữa về năng lực chữa lành của việc từ bỏ *chấp ngã*.

Tôi đến nước Mỹ năm 1980, một xứ sở của tự do và dư dả. Nói chung, thật khó cho tâm trí an bình sống được qua những tấn công của dục vọng và sự quyến rũ của vật chất hơn là những nỗi đau đớn, khổ sở. Nhưng hiệu lực của sự tu hành Phật giáo là trong lúc tôi hưởng thụ sự thịnh vượng vật chất của phương Tây, tôi mến phục hơn cuộc sống khiêm tốn, tự nhiên, trần thế của đạo Phật thời còn bé. Cũng vậy, tôi càng được hưởng thụ cuộc sống tâm linh của đạo Phật, tôi càng đánh giá cao lòng tin, lòng bi mẫn, sự rộng lượng đặt nền trên những giá trị của Do Thái, Cơ Đốc Giáo kết hợp với sự thịnh vượng của phương Tây, và điều này lại càng làm phong phú thêm cho sức mạnh tâm linh tôi. Sống trong ánh sáng trí huệ của đạo Phật, tôi luôn nhìn những phẩm tính tích cực của mọi hoàn cảnh qua cánh cửa bản tánh an bình của tâm thay vì để cho những phẩm tính tiêu cực tràn ngập. Đây chính là điểm tinh yếu của phương pháp chữa lành thương tổn.

Năm 1984, lần đầu tiên trong hai mươi bảy năm tôi có thể về thăm quê nhà Tây Tạng. Đó là lúc tôi sung sướng gặp lại một số bạn cũ, những người thân còn sống sót, và một thời khắc buồn rầu nhớ lại những người tôi thương mến, những khuôn mặt thân yêu ấy đã ở trong ký ức tôi nhiều năm, và những vị thầy tôn kính, mà lời dạy của các vị là nguồn chữa lành của tôi, đã qua đời. Tu viện, trong ký ức tôi là nơi tu học, vẫn nằm đó im lìm qua mấy chục năm với những bức tường đổ nát. Gần đây một số tu sĩ đã bắt đầu trở về xây dựng lại tu viện và đời sống tu viện của họ.

Hầu hết những người này đều có thể chấp nhận và tự chữa lành khỏi những kinh nghiệm không may của mình mà không cần trách cứ ai khác. Rõ ràng người ta có thể tạm thời cảm thấy tốt hơn khi trách cứ, đổ lỗi cho người khác về những sự không may của mình, nhưng điều này luôn dẫn đến kết quả là rối loạn và đau khổ lớn hơn. Chấp nhận không phiền trách là điểm chuyển hướng thật sự của việc chữa lành thương tổn.

Đó là năng lực chữa lành của tâm. Đó là lý do tại sao Ngài *Shantideva* viết:

> *Nếu bạn không thể phát sinh lòng bi mẫn*
> *Hướng tới những người bị bắt buộc phải hại bạn*
> *Vì những phiền não của họ (vô minh và sân hận)*
> *Thì hãy cố hết sức để không nổi giận với họ.*

Ở Tây Tạng, người ta đến với những vị thầy tôn giáo để được ban phước và chỉ dạy về tâm linh hay cầu nguyện để chữa lành những khó khăn, hoặc để thành tựu những mục tiêu trần thế hay tâm linh của họ. Hiếm khi họ đến để tham khảo về những vấn đề tâm lý, xã hội hay thể chất. Tuy nhiên, trong nền văn hóa phương Tây, giới tăng lữ lại được tham khảo về tất cả các loại vấn đề đời sống. Từ khi tôi đến Mỹ, bất cứ khi nào gặp khó khăn, những người bạn đều đến gặp tôi để nhận lời khuyên. Tôi vô cùng ngạc nhiên khi mình có thể gợi ý những giải pháp chữa lành cho nhiều vấn đề khó khăn của họ. Điều bí ẩn không phải là tôi đã được trang bị bất cứ kỹ năng y học, nghệ thuật chữa lành hay năng lực thần bí nào, mà là do tôi đã tự tu hành trong ánh sáng trí huệ của đạo Phật và đã đạt được kỹ năng chữa lành những hoàn cảnh đau đớn trong đời sống của chính mình. Phát hiện đó gợi cảm hứng cho tôi giới thiệu cách nhìn và sự tu hành của đạo Phật về sự chữa lành thương tổn trong hình thức một quyển sách.

Quyển sách này là một hướng dẫn thực hành cho bất cứ ai mong muốn tìm thấy an vui và chữa lành những lo lắng, căng thẳng và đau khổ. Nó là bản tóm tắt những lời dạy về trí huệ chữa trị mà tôi học được từ những kinh điển thiêng liêng của đạo Phật và đã được nghe từ những lời êm dịu của những vị đại sư. Trí huệ này trở thành nguồn chữa lành mạnh mẽ nhất cho tôi và những người bạn tôi. Đó là những giáo lý đạo Phật về sự chữa lành, và tôi chỉ cố đem chúng đến với bạn mà không làm lu mờ chúng bằng giọng điệu và ý niệm của riêng tôi.

Quyển sách này có ba phần. Phần đầu là một cái nhìn tổng quan về cuộc sống hằng ngày và thiền định, những thành tố cần thiết cho việc chữa lành. Phần hai giới thiệu những bài tập đặc biệt để chữa lành những vấn đề tâm trí, tình cảm, xã hội và tâm linh. Những vấn đề về thân xác là khó chữa lành nhất, nhưng chúng cũng có thể được giúp đỡ bằng những bài tập làm phát sinh sự an bình, sức mạnh, và năng lực tích cực, suối nguồn tối hậu cho sự khỏe mạnh thân thể của chúng ta. Phần cuối giới thiệu một số thiền định của đạo Phật không những liên quan đến những vấn đề trong đời sống hằng ngày mà còn với việc đánh thức Phật tánh sẵn có trong tất cả chúng ta và với sự mở rộng năng lực chữa lành vô tận của Tâm Phật cho chính mình và người khác.

Những lời khuyên và hướng dẫn trong tập sách này bắt nguồn từ giáo lý đạo Phật, đặc biệt là từ một bản văn ngắn nhưng độc nhất vô nhị mang tựa *"Chuyển hạnh phúc và đau khổ vào con đường giác ngộ"* do Ngài *Dodrupchen, Jigme Tenpe Nyima* (1865-1926), một trong những vị *Lama* lãnh đạo và học giả có uy tín của phái *Nyingma* thuộc Phật giáo Tây Tạng trước tác; và từ những luận thư khác như *Nhập Bồ Tát hạnh* của Ngài *Shantideva* (Tịch Thiên - thế kỷ thứ tám) một trong những vị thầy Ấn Độ vĩ đại của Phật giáo Đại thừa.

Trên tất cả, bất cứ những lời dạy về trí huệ chữa lành nào được thấy trong những trang sách này đều được gợi hứng từ một người tốt bụng và trí huệ nhất mà tôi đã từng gặp trong đời thật, đó là vị thầy nhân từ Kyala Khenpo Chošchog (1892-1957) của tôi. Dưới sự chăm sóc của Ngài, tôi đã được nuôi dưỡng trong suốt mười bốn năm như một người con. Nếu có bất cứ lỗi lầm nào trong sách đều là do sự lơi lỏng tâm trí vô minh của tôi, và với trách nhiệm tinh thần, tôi cầu mong được sự tha thứ của tất cả các vị thầy đã giác ngộ và của những người đọc bi mẫn.

Nếu bạn theo những bài tập trong sách này, bạn có thể chữa lành những đau khổ và vấn đề khó khăn của mình, phục hồi niềm vui và sức khỏe trong cuộc sống. Ít nhất thì chúng cũng có thể giúp bạn giảm bớt mức độ đau khổ, nỗi khó khăn và làm gia tăng niềm hoan hỷ và sức khỏe. Hơn thế nữa, sự an vui và sức mạnh phát xuất từ năng lực chữa lành của tâm sẽ trang bị cho bạn để đón nhận những đau khổ và khó khăn với sự dễ dàng hơn, như một phần của cuộc sống, cũng giống như chúng ta chào đón đêm tối như một phần của chu kỳ một ngày.

Tôi hy vọng quyển sách này sẽ giúp mọi người học được cách làm thế nào để hạnh phúc và mạnh khỏe hơn. Bất cứ người nào tâm thức rộng mở với năng lực chữa lành sẽ được lợi lạc bằng cách thực hành theo những bài tập chữa lành trong sách này, không cần thiết phải là Phật tử trong danh xưng. Tuy nhiên, những bài tập này không có nghĩa là những thay thế cho sự điều trị thông thường. Thuốc men thích hợp, cách sinh hoạt, chế độ ăn uống và thực tập luôn là thiết yếu cho sự chữa lành.

1.

NỀN TẢNG CỦA SỰ CHỮA LÀNH

Tâm chúng ta sở hữu sức mạnh chữa lành đau khổ và tạo ra hạnh phúc. Nếu chúng ta sử dụng sức mạnh này cùng với lối sống đúng đắn, một thái độ tích cực và việc thiền định, ta có thể chữa lành không chỉ những phiền não tâm trí và tình cảm mà ngay cả những vấn đề thể chất.

Khi chúng ta đã bám vào những mong muốn và lo nghĩ với tất cả năng lực của ta, chúng ta chỉ tạo ra căng thẳng và mệt mỏi. Bằng cách buông xả cái ý niệm mà đạo Phật gọi là *"chấp ngã"*, chúng ta có thể mở ra với Thật Tánh của mình, đó là sự an vui và giác ngộ. Quyển sách này là một lời mời đánh thức trí huệ nội tại vốn có của chúng ta, nguồn chữa lành mà chúng ta đều có. Giống như một cánh cửa mở ra với trí huệ này, chúng ta có thể đem vào ánh nắng, sự ấm áp và làn gió êm dịu của sự chữa lành. Nguồn năng lực này là của chúng ta để tiếp xúc và chia sẻ bất cứ lúc nào, một năng lực bẩm sinh phổ quát có thể mang lại hạnh phúc cho ta ngay cả trong một thế giới biến dịch không ngừng và đau khổ này.

Trong đạo Phật, trí huệ được dạy trong kinh điển chủ yếu nhằm đến việc thực hiện sự giác ngộ. Tuy nhiên, những luyện tập tinh thần cũng có thể giúp chúng ta tìm được hạnh phúc và khỏe mạnh trong đời sống hằng ngày. Có những giáo pháp mở rộng trong đạo Phật dạy về sự cải thiện đời sống thế tục của chúng ta và cách để có được một đời sống an vui, hoan hỷ và lợi lạc ngay trong thế giới này.

NHỮNG LỢI LẠC CỦA SỰ CHỮA LÀNH

Đạo Phật khuyến khích sự buông bỏ những căng thẳng không lành mạnh và không cần thiết do chúng ta tạo ra trong cuộc sống, bằng cách nhận ra chân tướng sự vật thật sự là thế nào. Tôi đã từng thấy nhiều trường hợp điển hình về sức mạnh chữa lành của tâm đối với những vấn đề cảm xúc, tinh thần và cả bệnh về thể xác.

Một trường hợp như thế đã xảy ra trong chính cuộc đời tôi. Khi tôi được mười tám tuổi, vị Thầy thân yêu *Kyala Khenpo* và tôi quyết định rời bỏ Tây Tạng, dù biết rằng chúng tôi phải mất nhà cửa, bạn hữu và cách sinh sống. Trong một thung lũng trống trải nhưng linh thiêng, Thầy *Kyala Khenpo* đã viên tịch vì bệnh tật và tuổi già. Ngài không chỉ là vị Thầy giác ngộ từ ái mà còn là người chăm sóc tôi như cha mẹ ruột từ khi tôi mới được 5 tuổi. Đây là khoảng thời gian đau buồn và bối rối nhất trong đời tôi. Tuy nhiên, sự hiểu biết về vô thường - sự thật là mọi sự luôn luôn thay đổi trong đời sống - khiến tôi dễ chấp nhận hơn. Những kinh nghiệm tâm linh giúp tôi vẫn giữ được sự bình thản và ánh sáng trí huệ của giáo pháp giúp tôi nhìn rõ hơn con đường tương lai của mình. Nói khác đi, việc nhận biết bản chất của sự việc đang xảy ra, mở ra với nó và dùng những nguồn sức mạnh mà tôi đã được trao cho, giúp tôi chữa lành những mất mát một cách dễ dàng hơn.

Chúng ta sẽ thấy có ba bước cơ bản: nhận biết những khó khăn và đau khổ, mở rộng ra với chúng, và trau giồi một thái độ tích cực. Đó là toàn bộ quá trình chữa lành.

Lama Pushul, một vị thầy khác của tôi, suốt thời còn bé đã có những vấn đề tinh thần. Vào tuổi thiếu niên, Ngài là người phá phách, gia đình buộc phải trói Ngài lại để bảo vệ cho chính Ngài và người khác khỏi sự bạo hành đó. Qua những thiền quán chữa lành, chủ yếu là lòng bi mẫn, Ngài đã tự chữa lành và sau đó trở thành một vị thầy, một học giả vĩ đại. Ngày nay, tôi chưa thấy có ai vui vẻ, an bình và nhân từ hơn Ngài.

Khi tôi sống ở Tây Tạng, việc chữa lành thân thể bằng thiền định và thái độ đúng là một phần thông thường trong cuộc sống hằng ngày. Thế nên bây giờ nếu có ai bảo tôi đưa ra những ví dụ về việc chữa lành thân thể, tôi cũng không dễ hình dung ra chuyện nào để kể. Đối với những người từ Tây Tạng, họ chấp nhận như một sự kiện bình thường rằng tâm có thể chữa lành cho thân thể. Tâm dẫn dắt những năng lực của cơ thể, và đó là lý do tại sao tâm có thể chữa lành. Có nhiều sự chữa lành, khi còn bé tôi không để ý đến. Tuy nhiên, tôi thực sự biết một ví dụ gần đây, nhiều người cho đó là chuyện lạ, nhưng với quan điểm của đạo Phật thì cũng không đáng ngạc nhiên lắm.

Hai năm trước, Ngài *Dodrupchen Rinpoche*, một vị *Lama* có tâm linh cao, trong lúc đến vùng ngoại ô xa xôi của *Bhutan* đã bị một cơn đau ruột thừa nghiêm trọng. Một phó thủ tướng đã sắp xếp trực thăng để đưa Ngài đi bệnh viện. Các bác sĩ sợ rằng ruột thừa của Ngài sẽ vỡ và sự đau đớn sẽ rất lớn. Ngược lại với lời khuyên mạnh mẽ của các bác sĩ, Ngài từ chối giải phẫu và tự chữa lành cho mình bằng thiền định và những chân ngôn (*Mantra*).

BẤT CỨ AI CŨNG ĐƯỢC LỢI LẠC

Khả năng chữa lành những bệnh nặng nhờ thiền định tùy thuộc vào mức độ lòng tin và kinh nghiệm tâm linh của người đó. Dĩ nhiên, phần lớn chúng ta sẽ rất vui được giải phẫu khi bị viêm ruột thừa sắp vỡ. Tôi kể câu chuyện này để minh họa sức mạnh của tâm, và vì người ta quan tâm mạnh mẽ về việc duy trì sức khỏe thân thể của họ. Một số chúng ta là những vị thầy tâm linh. Nhưng bất cứ ai cũng có thể được lợi lạc từ thiền định và từ thái độ tích cực. Bắt đầu từ ngay bây giờ, chúng ta có thể sống một cuộc sống hạnh phúc và mạnh khỏe hơn.

Mặc dầu bệnh tật thân thể là một chủ đề bạn sẽ đọc ở đây, quyển sách này như một sách giáo khoa, giúp chúng ta ứng xử với những phiền não hằng ngày. Đây là nơi bắt đầu tốt nhất cho phần lớn chúng ta. Nếu chúng ta có thể học cách đem sự bằng lòng lớn hơn vào bất cứ việc gì mình làm, những ban phước khác sẽ tự nhiên tuôn chảy.

Những quan niệm và bài tập thiền quán trong sách này được bắt nguồn từ giáo lý *Nyingma* của đạo Phật, một phái lâu đời nhất ở Tây Tạng, có từ thế kỷ thứ chín, một học phái gồm đủ cả ba truyền thống chính của Phật giáo: Tiểu thừa, Đại thừa và Kim Cương thừa. Tuy nhiên, bạn không cần phải là một Phật tử để sử dụng quyển sách này. Không may, nhiều người xem Phật giáo như là một tôn giáo được truyền bá bởi một đạo sư đặc biệt của lịch sử, đức Phật Thích Ca Mâu Ni, tôn giáo đó chỉ làm lợi lạc cho những người theo truyền thống này.

Đạo Phật là một con đường phổ quát. Mục tiêu của nó là chứng ngộ chân lý phổ quát, trạng thái toàn giác, hay Phật tánh. Theo chính đức Phật Thích Ca Mâu Ni, có vô số những chúng sanh chứng ngộ Phật tánh trước khi Ngài đản sanh. Đang có, đã có, và sẽ có đạo Phật, con đường và những vị Phật (những người đã giác ngộ) trong thế giới này cũng như trong nhiều thế giới khác ở quá khứ, hiện tại và vị lai. Có thật rằng cách đây hơn 2.500 năm, đức Phật Thích Ca Mâu Ni truyền bá những giáo lý được gọi là Phật giáo. Phật giáo được dạy bởi đức Thích Ca Mâu Ni là một trong những hình tướng biểu hiện của đạo Phật, nhưng không phải là loại đạo Phật độc nhất. Người nào với tâm thức rộng mở sẽ nghe được con đường thực sự, mà người Phật tử gọi là Pháp, thậm chí ngay trong thiên nhiên. *Dharmasamgiti* nói: "Người nào có tâm thức tốt, ngay cả vào thời không có Phật, sẽ nghe được Pháp từ bầu trời, tường vách và cây cỏ. Với những người tìm cầu mà tâm thanh tịnh, những giáo pháp và những giáo huấn sẽ hiển lộ theo những mong muốn của người đó."

Đạo Phật nhận biết những khác biệt trong những nền văn hóa và thực hành của mọi người trong thế gian, và trong những sự nuôi nấng và nhân cách cá nhân. Nhiều nền văn hóa và tôn giáo khác có những truyền thống chữa lành, và đưa ra những lời khuyên đặc biệt về đối trị đau khổ. Ngay cả ở Tây Tạng cũng có nhiều cách tiếp cận với đạo Phật. Có nhiều sự khác biệt về cách tiếp cận là tốt, ngay cả đôi lúc chúng có vẻ mâu thuẫn với nhau, bởi vì con người khác nhau. Toàn bộ mục đích là làm cho thích hợp với nhu cầu của mỗi cá nhân.

SỰ THIỀN ĐỊNH, TÂM THỨC, THÂN THỂ

Chữa lành bằng thiền định không giới hạn cho một niềm tin tôn giáo nào. Ngày nay, nhiều thầy thuốc được đào luyện trong truyền thống y khoa phương Tây đã giới thiệu những phương thức thiền định truyền thống như một cách hồi phục và duy trì sức khỏe tinh thần và cơ thể. Những thực hành này hiếm khi biết đến kinh nghiệm về cái mà đạo Phật gọi là Thật Tánh hay sự rộng mở vĩ đại, mà chỉ nhấn mạnh vào việc quán tưởng, sự phát triển thái độ và năng lực tích cực.

Bệnh cao huyết áp, trong nhiều trường hợp được tạo ra và tiến triển nặng hơn do những căng thẳng tinh thần, đặc biệt phù hợp với những điều trị thay đổi luân phiên như vậy (thiền quán, thái độ tích cực...). Một số thầy thuốc đã giới thiệu việc chú tâm vào một điểm trên cơ thể ở những vùng bị co cơ và sau đó chủ động buông lỏng những cơ đó, kết quả đạt được sự giảm đau và thư giãn. Phương pháp này theo cùng nguyên lý của đạo Phật về cách nhận biết một vấn đề và nới lỏng sự bám chấp vào nó.

Sự chữa lành có hiệu quả nhất nếu có kèm theo bất kỳ niềm tin tâm linh hay kinh nghiệm thiền quán nào. Tiến sĩ *Herbert Benson*, khoa y trường Đại học *Harvard*, người khởi đầu *Liệu Pháp Thư Giãn* đã viết như sau: "Nếu bạn thật sự tin tưởng vào triết lý cá nhân hay niềm tin tôn giáo - nếu bạn gắn chặt tâm hồn với thế giới quan của bạn - bạn có thể đạt được những sự kỳ diệu khác thường của tâm và thân mà thường chúng ta chỉ suy đoán về chúng."

Tiến sĩ Y Khoa *Bernie Siegel*, giáo sư và phẫu thuật gia của Đại học *Yale*, mô tả một số lợi ích của thiền định: "Thiền định làm bình thường hay giảm áp huyết, nhịp tim, những mức độ nội tiết tố căng thẳng trong máu, làm thay đổi những mẫu sóng não, cho thấy não ít bị kích thích... Thiền định cũng làm nâng cao ngưỡng chịu đau và giảm tiến trình lão hóa sinh học của con người. Tóm lại, nó làm giảm sự hao mòn của thân, tâm, giúp con người sống khỏe mạnh và lâu hơn."

Nhiều nhà báo như *Bill Moyers*, đã ghi nhận chi tiết về sự liên hệ giữa thân, tâm với sức khỏe. Ông đã nói trong phần giới thiệu quyển sách *"Tâm và sự chữa lành"*, dựa theo nội dung loạt phát sóng của chương trình truyền hình *Public Broadcasting System*:

"Tôi cho rằng mình luôn quan tâm về mối liên hệ giữa thân và tâm, mặc dầu tôi đã lớn lên trong một nền văn hóa phân chia tách biệt tâm và thân. Tuy vậy, hằng ngày trong thế giới phân chia dứt khoát tâm và thân này, ngôn ngữ chúng ta đã phản bội giới hạn của những phạm trù của chúng ta.

"Bà quả phụ Brown đã chết vì một cơn vỡ tim - bà ta không bị bệnh tim trước khi chồng bà qua đời. Cha mẹ

tôi nói chuyện về người bạn bán tạp hóa của họ, người 'hay tự lo rằng mình bệnh hoạn.' Chú tôi, Carl, tin rằng cái cười có thể làm dịu sự đau khổ, rất lâu trước khi Norman Cousins xuất bản câu chuyện của ông về cách đối phó với căn bệnh hiểm nghèo bằng cách xem những phim hài hước như "'Anh em nhà Marx' và những bộ phim video hài "Candid Camera."

Trong những năm gần đây, y học phương Tây đã bắt đầu có cách nhìn xác thực hơn về thân và tâm, khảo sát sự liên hệ giữa tâm trí, những cảm xúc và sức khỏe. Trong những năm 70, các nhà nghiên cứu tìm ra bằng chứng ở não có những cái mà họ gọi là chất dẫn truyền thần kinh, là những sứ giả hóa chất đưa tín hiệu đến và đi từ bộ não. Một số chất này có tên là *endorphin* và *enkaphalin* có tác dụng như những loại thuốc giảm đau trong thiên nhiên. Một số khác dường như có liên quan đến trạng thái cá biệt của tâm trí như: giận dữ, sự bằng lòng, hay bệnh tâm thần.

Người ta vẫn đang tiếp tục nghiên cứu những liên hệ sinh học giữa não bộ, hệ thần kinh và hệ miễn nhiễm. Mặc dầu y học phương Tây không phải chủ đề của sách này, nhưng những phát minh trong lãnh vực này rất đáng quan tâm. Bằng chứng mới về tâm và thân luôn luôn được đón nhận và có thể lợi ích cho nhiều người. Tuy nhiên, ý niệm căn bản phía sau những cuộc nghiên cứu này thật ra rất xa xưa. Đạo Phật tin vào sự quan trọng của tâm từ nhiều thế kỷ trước khi có những học thuyết về sinh học phân tử hiện đại.

ĐƯỜNG LỐI CỦA Y HỌC TÂY TẠNG TRONG VIỆC CHỮA LÀNH TÂM LINH

Trong đạo Phật, tâm phát sinh những năng lực chữa lành, trong lúc thân vốn là thể rắn và vững chắc, làm nền, quy tụ và làm mạnh cho chúng. Bản văn chính của y học Tây Tạng là *Bốn Tantra* (*Gyud Zhi*), người Tây Tạng gọi là *Terma* hay là sự *Mặc khải huyền bí*, được Ngài *Trawa Ngonshey* tìm ra ở thế kỷ mười một. Theo những bản văn cổ này, gốc rễ mọi bệnh tật của thân và tâm là sự *chấp ngã*. Những độc của tâm thức khởi lên từ sự bám chấp này là *tham, sân, si*.

Những bệnh tật của thân phân làm ba loại chính. Sự mất hài hòa của khí hay năng lượng, thông thường tập trung ở phần dưới cơ thể và có tính lạnh là do tham dục gây ra. Sự mất hài hòa của mật, thường tập trung ở phần trên cơ thể và có tính nóng là do sân hận gây ra. Sự mất hài hòa về thủy dịch, thường tập trung ở đầu, mang tính lạnh là do si (*vô minh*) gây ra.

Ba phạm trù: *tham, sân, si* này cũng như nhiệt độ phối hợp của chúng, ngày nay còn có thể rất ích lợi trong việc xác định những bài tập thiền quán nào có hiệu quả nhất, tùy theo những tính chất và trạng thái cảm xúc cá nhân.

Theo y học Tây Tạng, sống trong an vui tự tại với phiền não và buông xả *ngã chấp* là phương thuốc tối hậu cho sức khỏe tinh thần lẫn vật chất.

Bản ngã là gì mà chúng ta hay gặp trong sách này? Quan điểm của đạo Phật đôi lúc khó hiểu cho những người không phải đạo Phật. Dù bạn có thể thiền định mà không cần biết *bản ngã* là gì, một số hiểu biết về *bản ngã* sẽ giúp bạn dễ dàng hơn trong việc thực tập những bài tập chữa lành được giới thiệu ở phần sau.

Ngôn ngữ có thể lừa dối chúng ta khi nói về chân lý tối hậu. Trong ý nghĩa hằng ngày, khi chúng ta nói về *"bản thân tôi"* hay *"bản thân bạn"* là hoàn toàn tự nhiên. Tôi nghĩ chúng ta có thể đồng ý rằng tự hiểu biết là tốt, và tính ích kỷ có thể làm chúng ta không hạnh phúc. Nhưng hãy đi xa hơn một chút và thử nghiệm sự thật sâu hơn về *bản ngã* theo cách nhìn của đạo Phật.

TẠI SAO CHÚNG TA ĐAU KHỔ?

Tâm chúng ta tạo ra kinh nghiệm hạnh phúc lẫn đau khổ và khả năng tìm thấy an vui nằm trong chúng ta. Thật tánh của tâm là an bình và giác ngộ. Bất cứ ai hiểu được điều này là đã bước trên con đường đạt đến trí huệ.

Đạo Phật đặt trọng tâm trên nguyên lý hai chân lý: chân lý tuyệt đối và chân lý tương đối. Cái tuyệt đối là thật tánh của tâm thức chúng ta và của vũ trụ là giác ngộ, an bình, và toàn thiện. Thật tánh của tâm với Phật giáo *Nyingma* nghĩa là sự hợp nhất giữa tỉnh giác và rỗng rang, hay *tánh giác* và *tánh không*.

Chân lý tương đối hay quy ước là trong toàn bộ đời sống bình thường - cuộc sống trần tục vô thường qua đi của sanh tử mà đạo Phật gọi là luân hồi (*samsara*) - thế giới được kinh nghiệm như là nơi chốn của đau khổ, của sự thay đổi không ngừng và vọng tưởng, vì khuôn mặt của thật tánh bị che khuất do những thói quen tâm thức và phiền não mọc rễ trong sự *chấp ngã* của chúng ta.

Trong tư tưởng phương Tây, *"bản ngã"* thường mang nghĩa cá nhân hay ý thức *bản ngã* về *"tôi, là tôi và của tôi"*. Đạo Phật bao gồm ý nghĩa *bản ngã* này đồng thời cũng hiểu *"bản ngã"* là bất cứ hiện tượng hay đối tượng nào - tất cả mọi sự vật - mà chúng ta bám chấp như thể là một thực thể đang hiện hữu thực sự. Đó có thể là *bản ngã* của người khác, *bản ngã* của cái bàn, của đồng tiền hay *bản ngã* của một ý niệm.

Nếu chúng ta bám chấp vào những sự vật đó, chúng ta đang kinh nghiệm chúng theo cách *nhị nguyên*, như một chủ thể bám chấp một đối tượng. Bấy giờ tâm trí bắt đầu phân biệt, chia tách và dán nhãn sự vật như ý niệm rằng "*tôi*" thích "*cái này*", hay "*tôi*" không thích "*cái này*"... Chúng ta nghĩ "*cái này*" đẹp, vậy là trói buộc đến; hay "*cái kia*" không đẹp, thế là đau khổ đến. Chúng ta khao khát những gì mình không có hoặc cảm thấy buồn rầu khi mất chúng. Khi tâm thức chúng ta càng nắm siết hơn, ta càng cảm thấy gia tăng kích thích hay đau khổ và đây là chu trình đau khổ.

Với tâm "*tương đối*" hay tâm phàm tục, chúng ta *chấp ngã* như thể nó vững chắc và có thực. Tuy nhiên, *bản ngã* là một ảo giác, vì mọi kinh nghiệm trong luân hồi đều tạm thời, thay đổi và diệt mất. Tâm phàm tục của chúng ta nghĩ *bản ngã* như là một cái gì đó thực sự hiện hữu như một thực thể độc lập. Nhưng trong quan điểm đạo Phật, *bản ngã* không thực sự hiện hữu. Nó không cố định hoặc là một cái gì bền vững, mà chỉ là một mệnh danh, được dán nhãn bởi tâm. *Bản ngã* cũng không là một thực thể độc lập. Trong quan điểm Phật giáo, mọi pháp vận hành tùy thuộc lẫn nhau, bởi thế không có gì thực sự có một phẩm chất hay bản tính độc lập.

Trong đạo Phật, luật nhân quả được gọi là nghiệp (*karma*). Mỗi một hành động đều có một hậu quả tương ứng, mọi sự tùy thuộc lẫn nhau. Hạt nẩy mầm thành cây, đơm hoa, kết trái rồi tạo ra hạt trở lại. Đó là *một* ví dụ rất đơn giản về nguyên nhân. Nhờ nghiệp, hành vi của chúng ta đã định hình thế giới mà chúng ta sống. Ngài Thế Thân (*Vasubandhu*), một luận sư vĩ đại của *Đại thừa* đã nói: "*Do nghiệp, những thế giới khác nhau được tạo ra.*"

Bám chấp tạo ra nghiệp tiêu cực - những thói quen và

khuynh hướng tiêu cực của chúng ta. Nhưng không phải mọi nghiệp đều xấu, dù có một số người suy nghĩ nhầm lẫn về điều này. Chúng ta cũng có thể tạo ra nghiệp tích cực và đó gọi là sự chữa lành. Sự bám chắc *bản ngã* tạo ra nghiệp tiêu cực. Nghiệp tích cực tháo gỡ sự bám chấp này, và khi buông lỏng sự nắm chặt ấy, chúng ta tìm thấy sự an vui trong mình và trở nên hạnh phúc, mạnh khỏe hơn.

CHÚNG TA ĐỀU LÀ PHẬT

Đạo Phật tin rằng tất cả chúng sanh đều có Phật tánh. Trong thật tánh của mình, tất cả chúng ta đều là Phật. Tuy nhiên, khuôn mặt Phật tánh của chúng ta bị che lấp bởi nghiệp và những tì vết của nó, mà gốc rễ là sự *chấp ngã* giống như mặt trời bị mây che phủ.

Tất cả chúng sanh đều giống nhau và đều là một sinh linh toàn thiện trong thật tánh. Chúng ta biết, khi tâm thức được tự nhiên, thoải mái và tự tại trước những tình huống, những áp lực tinh thần hoặc cảm xúc làm rối loạn, chúng ta thể nghiệm được sự an vui. Điều này hiển nhiên cho thấy tâm bản nhiên không bị nhiễm ô là an bình và không đau khổ. Dù rằng trí huệ, thật tánh thường an trú trong chúng ta, bị che phủ bởi sự nhiễm ô tinh thần, nó vẫn hoàn thiện và trong sáng.

Tổ Long Thọ (*Nagarjuna*), người đặt nền tảng cho học phái Trung Đạo của Phật giáo Đại thừa đã viết:

Nước trong trái đất không bị biến thể.
Cũng vậy, trong phiền não.
Trí huệ vẫn không biến thể.

Tổ Long Thọ nói về sự an bình và giải thoát như là *"cảnh giới tối hậu"* của chính nó luôn luôn ở trong chúng ta mọi lúc nếu ta nhận ra nó, chứng ngộ nó:

Trong bụng bà mẹ mang thai
Dù có một đứa trẻ, ta không thể thấy.
Tương tự, ta không thấy tự tánh mình
Nó bị che lấp bởi phiền não của chúng ta.

An bình là ở trong chúng ta, chúng ta không cần phải tìm kiếm ở đâu khác. Bằng cách dùng cái mà đạo Phật gọi là *"phương tiện thiện xảo"* gồm sự thực hành thiền định, chúng ta có thể mở bày ra điện thờ thiêng liêng tối hậu này.

Tổ Long Thọ mô tả cảnh giới tối hậu này - sự rỗng rang vĩ đại, sự hợp nhất giữa tâm và pháp giới - theo cách sau:

Khi khuấy sữa, bơ tinh chất sẽ hiện ra,
Tịnh hóa phiền não, cõi giới tối hậu sẽ hiển lộ toàn vẹn
Như đèn trong bình, ánh sáng không xuất hiện.
Phật tánh bị che phủ trong cái bình của phiền não khiến
ta không thể thấy.
Nếu ta đục một lỗ trên bất cứ chỗ nào của bình
Từ chỗ đó ánh sáng chiếu ra mạnh mẽ
Khi cái bình của những phiền não
Bị hủy diệt bởi định như Kim Cương
Ánh sáng chiếu soi vào hư không vô tận.

Đức Phật Thích Ca Mâu Ni, đức Phật có thật trong lịch sử, từng nói trong *Haivajra:*

Chúng sanh là Phật trong bản tánh chân thật của họ,
Nhưng bản tánh của họ bị che ám bởi những phiền não
duyên sanh
Khi những phiền não được trừ sạch, chúng sanh là Chân
Phật.

Phật tánh hay giác ngộ là *"vô ngã"*. Nó là sự an vui, rỗng rang, vô ngã, nhất thể và niềm vui toàn thể, vĩnh viễn, toàn khắp. Với đa số người, viễn cảnh đạt đến toàn giác là rất xa lạ và khó hiểu. Mục đích của quyển sách này là không vượt khỏi *bản ngã*, cũng không phải là toàn giác, mà chỉ là buông xả việc chấp chặt *bản ngã* một ít để được hạnh phúc và mạnh khỏe hơn. Dù thế, nó giúp ta có được một ý niệm về cái có nghĩa là sự rộng mở và nhất thể toàn triệt.

Những câu chuyện chúng ta được nghe về *"những kinh nghiệm cận tử"* lúc hấp hối, hay trở về từ cõi chết, có thể cung cấp cho ta sự quán chiếu. Nhiều người sống lại từ quá trình hấp hối đã mô tả việc di chuyển qua một đường hầm, gặp ánh sáng trắng xúc chạm cho họ một cảm giác đại lạc, đại an bình. Tuy vậy, ánh sáng không phải là một cái gì tách rời khỏi kinh nghiệm này. Ánh sáng là sự an bình. Và họ là ánh sáng. Họ không kinh nghiệm và thấy ánh sáng theo lối *nhị nguyên* thông thường, như chủ thể và đối tượng. Thay vào đó, ánh sáng, sự an bình và con người là một.

Trong một câu chuyện lúc cận tử, một người đàn ông đã thấy lại mọi việc xảy ra trong đời sống mình, từ lúc mới sinh ra cho đến khi chết, không chỉ là một sự kiện này tiếp theo một sự kiện khác, mà toàn bộ cuộc sống xảy ra cùng lúc. Và ông ta không thấy bằng mắt hay nghe bằng tai, ngay cả biết bằng ý, ông ta có một tỉnh giác sinh động và thuần khiết về cái thấy, biết và cảm nhận mà không có sự cách biệt giữa chúng. Trong trường hợp như vậy, khi những giới hạn và hạn chế không còn, đó là cái *"Một"*. Với cái *"Một"*, không có đau khổ hay xung đột, vì xung đột chỉ hiện hữu khi nào ở đó có hơn *"Một"*.

Với Phật tử, những kinh nghiệm như vậy được đặc biệt quan tâm, vì chúng có thể là một thoáng thấy *"trung ấm quang minh của bản tánh tối hậu"*, là một giai đoạn chuyển tiếp sau khi chết, cho người nào có một nhận biết nào đó về chân lý, vượt khỏi phạm trù không gian, thời gian và những ý niệm thông thường. Những chuyện như vậy không chỉ là về kinh nghiệm chết, mà chúng còn có thể cho chúng ta biết về sự giác ngộ có thể thực hiện trong lúc ta đang sống.

Tâm giác ngộ thực sự không xa lạ lắm đâu. Tánh không hay sự rỗng rang luôn ở đây với chúng ta, dù chúng ta thường không nhận ra nó. Chúng ta có thể thể nghiệm toàn bộ về nó vào những thời điểm quan trọng trong cuộc sống, hay thậm chí là một thoáng thấy giữa cuộc sống hằng ngày của ta. Chúng ta không cần phải đợi tới lúc hấp hối. Dù cho những câu chuyện vào thời điểm cận tử này có thể gây cảm hứng và thích thú, nhưng giác ngộ không chỉ là một câu chuyện này hay câu chuyện khác. Nó không phải là kinh nghiệm *"này"* hay cách nhìn *"kia"*; hoặc chúng sanh này chúng sanh kia. Toàn bộ tánh rỗng rang vượt khỏi những đối cực *"hiện hữu"* và *"không hiện hữu"*, cũng không phải "vừa hiện hữu vừa không hiện hữu" hay "vừa không hiện hữu vừa không phải không hiện hữu". Nói cách khác, *toàn thể tánh rỗng rang không thể ở trong mô tả và ý niệm.*

CON ĐƯỜNG CHỮA LÀNH

Giác ngộ là *nhất như* (oneness) vượt lên sự *chấp ngã, nhị nguyên,* hạnh phúc hay phiền muộn, nghiệp xấu hay tốt. Tuy nhiên, khi ta nói về sự chữa lành như trong sách này, không cần thiết phải quá quan tâm đến giác ngộ. Chứng ngộ thật tánh của tâm ta là sự chữa lành tối hậu, nhưng với tâm thông thường cũng có những năng lực chữa lành. Chúng ta có thể dùng tâm *nhị nguyên,* thông thường để tự giúp đỡ chính mình. Phần lớn những bài thực hành trong sách này dùng những tiếp cận hằng ngày để trở nên thong dong và hạnh phúc hơn.

Vậy, mục đích chúng ta đơn giản là đi từ tiêu cực đến tích cực, từ bệnh tật đến chữa lành. Nếu lúc này chúng ta đã ở trong một trạng thái tích cực, chúng ta có thể học làm sao để duy trì và tận hưởng nó. Tuy nhiên, càng buông xả nhiều bám chấp chúng ta sẽ càng cảm nhận được nhiều sự tốt đẹp.

Trên một hành trình dài, chúng ta có thể luôn ghi nhớ đích đến tối hậu, nhưng nếu mỗi ngày chúng ta có thể sống trọn vẹn và nghỉ ngơi suốt dọc con đường thì thật tốt. Nếu muốn buông lỏng sự chấp chặt *bản ngã*, chúng ta không nên quá cố gắng. Tốt hơn nên có một lối tiếp cận nhẹ nhàng. Mỗi bước ta đi, dù là những bước ngắn, điều quan trọng nhất là ta thích thú với những bước ngắn đó, và rồi chúng sẽ trở nên đầy sức mạnh. Luôn luôn chúng ta phải hoan hỷ với những gì mình có thể làm, và không nên cảm thấy điều chúng ta chưa làm được là xấu.

Hãy rộng mở, tích cực, buông xả hơn một tí. Đây là những mục tiêu của quyển sách này. Nếu chúng ta là người mới thiền định và tu hành tâm linh, điều quan trọng là thực hành, dùng kiến thức của ta để thấy con đường đúng mà đi. Khi ta giữ một thái độ rộng mở, những khơi gợi về những thiền định đặc biệt chữa lành giúp chúng ta tiến nhanh. Sự hướng dẫn tốt nhất của tất cả là trí huệ trong chúng ta. Chúng ta không nên hạn chế trong vài phương pháp thiền định. Thay vào đó, tất cả đời sống suy nghĩ, cảm nhận, những hoạt động và kinh nghiệm hằng ngày - có thể là một phương tiện của sự chữa lành.

2.

SỨC MẠNH CHỮA LÀNH CỦA TÂM

Khi tôi được sáu hay bảy tuổi, đôi lúc tôi chơi đùa với các bạn trên những đồng cỏ mênh mông, nơi người du mục Tây Tạng sinh sống. Đó là những ngày đầy nắng hạ trên cao nguyên phía bắc Tây Tạng. Mặt đất bao phủ cỏ xanh trông mút tầm mắt. Khắp nơi, khung cảnh ngoạn mục của những bông hoa đầy màu sắc choán đầy trong tầm mắt. Không khí tĩnh lặng, chim muông bay lượn, hót những điệu nhạc êm dịu; những con bướm nhảy múa dập dờn trong gió, những con ong bận rộn hút mật từ những bông hoa... Trên bầu trời xanh thẳm, đó đây có những đám mây che bóng trên đất mẹ đầy quyến rũ và đẹp đẽ. Sự xúc chạm dịu dàng của không khí và ánh sáng, không cảm giác nào có thể so sánh.

Khung cảnh hoàn toàn thanh tịnh và an bình, không có một dấu vết nào của sự nhiễm ô hay không hài hòa, chỉ có những âm thanh ngọt ngào, những khúc nhạc êm dịu của thiên nhiên. Mọi việc xảy đến tự nhiên, không có thời hạn để theo đuổi. Không có tiếng của đồng hồ hạn chế chúng ta, chỉ có những chu kỳ mặt trời, mặt trăng làm nhịp điệu và định lượng cuộc sống.

Toàn thể cảnh vật hoàn toàn tự do, mở rộng và an bình ngây ngất. Tôi không nghĩ đến mùa đông lạnh giá liên tục chờ đợi chụp xuống đầu chúng tôi. Tôi lăn tròn trên đất mẹ đầy khoan dung luôn chào đón và chạy chân trần trên cánh đồng, thưởng thức những nụ hôn của cỏ ướt. Toàn bộ hiện hữu của tôi, cả thân và tâm thể nhập toàn bộ vào một kinh nghiệm duy nhất - niềm vui.

Đột nhiên, chân phải tôi đau nhói, toàn thân tôi co cứng vì đau. Lúc này tất cả những gì tôi cảm thấy đã chuyển thành kinh nghiệm đau đớn. Thoạt tiên, tôi chưa có ý niệm gì về việc xảy ra, sau đó một âm thanh vù vù từ chân tôi, một con ong nghệ bị kẹt giữa hai ngón chân, nhưng tôi không thể mở ngón chân ra được. Con ong càng chích đau, chân tôi càng siết chặt, cơn đau lại gia tăng. Cuối cùng, một người bạn chạy đến và mở những ngón chân tôi cho con ong bay ra. Chỉ có làm như vậy mới chấm dứt cơn đau.

Nếu chúng ta có thể thấy rõ ràng tâm thức bám chấp đã tạo ra những rối rắm của chúng ta như thế nào! Khi chúng ta bám chặt vào *bản ngã*, thân thể, tâm thức và tâm linh chỉ làm gia tăng cơn đau. Trong sự lầm lộn của mình, chúng càng bám chặt hơn và tự vận hành một chu kỳ đau khổ là đặc trưng của thế giới luân hồi sinh tử. Ngay khi chúng ta hạnh phúc, đau khổ có thể đến bất cứ lúc nào, và vì thế chúng ta thường bám chặt vào cái mình có vì e sợ sẽ bị mất.

Theo triết học Phật giáo Đại thừa, chúng ta lang thang trong thế giới này vô mục đích, không thấy được sức mạnh nội tại có thể giải thoát chúng ta. Tâm chúng ta tạo tác tham muốn, ghét bỏ; và giống như người say, chúng ta nhảy nhót lung tung vì bị điều khiển bởi vô minh, bám chấp và thù hận. Hạnh phúc thì thoáng qua, sự không hài lòng lại săn lùng chúng ta. Tất cả giống như một cơn ác mộng. Chừng nào còn tin vào giấc mơ là thật, chúng ta còn là nô lệ của nó.

Để thức tỉnh, ta phải xua tan những đám mây khởi bản tánh chân thật của tâm ta. Nhiều thế kỷ trước, một hoàng tử là *Sĩ Đạt Đa Cồ Đàm (Sidharta Gautama)* đã từ bỏ quyền lợi hoàng tộc, và sau khi thiền định lâu dài và sâu xa, Ngài thấu biết chân lý đời sống đúng như nó thực sự đang hiện hữu. Ngài được biết đến như là một vị Phật. Trong Phạn ngữ, từ Phật có nghĩa là *thức tỉnh*.

Chúng ta cũng có thể thức tỉnh. Quá trình chữa lành là thức tỉnh sức mạnh của tâm ta.

TÂM LÀ NHÂN TỐ CHÍNH

Giống như người thầy thuốc, chúng ta phải chẩn đoán ra bệnh, loại bỏ nguyên nhân gây bệnh và dùng thuốc để chữa lành bệnh. Ngài Vô Trước (*Asanga*), người đặt nền tảng cho học phái Duy thức của đạo Phật đã viết:

Cần phải chẩn đoán bệnh, để loại bỏ nguyên nhân của nó,

Và dùng thuốc để đạt được khỏe mạnh.
Đau khổ phải được nhận biết, nguyên nhân phải được loại bỏ,
Phương thuốc để dứt bệnh phải được áp dụng, và đạt được sự chấm dứt (diệt đế).

Trong đạo Phật, việc chẩn bệnh và phương thuốc được hàm chứa trong *Bốn chân lý*: Chân lý rằng chúng ta đang khổ đau, chân lý về tại sao chúng ta khổ đau, chân lý rằng ta có thể chấm dứt sự khổ đau, và chân lý về con đường dẫn đến giải thoát. Chúng ta có thể chọn đi theo con đường này. Ngay khi đối phó với những khó khăn hằng ngày, chúng ta có thể cải thiện đời sống mình. Tâm là chìa khóa. Bằng sự hướng dẫn và tu tâm thích hợp, chúng ta có thể kinh nghiệm được sức mạnh chữa lành. Kinh Pháp cú (*Dharmapada*) nói:

Tâm dẫn dắt mọi hiện tượng.
Tâm là nhân tố chính, đi trước mọi hành vi.
Nếu nói hay làm với một tâm độc ác,
Khốn khổ sẽ theo sau, giống như xe theo sau do ngựa kéo.
Mọi hiện tượng do tâm dẫn dắt.
Tâm là nhân tố chính, đi trước mọi hành vi.

Nếu nói hay làm với một tâm thanh tịnh,
Hạnh phúc theo sau, như bóng theo hình.

Hạnh phúc thật sự và trường cửu không đến từ môi trường vật chất hay bên ngoài, mà qua sự bằng lòng và sức mạnh của tâm. Ngài *Dodrupchen* viết:

Người có học nhận ra rằng mọi hạnh phúc và đau khổ đều tùy thuộc vào tâm, do vậy, phải tìm hạnh phúc từ chính tâm. Bởi vì họ hiểu rằng mọi nguyên nhân của hạnh phúc hoàn toàn ở trong ta, nên họ không dựa vào những nguồn bên ngoài. Nếu chúng ta thấu biết điều này thì dù có đối mặt với những vấn đề khó khăn gây ra bởi người hoặc sự vật, chúng cũng không thể làm thương tổn ta. Hơn thế nữa, chính sức mạnh của tâm này cũng sẽ ở với ta để cung cấp cho ta an vui và hạnh phúc vào lúc chết.

Thật tánh của tâm chúng ta là an bình. Học cách buông bỏ những lo nghĩ, căng thẳng không cần thiết là ta đã để cho hạnh phúc có cơ hội tỏa sáng. Tất cả đều tùy thuộc vào tâm ta. Đạo Phật tin rằng tâm thức có thể chuyển hóa cảm xúc, và hạnh phúc không chỉ có thể đạt được mà là thuộc quyền của chúng ta. Chúng ta không cần phải để sự lo nghĩ làm chủ. Buông bỏ là một phương thức thông thường, nó không phải là một thái độ lạ thường nằm riêng trong một tôn giáo hay triết học nào, như trong Kinh Thánh (*Eccles 30:5*) nói:

Không nên buông thả mình cho buồn rầu,
và tự hành hạ mình vì lo nghĩ.
Sự vui vẻ của lòng là đời sống của mọi người,
niềm vui là cái làm cho cuộc sống kéo dài.
Cẩn thận với sơ suất, an ủi lòng mình,
xua tan phiền muộn;
Vì phiền muộn là sự hủy hoại của nhiều người
và không ích lợi gì cho ai.
Ghen tỵ và thù hận làm ngắn đi cuộc sống,

lo nghĩ chỉ đem lại già sớm.
Một trái tim vui vẻ chan hòa giúp ăn nhiều,
cho những ai muốn thưởng thức bữa ăn ngon.

SỐNG NHƯ THẾ NÀO TRONG CUỘC ĐỜI?

Một số người nghĩ đạo Phật là một tôn giáo cho những ai muốn đạt đến trạng thái an lạc và rồi biến mất vào một trạng thái không hiện hữu nào đó đối với những người khác. Đây không phải là hình ảnh chính xác của đạo Phật. Người Phật tử tin vào sự nhập cuộc hoàn toàn trong đời sống. Con đường chữa lành không loại trừ những vấn đề và khó khăn, mà nó ôm lấy chúng như là một phương tiện để chứng ngộ thật tánh của chúng ta.

Chúng ta có thể dùng một tiếp cận thực tế đối với những vấn đề có vẻ hoàn toàn tiêu cực. Nếu chúng ta đang ở trong hoàn cảnh căng thẳng, ta phải nhận ra và tự làm hòa với nó, nghĩ rằng: "Tệ thật, nhưng cũng tốt thôi". Nếu chúng ta không trở nên cuồng loạn trong hoàn cảnh, tự kéo dài một chuỗi nhận thức tiêu cực, thì ảnh hưởng của chúng sẽ tiêu dần đi, vì giống như mọi sự trong cuộc sống, hoàn cảnh này là vô thường, không sớm thì muộn cũng sẽ thay đổi. Biết như vậy, chúng ta có thể an nhiên tiến đến bước kế tiếp của sự chữa lành, với một cảm nhận tự tin rằng những hoàn cảnh bên ngoài không thể chế ngự trí huệ nội tại của ta.

Trong quan điểm Phật giáo, sự rốt ráo là những cảm xúc không tốt cũng không xấu. Chúng ta phải chấp nhận và chào đón tất cả cảm xúc của ta. Đồng thời, chúng ta cần không bị chi phối bởi những cảm xúc cuồng nhiệt hay phá hoại. Nếu chúng ta bị tổn thương bởi sự thèm muốn, vướng mắc, rối ren hay sân hận, tốt hơn nên nghĩ về *"cái đúng để tôi làm"* hơn là về *"cái tôi muốn làm"*. Khi đi vào con đường chữa lành, ta nên làm mạnh mã những ý định của mình. Chúng ta phải để tâm trí hướng dẫn mọi cảm xúc.

Nếu dựa vào bất cứ những gì bên ngoài chúng ta như là nguồn thỏa mãn tối hậu, ta sẽ cảm thấy như trên con thuyền chòng chành giữa sự mãn nguyện và không thỏa mãn. Sự bám chấp phó mặc chúng ta cho sự luân chuyển mãi của bánh xe luân hồi, một thế giới thoáng qua của hoan lạc và đau khổ. Khi chúng ta buông bỏ *bản ngã* và tìm thấy trung tâm an bình thật sự của mình, ta thấy rằng không cần phải bám víu vào những ý niệm tốt, xấu, hạnh phúc, đau buồn, cái này hay cái kia, "tôi" và "họ". Nhiều tôn giáo và triết học khuyên chống lại sự đồng hóa mạnh mẽ với *bản ngã*. Một bản văn nổi tiếng của Ấn Độ giáo là *Áo nghĩa thư* (*Upanishads*) đã so sánh sự tự đồng hóa này với một cái bẫy: "*Khi nghĩ 'đây là tôi' và 'đó là của tôi', người ta đã tự trói buộc với bản ngã và hành động như con chim mắc bẫy.*"

Chăm sóc những nhu cầu thực sự của ta và người khác là con đường tìm thấy an bình, và khi làm điều này ta đã tham gia vào cuộc sống. Đấu tranh không phải là điều xấu. Chúng ta có thể học để thấy sự đấu tranh với đời sống là một thách thức thích thú. Tuy nhiên, phải nhận ra rằng, trong việc tìm kiếm bất kỳ một mục đích nào trần tục hay tâm linh nào, sự bám chấp sẽ làm mệt mỏi và trói buộc ta trong sự ích kỷ. Khi ta biết cái mình thực sự cần để sống, việc khéo léo sống trong một cách thế quân bình trở nên dễ dàng hơn.

ĐIỀU GÌ QUAN TRỌNG CHO CUỘC SỐNG?

Thực phẩm, quần áo, chỗ ở, sức khỏe, sự chăm sóc và giáo dục là cần thiết để kéo dài cuộc sống quý giá của con người. Là thành viên của xã hội con người, chúng ta cần tôn trọng người khác, tôn trọng những nhu cầu căn bản, những thể chế làm lợi lạc cho người khác. Ngoài ra, không có gì ở bên ngoài đáng giá bằng thời gian, sự an bình, năng lực và trí huệ của ta - những tặng phẩm lớn của cuộc sống chúng ta. Những tiện nghi khác của đời sống phần lớn là công cụ để thỏa mãn tâm khát khao của ta, tôn sùng và đánh bóng *bản ngã* của ta và siết chặt thêm sự bám chấp. Khi tích lũy những lạc thú thế gian, sự ham muốn chạy theo của ta càng lúc càng mạnh mẽ hơn. Kinh *Lalitavistara* khuyên:

Hưởng thụ những lạc thú của tham dục,
Như uống nước muối, sẽ không bao giờ đem lại thỏa
mãn.

Giàu và nghèo đều đau khổ như nhau, vì những lo nghĩ bên ngoài liên hệ với tham dục. Thậm chí có hàng tỷ người đau khổ do giận dữ, thất vọng, buồn chán... Họ có hưởng thụ một ít an bình, nghỉ ngơi thật sự nhưng chỉ lo lắng mất đi những gì họ có hoặc cố kiếm cho được những gì họ không có. Họ không thể tận hưởng đời người mà họ đang thật có, mà chỉ sống cho cái mà họ bị lôi cuốn và bị nô lệ. Không phải bản thân việc kiếm tiền gây ra đau khổ, mà chính việc trao cuộc đời mình cho sự bạo ngược của những sở hữu bên ngoài mới là sự giết mất an vui.

Trong một cách tương tự, người nghèo mắc bẫy vào cuộc chiến đấu để sống còn. Họ không dám hưởng thụ một chút nào những gì họ có vì sợ mắc phải đau khổ hơn. Khi Mẹ *Teresa* nhận giải *Nobel* hòa bình, bà kể câu chuyện này: "Một ngày, những *soeur* truyền giáo ở *Calcutta* đem về một đứa bé mồ côi và họ đưa cho đứa bé một miếng bánh mì. Đứa bé chỉ ăn phân nửa. Khi hỏi tại sao, đứa bé trả lời: "Nếu con ăn hết, vậy đâu còn bánh mì nữa để con ăn." Chỉ sau khi chắc chắn sẽ có bánh mì, đứa bé mới chịu ăn hết phần bánh còn lại.

Mặc dù sự tiến bộ và phát triển vật chất của văn minh hiện đại, nhiều người đã lệch đường khỏi ý nghĩa cuộc sống.

Dù giàu hay nghèo, hoặc thoải mái giữa giàu và nghèo, chúng ta phải thận trọng không nên quý chuộng những lạc thú vật chất với cái giá đánh mất bản tánh chân thật của chính mình. Nếu sử dụng năng lực của mình chỉ để nghĩ đến những việc trần tục và làm sao để có được nhiều hơn - thức ăn ngon hơn, nhiều tiền hơn, nổi tiếng và được biết đến nhiều hơn, bất cứ thứ gì ở bên ngoài chúng ta - thì chúng ta sẽ mất đi cái giá trị nhất.

Chúng ta tập trung chú ý đến tất cả mọi thứ cách xa chúng ta - càng xa con người chân thật của chúng ta, chúng ta càng cho là quan trọng. Chúng ta định giá trị những gì mình có và thân xác ở trên tâm thức, vẻ bề ngoài của ta lên trên sức khỏe, sự nghiệp đặt lên trên cuộc sống gia đình... Chúng ta đồng hóa với thân thể và xem tâm chỉ là công cụ của thân, như một người nào đó đã mô tả một cách hài hước là "nấm trên bộ não." Chúng ta tự cắt mình ra khỏi nguồn hạnh phúc thực sự, tích lũy những sở hữu cho nhà cửa mình mà không chăm sóc cho thân, tâm, mặc dù điều kiện quan trọng nhất cho cuộc sống trong gia đình là tâm hạnh phúc và thân khỏe mạnh.

Khi tôi trưởng thành ở Tây Tạng, một người quen đã dùng rìu để đốn củi và chặt phải đôi giày mới. May thay, chân anh ta không bị thương mà lại rách giày da, chiếc giày rất có giá trị với một xứ nghèo như Tây Tạng. Anh ta nói thật lòng: "Nếu tôi không mang giày, chân tôi bị thương rồi sẽ lành. Tệ thật, đây là đôi giày mới và chúng không bao giờ lành." Đây là cách nhìn rất buồn cười về sự vật, nhưng lại là phổ biến với những người đặt vấn đề vật chất lên trên hết, rồi tới thân và cuối cùng là tâm. Sự việc đã hoàn toàn bị đảo ngược!

Mặc dù chúng ta có thể nói: "Tôi muốn được an bình và khỏe mạnh", chúng ta lại thực sự coi trọng thành quả của sự năng nổ trong việc kiếm được những nhu cầu vật chất hơn là làm thăng bằng hay an bình để nuôi dưỡng sức mạnh bên trong ta. Chúng ta tiêu tốn nhiều thời gian và sinh lực cho sự nghiệp hơn là việc xây dựng cuộc sống gia đình, dù chúng ta làm việc là để cho gia đình hạnh phúc.

Chúng ta sống giống như những con ong, bỏ cả đời gom góp mật, nhưng cuối cùng lại để cho kẻ khác hưởng thành quả suốt đời lao động của mình. Chúng ta đặt giá trị trên việc kiếm được nhiều tiền hơn và trên cách sống khoa trương dùng tiền mua sắm hơn là làm việc có mục đích và để ý xem việc làm ấy có ích lợi cho mình và người khác hay không. Chúng ta chấp nhận sự nguy hiểm cho cuộc sống quý giá của mình để kiếm tiền, giống như việc uống rượu để xoa dịu sự căng thẳng của công việc làm ta mắc bệnh đau dạ dày. Đồng tiền trở nên người chủ, là ý nghĩa và mục đích tối hậu cho quá nhiều người.

Nếu chúng ta cố gắng làm việc trên tâm để cải thiện những thái độ, phẩm chất của mình, xã hội hiện đại sẽ gán cho chúng ta là ích kỷ, không thực tế và lười biếng. Người sản xuất ra vật chất được đánh giá, ca ngợi cao chứ không phải là người tìm kiếm con đường tâm linh. Nếu chúng ta ở nhà chăm sóc phần bên trong và cuộc sống thiêng liêng, người ta đối xử với chúng ta như một kẻ bất tài, thất nghiệp và vụng về. Căn nhà bị giảm xuống thành nhà trọ, một nơi chỉ để nghỉ qua đêm.

Chúng ta phải từ bỏ những cái gì đó để có được những cái khác. Làm sao ta có thể nghĩ đến việc đánh mất trung tâm an bình quý giá và cuộc đời vui tươi tự nhiên chiếu sáng từ đó, chỉ để kinh nghiệm một cuộc sống đầy những khó khăn? Hiện nay, hình như không chỉ người bình thường mà thậm chí còn có cả những vị thầy tâm linh cảm thấy bị thúc giục theo đuổi nền văn hóa vật chất hiện đại. Có một câu chuyện cổ châm biếm về tình trạng này:

Ngày xưa ở Ấn Độ, những nhà tiên tri tiên đoán rằng

trong bảy ngày nữa sẽ có một cơn mưa lớn, ai uống nước mưa sẽ bị điên. Khi mưa xuống, nhà vua đã trữ đầy nước sạch cho mình nên không bị điên. Dân chúng dùng hết nước sạch, phải dùng nước mưa nên bị điên. Sau đó, họ coi ông vua là điên. Do đó, để hiểu và cảm thông với dân, ông vua phải uống nước mưa và bị điên giống thần dân của mình.

Tôi không đề nghị rằng chúng ta có thể hay phải phớt lờ đi hệ thống của đời sống hiện đại. Chúng ta không thể tồn tại nếu không có những nhu cầu cơ bản, chúng ta cần thực tế và tôn trọng những quan điểm chung. Nhưng chúng ta cần đặt mọi sự vào viễn cảnh tổng quan. Điều thiết yếu là hiểu được chúng ta là ai, chúng ta đứng ở đâu, cái gì là giá trị thật sự và làm thế nào để sống trong thế giới.

Nếu chúng ta không thận trọng để cho tâm bám chấp trở thành siết chặt và khô cứng, những thói quen tiêu cực sẽ ăn mòn cảm thức an bình của ta. Kinh *Udanavarga* (Kinh *Xuất diệu*) nói:

> *Từ sắt, rỉ sét xuất hiện,*
> *và rỉ sét ăn mòn sắt*
> *Cũng vậy, những hành vi không thận trọng*
> *mà chúng ta làm,*
> *Do nghiệp, dẫn ta xuống những cuộc*
> *sống địa ngục.*

Trong thời gian đầu của cuộc sống tỵ nạn, có một biến cố đơn giản tạo một ấn tưởng mạnh trong tôi. Tôi đã đến *Kalim-pong* với vài người bạn, một thị trấn dễ chịu nằm trên những ngọn đồi thuộc dãy núi Hy-mã-lạp Sơn của Ấn Độ. Trên đỉnh đồi, chúng tôi dừng lại ở một nghĩa trang để uống trà vì mệt và đói và cũng không đủ tiền để ăn tại nhà hàng.

Tôi đi tìm một số cây và đá để nhóm bếp. Khi qua phía bên kia ngọn đồi, tôi gặp một nhà sư già có khuôn mặt lớn và đôi mắt nhỏ chiếu sáng khoảng dưới tám mươi tuổi. Tôi nhận ra Ngài là một *Lama* từ Mông Cổ đến vì khuôn mặt tròn và lưỡng quyền cao. Ngài ngồi trong một phòng rất nhỏ đàng sau một căn nhà cũ, cửa sổ và cửa ra vào mở rộng. Căn phòng mỗi bề rộng tám bộ (khoảng 2,43 m). Ngài thiền định, đọc sách, nấu ăn, ngủ và nói chuyện với mọi người, ngồi xếp bằng trên cái giường suốt ngày trong một căn phòng nhỏ tương tự. Ngài có một bàn thờ nhỏ, với một ít tượng tôn giáo và vài quyển kinh trên một cái kệ nhỏ trên tường. Cạnh giường là một bàn ăn rất bé và cũng là bàn làm việc, gần bàn là một bếp than nhỏ, trên đó Ngài đang nấu một ít thức ăn cho mình.

Ngài nở một nụ cười hoan hỷ và hỏi tôi: "Anh tìm gì?" Tôi đáp: "Chúng tôi vừa tới đây và tôi đi tìm một ít củi nấu trà." Ngài nói một cách êm dịu: "Không có nhiều thức ăn, nhưng anh và tôi hãy chia nhau bữa cơm tôi đang sửa soạn nhé?" Tôi cám ơn nhưng từ chối lễ phép. Các bạn tôi đang đợi. Rồi Ngài bảo: "Đợi một chút, tôi sắp nấu xong và bạn có thể mượn cái lò. Cũng còn ít than cho bạn đủ để nấu trà."

Những điều đã thấy làm tôi sửng sốt. Ngài rất già, nhưng Ngài dường như không có thời gian để tự chăm sóc. Tuy vậy, cặp mắt nhỏ của Ngài đầy nhân từ, nét mặt trang nghiêm và duyên dáng đầy niềm vui, tấm lòng Ngài rộng mở đầy nhiệt tình chia sẻ, tâm ngài an bình. Ngài nói chuyện với tôi như một người bạn cũ dù rằng mới gặp tôi lần đầu. Một cảm giác an bình, hoan hỷ, lạ lùng xuyên suốt thân tôi. Tôi cảm thấy như vậy vì tinh thần tự nhiên và sức mạnh tâm linh của Ngài tỏa ra như một người giàu có và hạnh phúc nhất trên thế giới. Tuy nhiên, theo cách nói của thế giới duy vật, Ngài là kẻ không nhà, không việc làm và không có hy vọng. Ngài không có một sự giúp đỡ, không lợi tức thu nhập, không trợ giúp của gia đình, không tín dụng xã hội, không có sự giúp đỡ của chính quyền, không đất nước, không tương lai. Hơn hết, Ngài là một người tỵ nạn ở nước ngoài, thậm chí còn khó giao thiệp được với dân địa phương. Ngay cả ngày nay, khi tôi nhớ đến Ngài, tôi không thể làm gì khác mà chỉ lắc đầu trong nỗi kinh ngạc và tôn vinh Ngài trong tâm. Tôi cũng muốn nói thêm rằng, Ngài không phải là người duy nhất có tính chất ấy mà tôi đã gặp. Có nhiều người đơn giản mà vĩ đại như vậy.

KHỞI ĐẦU CON ĐƯỜNG CHỮA LÀNH

Buông lỏng *chấp ngã* đem đến cho ta tâm an bình và nhờ đó không gì có thể tổn hại được ta. Ngay cả nếu có đau khổ, thái độ đúng sẽ giúp ta chịu đựng phiền não một cách nhẹ nhàng hơn. Để được ích lợi từ những kỹ thuật thiền quán nhằm làm mạnh tâm, ngay lúc khởi đầu, điều quan trọng là nghe những lời chỉ dạy mà không có những định kiến hay phán đoán. Nếu chúng ta muốn tìm điều gì đó có thể hiểu và có ý nghĩa cho nhu cầu của mình, chúng ta cần hướng mọi ý định, cảm nghĩ vào việc vận dụng các pháp tu vào thực tế, không ngần ngại, trông chờ hay nghi ngờ. Niềm tin là tác nhân của sức mạnh chữa lành. Đơn giản bằng việc mở rộng tâm, chúng ta sẽ ngạc nhiên bởi sức mạnh bên trong của chính ta.

Rèn luyện tâm thức khiến phát triển sự nồng ấm của tinh thần và có thể đưa chúng ta đến một nhận biết rộng mở và linh hoạt hơn. Mặc dù không phải mọi pháp tu tôi hướng dẫn ở đây đều nguyên dạng như trong kinh điển, nhưng mọi đề nghị gợi ý đều đặt nền tảng trên những nguyên lý và trí huệ của đạo Phật. Mục đích nhằm đem lại sức mạnh an bình nội tại bằng việc phát triển những phẩm tính như nhận thức tích cực, sự khéo léo (*thiện xảo*) chuyển hóa mọi sự xảy đến cho ta thành sự hỗ trợ thay vì là chướng ngại.

Phẩm tính quan trọng khác nữa là sự sùng tín, rất cần thiết trong bất kỳ sự thực hành tâm linh nào, tuy vậy không cần thiết phải mang ý nghĩa tôn giáo. Với những ai thích một cách tiếp cận thế tục hơn, sự sùng tín đơn giản có nghĩa là sự trau giồi trí huệ nội tại và sự cảm kích sâu xa về chính mình, về người khác và về thế giới nói chung. Cầu nguyện là cách để người thực hành tâm linh dẫn năng lượng vào việc biểu lộ sùng tín hơn là hao phí năng lực đó trong những chuyện phiếm vô mục đích. Kiểu cầu nguyện thế tục là sự diễn đạt những cảm giác hạnh phúc hay hoan hỷ bằng ngôn ngữ của chính chúng ta, có thể nói thầm hay lớn tiếng.

Với Phật tử Đại thừa, những ai quan tâm trong việc chuyển hóa khó khăn và làm tan biến tự ngã, lòng bi mẫn được xem là công cụ chữa lành đặc biệt. Khi chúng ta đến với những người khác, sự chấp cứng *bản ngã* bắt đầu mềm dần. Mặc dù mục tiêu tối hậu của việc đào luyện tâm linh là thoát khỏi sự nương dựa vào bất cứ cái gì ngoài tâm, đạo Phật khuyên rằng tham gia vào thế giới là một sự thực hành tích cực trên con đường chân thật. Điều này bao gồm việc phụng sự những người khác, tạo ra những cơ sở, những điều kiện để giúp đỡ người khác, che chở, biếu tặng, cầu nguyện và tôn trọng. Thậm chí những gặp gỡ xã hội nhỏ nhặt trong đời sống cũng có một lợi lạc mạnh mẽ khi chúng ta biết vui thích và tôn trọng bất cứ ai mình gặp. Ngài *Shantideva* viết:

Khi bạn nói, hãy nói với sự thanh thản, trong sáng, thích hợp và thoải mái,
Không có tham dục và thù hận,
Với ngữ điệu dịu dàng và ôn hòa vừa phải.
Khi bạn nhìn, hãy nhìn với đôi mắt yêu thương và trung thực, nghĩ rằng:
"Nhờ vào người này
Tôi sẽ trở thành toàn giác."

Bằng cách để cho chúng ta lưu tâm chăm sóc, bình an và buông xả thì những công việc và hoạt động hằng ngày, ngay cả đến hơi thở, cũng có thể trở thành một phần của việc thực hành chữa lành, và chúng ta sẽ đạt được sức mạnh một cách tự nhiên. Nếu chúng ta mở rộng với nó, đời sống bình thường của ta sẽ chuyển thành một đời sống chữa lành. Bấy giờ, dù không chính thức ngồi thiền, cuộc sống chúng ta sẽ là sự thiền định trong hành động.

Phần lớn những bài tập trong sách này nhằm vào việc chuyển hóa những xúc cảm bằng cách nhận ra những vấn đề và đi từ tiêu cực đến tích cực. Một tiếp cận khác đi đến thiền định là vượt trên cả xấu lẫn tốt, bằng việc mở rộng chúng ta với những cảm nhận và kinh nghiệm tâm chúng ta đúng thật như nó đang hiện hữu. Thật ra, thiền định nhằm vào sự chuyển hóa những vấn đề khó khăn được hiệu quả nhất khi nó bao gồm những cảm nghĩ tốt và sự rộng mở. Trước tiên, chúng ta tập trung, sau đó kết thúc thời khóa công phu bằng sự buông xả và hòa nhập làm một với bất kỳ điều gì ta đang kinh nghiệm.

Sau khi học một số những thiền định truyền thống và bài tập, chúng ta có thể khéo léo áp dụng những phương thuốc riêng của mình trong những vấn đề hằng ngày. Cái ý niệm *"tôi"* sẽ mềm dẻo nhiều hơn ta tưởng. Chúng ta có thể thử nghiệm và học cách đùa bỡn hơn, ít chú tâm vào viễn cảnh tiền đồ của mình. Chẳng hạn, khi một vấn đề có vẻ nghiêm trọng, chúng ta có thể tìm thấy sự giảm nhẹ bằng cách nhận ra một khía cạnh hài hước trong đó. Hoặc dưới áp lực công việc, chúng ta có thể cảm thấy thư giãn và thông thoáng hơn. Vì ngôn từ có sức mạnh lớn, chúng ta có thể tự nhủ *"áp lực vẫn còn đó, nhưng tôi cảm thấy hoàn toàn thoải mái."* Chúng ta có thể nhận biết hơi thở của mình trong cách thư giãn và chú ý cảm nhận khoảng trống và không khí quanh ta, và nhờ đó ta thực sự ít bị áp lực và được nhiều khoảng không hơn.

Khi cảm thấy phiền não quá mạnh, một số người thấy ích lợi khi thực hành sự rộng mở hơn là cố gắng chuyển hóa khó khăn. Việc hòa nhập vào sự rộng mở rỗng rang sẽ được thảo luận ở chương kế tiếp, nhưng nó sẽ không làm ngạc nhiên bất cứ ai vì cái nguyên lý phía sau sự tiếp cận này là buông bỏ tự ngã.

Nếu có người rớt xuống biển mà không biết bơi, người đó sẽ nắm chặt nước và sẽ chìm như một tảng đá. Một người bơi giỏi vì đã được rèn luyện, sẽ biết cách buông lỏng và hòa nhập làm một với đại dương bao la. Sự tu hành giống như học bơi và cần có một số hướng dẫn khi bắt đầu. Tu tâm cũng cùng một cách như vậy, đó là phần còn lại của quyển sách này.

3.

BƯỚC KHỞI ĐẦU

Trải qua nhiều thế kỷ, đạo Phật đã phát triển cả một kho tàng bao la kiến thức về tâm. Đặc biệt khi chúng ta bắt đầu học thiền định, tất cả những đề nghị và quan niệm có thể làm cho ta cảm thấy tràn ngập. Tốt nhất là giữ cho sự thực hành của chúng ta đơn giản. Hãy đặt những mục tiêu có thể đạt đến và nỗ lực với năng lực tích cực. Đừng lo âu về những khó khăn mà nên cảm thấy vui thích với bất cứ lợi lạc nào có được. Ngay cả những kinh nghiệm tiêu cực hay những cái gọi là khuyết điểm cũng có thể lợi lạc nếu chúng ta nhìn chúng một cách tích cực.

Khi thiền định, nên thoải mái và buông xả hơn là xua đuổi những lo nghĩ và ước muốn của mình. Chúng ta thường ngồi để thiền định, nhưng phần lớn những gì chúng ta biết từ thiền định phải được đưa vào những sinh hoạt thường ngày. Ngôn từ là cần thiết để diễn tả thiền định như thế nào và áp dụng thái độ đúng vào cuộc sống của chúng ta ra sao. Tuy nhiên, điều quan trọng là thực hành và cảm nhận, không có sự quan tâm quá mức về những ý niệm, phạm trù hay quy tắc. Hãy nhẫn nại, rộng mở và làm việc với những gì đời sống của riêng bạn đem lại cho bạn.

CHỌN ĐỊA ĐIỂM

Chỗ tốt nhất để thực hành rèn luyện tâm linh trong việc chữa lành là một nơi an bình, thoải mái và ít bị xáo trộn, là chỗ tâm trí có thể tĩnh lặng và thân thể dễ chịu, là chỗ ta cảm thấy tỉnh giác, thông thoáng và vui thích.

Những nhà hiền triết thời xưa đã ca ngợi nhiều nơi, tùy thuộc vào tính cách của hành giả, sự thực hành và thời tiết trong năm. Những nơi cô tịch có tầm nhìn rộng trong sáng, như đỉnh núi chọc trời hay giữa cánh đồng phì nhiêu luôn được ưa thích. Một số hành giả tìm niềm vui trong rừng, giữa cây cối, động vật hoang dã và chim muông ca hát những khúc hát niềm vui không tuổi tác và chơi đùa không sợ hãi. Những người khác lại thích thực hành ở vùng biển với những cơn sóng nhảy múa liên tục hay một con sông với dòng chảy tự nhiên, mạnh mẽ. Một số lại chọn những hang động khô ráo trong những thung lũng trống với không gian an tĩnh tuyệt vời.

Nếu không được sống trong cảnh thiên nhiên như vậy, chúng ta nên tìm một chỗ thoải mái trong nhà, sửa soạn thật tốt và vui thích với nó.

Chọn một căn phòng hay một góc phòng yên tĩnh nhất, ít bị quấy rối bởi điện thoại, trẻ em, người nhà hay bạn bè. Bấy giờ hãy cảm thấy tốt: tốt về nơi chốn, thời gian và cơ hội có được nơi chốn và thời gian đó. Hãy khởi lên lòng hoan hỷ với dịp may này để có thể thấu hiểu ý nghĩa tâm linh của cuộc đời bạn.

Nói chung, với người mới bắt đầu nên thực hành một mình, ở một nơi không có chướng ngại. Sau khi đạt được sức mạnh trong tu tập, chúng ta có thể tìm những hoàn cảnh khó khăn hơn, đòi hỏi sự chịu đựng và kỷ luật nhiều hơn - với những chướng ngại như người khác quấy rối hay tiếng ồn của giao thông - chúng ta sử dụng những gian khó này để làm mạnh mẽ mình. Cuối cùng, khi sẵn sàng, chúng ta có thể thực hành khi ở trong những hoàn cảnh tồi tệ nhất, với mọi loại quyến rũ tinh thần và những cảm xúc hỗn loạn. Thực hành siêng năng theo cách này, chúng ta có thể đối diện và chuyển hóa bất kỳ hoàn cảnh nào thành một nguồn sức mạnh mà không mất đi tâm an bình. Chúng ta sống ở bất cứ nơi đâu, nơi đó trở thành một lâu đài của giác ngộ và sự thanh tịnh. Mỗi một sự kiện sẽ là một lời chỉ dạy. Sau đó, nơi chốn sẽ không còn là vấn đề, chỉ cần duy nhất một việc là chọn nơi để ta có thể phụng sự người khác một cách tốt nhất.

CHỌN THỜI GIAN

Mặc dù bất cứ nơi nào tu tập cũng tốt, với người mới bắt đầu thì sự an bình và tĩnh lặng là có lợi. Lúc sáng sớm rất tốt vì là ngày mới mẻ và tâm trí trong sáng. Tuy nhiên, có một số người cảm thấy thư giãn và sẵn sàng thiền định vào buổi chiều. Chọn thời gian, tuân thủ đều đặn và hãy hạnh phúc với thời gian đó. Nếu có thể, chớ để cho việc gì làm phiền nhiễu việc thực hành đều đặn của bạn.

Bất kể khi thiền định hay luyện tập chữa lành, chúng ta phải sống trọn vẹn với chúng. Chúng ta không nên mơ tưởng đến tương lai và lập chương trình trong đầu. Không theo đuổi quá khứ, không bám níu hiện tại. Nhiều loại tư tưởng hay kinh nghiệm tâm linh có thể khởi lên trong thiền định, nhưng thay vì bám chấp, hãy để chúng đến và đi một cách tự nhiên.

Hãy thực hành hằng ngày. Thậm chí nếu chúng ta thiền quán trong một thời gian ngắn, tính kiên định sẽ giữ kinh nghiệm thiền định sống động và vững chắc trong ta trên con đường chữa lành.

Chúng ta nên thiền định bao lâu? Tâm thức bạn là người chữa lành, vậy câu trả lời tùy thuộc vào nhu cầu và khả năng của bạn. Có thể trong vài phút, hai mươi phút hay một giờ. Bạn có thể thiền định trong nhiều giờ, với những khoảng thời gian nghỉ, trong suốt một thời gian dài. Không nên quan tâm thời gian quá đáng, mà nên cảm thấy điều gì là đúng.

Khi chúng ta hạnh phúc, khỏe mạnh và không có những vấn đề bận tâm, đây là điều thật tốt cho sự thực hành. Do vậy, khi đối mặt với đau khổ chắc chắn sẽ xảy đến, chúng ta có những phương tiện thiện xảo sẵn sàng sử dụng. Không may, nhiều người trong chúng ta phải cần trải qua đau khổ mới có thể chuyển hóa tâm thức đến những giải quyết tâm linh. Khi ở trong sự bối rối và đau khổ, chúng ta có ít cơ hội, năng lực và sáng suốt để tu tập. Ngài *Dodrupchen* khuyên:

Khi chúng ta thực sự mặt đối mặt với những tình huống khó khăn, thật rất khó cho ta thực hành việc chữa lành. Do đó, việc có được những kinh nghiệm từ sự tu tập tâm linh để khi hoàn cảnh bất lợi phát sinh chúng ta đã sẵn sàng là rất quan trọng. Có một sự khác biệt lớn nếu ta sử dụng một sự tu tập mà mình đã có kinh nghiệm trong đó.

TƯ THẾ

Mục tiêu thiết yếu của bất cứ loại tư thế thiền định nào cũng đều là để thư giãn bắp thịt và khai mở kinh mạch trong thân giúp cho năng lực và hơi thở được trôi chảy tự nhiên. Bất kỳ tư thế nào giúp thân thể được thẳng và thoải mái, không gồng cứng đều sẽ phát sinh sự trôi chảy tự nhiên của năng lực giúp tâm trí tĩnh lặng và sinh động. Mục đích những tư thế của thân được giản lược trong câu nói phổ thông của người Tây Tạng:

Nếu thân bạn thẳng, những kinh mạch của bạn sẽ thẳng.
Nếu những kinh mạch của bạn thẳng, tâm bạn sẽ thẳng.

Một trong những tư thế thiền định của đạo Phật được nhiều người biết đến nhất là thế ngồi hoa sen (*kiết già*). Người ta ngồi xếp bằng, chân phải đặt lên đùi trái và chân trái đặt lên đùi phải. Đa số người phương Tây thích ngồi bán già vì dễ hơn, với một mắt cá chân đặt lên nếp gấp của chân đối diện. Nếu ngồi trên một đệm nhỏ, nửa thân trên hơi vươn lên một chút để có sự rỗng rang và buông lỏng.

Hai bàn tay đặt trong lòng (dưới rốn một chút), lòng bàn tay ngửa lên, tay phải đặt trên tay trái với hai đầu ngón cái chạm nhau. Hai khuỷu tay cách thân trong thế tự nhiên giống như cái cánh, không gồng cứng hay ép vào thân, cằm hơi hạ xuống để cổ hơi cúi, giúp mắt có thể nhìn rõ phía trước khoảng một đến hai mét, ngay chóp mũi, đầu lưỡi chạm nhẹ lên vòm miệng. Yếu tố quan trọng nhất là giữ xương sống thẳng đứng.

Một số người có những vấn đề ở lưng nên rất khó ngồi theo kiểu này. Bạn có thể ngồi trên ghế để thiền định, nhưng phải chắc rằng giữ xương sống thẳng thay vì khom xuống. Dù chọn bất cứ tư thế nào, điều cần thiết là thoải mái. Bản thân Đức Phật, sau nhiều năm kinh nghiệm tu hành khổ hạnh đã từ bỏ sự hành xác. Bạn phải được hoàn toàn thoải mái để tâm trí có thể buông lỏng và dễ tập trung.

Tư thế ngồi để thiền định là tốt nhất, nhưng tâm chúng ta thật sự có khả năng chữa lành dù bất cứ đâu và ở bất kỳ hoàn cảnh nào, miễn là chúng ta còn tỉnh biết.

SỰ BUÔNG LỎNG

Để thoát khỏi những gắng sức đấu tranh của tâm thức - những áp lực của ý niệm và cảm xúc bám chặt chúng ta - khi thiền định, chúng ta phải buông lỏng các bắp thịt. Nếu sự căng thẳng tập trung ở đâu đó trong những bắp thịt, hãy hướng sự tỉnh giác đến vùng đó và cởi mở sự siết chặt. Sự buông lỏng đem lại một tâm trạng tĩnh lặng, trong đó ta có thể thắp lên ngọn nến của năng lực chữa lành.

Tuy vậy, sự buông lỏng không có nghĩa là buông thả trong lười biếng, vô ý, nửa tỉnh nửa mê hay giấc ngủ. Có những lúc ta cần nghỉ và ngủ, nhưng sự thiền định hiệu quả nhất là với sự tỉnh thức, linh mẫn và trong sáng. Đây là cách để tiếp xúc với bản tánh an bình, hoan hỷ của chúng ta.

Hãy để cho bạn buông xả trong sự chuyển dịch từ thiền định trở lại với cuộc sống hằng ngày. Hãy thức dậy chậm rãi và thư giãn tâm trong những hoạt động của bạn. Theo cách này bạn đem một tâm thức rộng mở vào cuộc sống.

TẠO KHOẢNG KHÔNG TÂM THỨC

Một số người trong chúng ta hoàn toàn hiến mình cho điều chúng ta đang làm. Chúng ta đem những vấn đề của công việc về nhà, vì vậy không có cơ hội hưởng thụ cuộc sống gia đình. Sau đó lại đem những vấn đề ở nhà đến nơi làm việc, nên không thể tận tâm với công việc. Trong lúc thiền định, chúng ta để hình ảnh và cảm giác mơn trớn tinh thần khiến ta không có cơ hội tập trung. Rốt cuộc, chúng ta không có đời sống nào để sống vì ta luôn ở trong quá khứ hoặc tương lai.

Nếu để đồ đạc trong nhà bừa bãi và nhiều quá, chúng ta không còn chỗ để sống. Nếu tâm trí đầy những chương trình, những bận tâm, những tư tưởng, những cảm xúc, chúng ta không còn khoảng trống cho chính cái thật sự là chúng ta.

Nhiều người cảm thấy cuộc sống họ quá hỗn độn để thiền định, thậm chí khi họ có thời gian ở nhà để tập thiền họ vẫn cảm thấy bị xao lãng. Để đem tất cả sự chú tâm và năng lực trong cuộc sống gia đình vào thiền định, chúng ta cần khoảng không tâm thức.

Chúng ta có thể tạo ra khoảng không cho mình một cách

có ý thức. Quyết định gạt bỏ những lo nghĩ về công việc lại phía sau. Nếu có thể được, hãy hình dung những lo nghĩ đó dưới dạng giấy tờ hay trong máy vi tính được cất giữ an toàn trong văn phòng. Ngay cả việc hình dung ra ranh giới phân chia công việc và cuộc sống ở nhà. Hay chúng ta có thể tạo ra một lều bảo vệ bằng năng lực hay ánh sáng trong tâm ta bao quanh chúng ta trong nhà làm cho chúng ta hoàn toàn tách biệt với chuyện chúng ta đang làm.

Thiền định có thể là một nơi chốn ấm cúng và trống trải, nhưng chúng ta có thể cảm thấy sự cưỡng lại thiền định hay nghĩ rằng thiền định là việc vặt hằng ngày. Có một cách để tạo cảm giác rộng mở và thoải mái là trở về không gian lúc ta còn bé.

Từ lúc còn trẻ thơ, chúng ta đã học hỏi và kinh nghiệm một số việc lạ lùng trong thế giới phong phú này. Tuy vậy cũng thật dễ nhiễm thói quen sống điên cuồng hiện nay. Chúng ta giống như con tằm nhả tơ tự trói mình, tiến đến giai đoạn tự làm ngộp mình với những cách nhìn, cảm giác, thói quen và phản ứng của riêng ta.

Hồi tưởng lại lúc còn bé, một ngày kéo dài như một tháng của chúng ta bây giờ, một năm kéo dài như không có ngày cuối. Dần dần tri giác của chúng ta thay đổi, những lo lắng bận rộn, ý niệm, bám chấp của chúng ta tăng dần ngày này qua ngày khác. Giờ đây, khoảng không rộng mở không còn trong tâm trí ta nữa. Khi lớn lên, ta cảm thấy thời gian trở nên ngắn hơn và ngắn hơn nữa, và một năm trôi qua trong chớp mắt. Đó không phải là thời gian ngắn đi, mà vì ta không có khoảng trống trong tâm thức để cảm nhận sự rộng mở và tự do. Chúng ta thường chạy lòng vòng hết tốc độ và làm đặc kín tâm trí mình với những tư tưởng, ý niệm và cảm xúc. Khi tâm thức tĩnh lặng, ta cảm thấy thời gian từng phút một, nhưng nếu tâm trí theo đuổi bất cứ việc gì xảy quanh ta, chúng ta cảm thấy ngày đã hết thậm chí trước khi nó thực sự bắt đầu.

Tiếp xúc với những hồi ức lúc còn bé có thể giúp ta rộng mở hơn. Khi thiền định, hãy nhớ lại lúc còn bé và có ít lo nghĩ, đam mê hay căng thẳng. Việc nhớ chính xác không quan trọng bằng việc cảm nhận khoảng không và tự do. Thay vì đứng ngoài sự nhớ lại và chỉ suy gẫm về nó, hãy để cảm nhận trải rộng và thể nhập vào nó. Hãy kinh nghiệm việc cảm nhận này và an trú trong nó, không có những niệm tưởng khác. Hãy cảm nhận và hòa nhập vào chính bạn lúc còn bé. Quá khứ và hiện tại, đứa trẻ và "tôi", tất cả là một trong sự hợp nhất trống trải. Hãy tham thiền và nghỉ ngơi trong cảm giác rộng mở này nhiều lần. Cuối cùng, đem cảm nhận này vào khoảnh khắc hiện tại của cuộc sống bạn.

Nếu có những kinh nghiệm xấu lúc còn bé đến với bạn thay vì những cảm giác an bình và trống trải, bấy giờ bạn có thể dùng cách tiếp cận được phác thảo ở sau trong những bài tập chữa lành để thanh lọc, nuôi dưỡng và chữa lành những hình ảnh bị thương tổn và quán tưởng đứa bé bên trong của bạn trở nên hạnh phúc, mạnh khỏe và hoan hỷ.

Chúng ta có thể đạt được cảm giác về khoảng không này bất cứ lúc nào: chẳng hạn, nếu chúng ta có khó khăn, chúng ta ngồi thiền, hoặc bất kỳ lúc nào chúng ta muốn đem cảm giác tự do hay hoan hỷ vào cuộc sống. Để hòa nhập với đứa bé trong ta, có thể thưởng thức những hoạt động trẻ thơ như trò chơi nhảy bao, tung hứng... hoặc thưởng ngoạn cây cối, hoa quả, sông nước hay những vẻ đẹp của thiên nhiên. Chúng ta có thể ngắm sao trên bầu trời và thưởng thức không khí ban đêm, đem cảm giác này vào giây phút hiện tại. Làm như vậy giúp ta quên đi những lo nghĩ trong một lúc và hòa nhập vào trong bào thai của tuổi bé thơ một lần nữa.

Dùng thời gian trong sự cô tịch với thiên nhiên, đặc biệt

như đứng trên một đỉnh núi nhìn khoảng không gian vô tận của bầu trời sẽ giúp việc tạo khoảng không trong tâm thức. Nhưng cách hiệu quả nhất để mở ra không gian an bình trong tâm trí là thiền định. Thay vì nhồi nhét vào tâm trí bằng những cảm nhận và quan niệm tiêu cực, nếu chúng ta có thể trở về với bản tánh như bầu trời của tâm, an bình và trí huệ bấy giờ có thể khởi hiện.

THỞ

Trong bất kỳ loại thiền định nào, việc quan trọng là thở một cách tự nhiên và bình an. Nhìn ngắm hơi thở, sự tỉnh giác của tâm thức về hơi thở ra vào, tự nó là nền tảng cho sự nhận ra thật tánh. Nhiều thiền giả có kinh nghiệm cao dùng phương pháp này như là phương tiện để chứng ngộ *vô ngã*. Dù rằng trong bài tập chữa lành của ta không quan tâm đến việc vượt qua ý niệm về *bản ngã*, sự nhận biết hơi thở có thể rất ích lợi cho những mục đích khác. Ví dụ, nó là một cách tốt để chúng ta tự an bình, tập trung tâm trí và thiết lập dòng năng lực chữa lành để tiến bộ.

Vào lúc đầu, có thể bạn thấy khó tập trung hoàn toàn vào sự việc đơn giản là hơi thở ra vào. Bạn có thể bị sốc khi thấy tâm thức hoạt động quá nhanh. Chớ lo nghĩ về niệm tưởng hay hình ảnh đến và đi. Đem nhận thức của mình nhẹ nhàng trở lại hơi thở và hãy tỉnh giác hoàn toàn trong việc nhận biết hơi thở. Chỉ bằng cách để tâm thức tiếp xúc và kết hợp với quá trình thở tự nhiên, chúng ta có thể thoát khỏi căng thẳng và cảm thấy thư giãn hơn.

Vì sự quan trọng trong việc thực hành thiền định cao hơn, sự quán sát hơi thở sẽ được bàn luận chi tiết hơn trong chương 12. Và bây giờ bạn hãy xem việc dùng sự quán sát hơi thở như bước đầu với bất cứ bài tập chữa lành nào. Tỉnh giác về hơi thở cũng là một phương pháp rất mạnh để thoát khỏi bất cứ cảm xúc khó khăn nào giữ chặt chúng ta như một tật xấu. Chúng ta sẽ thấy trong những bài tập chữa lành một kỹ thuật đặc biệt hữu ích là tập trung vào những hơi thở ra được buông lỏng. Bằng cách này, sự bám chấp được buông xả.

QUÁN TƯỞNG

Một trong những công cụ tốt nhất của chữa lành là quán tưởng. Nó có thể chuyển hóa những khuôn khổ tâm thức của chúng ta từ tiêu cực thành tích cực. Một số người mới bắt đầu thiền định cho rằng việc quán tưởng là khó khăn hay là những hoạt động tinh thần không thông dụng. Thật ra, điều này hoàn toàn tự nhiên vì chúng ta suy nghĩ qua hình ảnh mọi lúc. Khi nghĩ về bạn bè hay gia đình hoặc hình dung mình đang ở trên một bãi biển đẹp, một cái hồ trên núi, chúng ta thấy những hình ảnh này trong tâm thức hoàn toàn sống động. Trong thiền định, chúng ta quán tưởng vì một mục tiêu đặc biệt, nhưng quá trình tâm thức bình thường cũng giống như vậy. Với thực hành chúng ta sẽ đạt được tốt đẹp hơn.

Mặc dù sự quán tưởng có một truyền thừa lâu dài trong thực hành của Phật giáo Tây Tạng, những người không biết hay không quan tâm đến Phật giáo cũng có thể thấy phương thức này cực kỳ ích lợi. Chẳng hạn, một số vận động viên chuyên nghiệp quán tưởng việc cải thiện thành tích của họ đã nhận ra được trọn vẹn tiềm năng của mình.

Những hình ảnh tích cực gợi cảm hứng cho mọi người trong tất cả các loại hoạt động. Tôi biết một cô giáo dạy nhạc ở *Boston* đã vượt qua giai đoạn sợ hãi bằng cách dùng sự ứng biến của mình. Dù đã được đào tạo và có một giọng ca phong phú, cô vẫn sợ vì mình là người hát chính hằng tuần trong ca đoàn ở nhà thờ địa phương. Trước lễ *Sabbath* cô đã khóc dữ dội, đến nỗi đột nhiên cô nhận ra sự sợ hãi đã hủy hoại cô như thế nào. Vì vậy, thay vì sợ hãi, cô chuẩn bị cho tâm vui thích với chính mình. Để tự giúp mình làm điều đó, cô ngồi yên lặng và tưởng tượng mình đang hướng dẫn buổi cầu nguyện được thành công, hát thật tốt, không lo nghĩ quá đáng vào giai điệu vốn rất khó trong biểu diễn. Cô tưởng tượng mình rất tự tin vào khả năng hát. Trong tâm thức cô nghe âm thanh tuyệt vời của giọng hát mình, tạo nên sự thích thú cho chúng hội. Cô hình dung toàn cảnh công việc, cầu nguyện và cảm thấy một cảm thức thương yêu, lan tỏa của niềm vui cảm hứng có thể chia sẻ âm nhạc với mọi người.

Bây giờ cô hạnh phúc trong việc ca hát của mình và không còn phiền toái nếu còn cảm thấy đôi chút khích động trước lúc biểu diễn. Trong lớp học, cô gợi ý học trò có thể dùng trí tưởng tượng để biết cách làm thế nào được thoải mái và đem niềm vui vào việc ca hát.

Trong thiền định, tốt nhất nên mở mắt hay mở một phần để có thể tỉnh thức trong thế gian này. Tuy vậy, với người mới bắt đầu, thoạt tiên có thể nhắm mắt lại. Điểm quan trọng nhất trong quán tưởng là gợi lên hình ảnh tích cực với sự toàn tâm nhiệt tình. Hãy chú tâm trọn vẹn vào đối tượng của tâm thức, trở nên hoàn toàn thể nhập vào nó. Hãy để tâm và đối tượng hòa nhập làm một. Nếu chúng ta thấy hình ảnh trong tâm không rõ rệt hoặc bị xao lãng, đó là sự tập trung của chúng ta bị hạn chế. Thế là chúng ta chỉ nhìn đối tượng bằng mắt một cách trống không, thay vì bằng toàn thể con người. Ngài *Tsong Khapa*, người sáng lập phái *Gelug* của Phật giáo Tây Tạng đã viết: "Đạo sư *Yeshe De* đã đúng khi phủ nhận cách thiền định của một số người bằng cách nhìn bằng mắt hình ảnh trước mặt họ mà với sự trống trơn. 'An trú trong thiền' phải phát triển trong tâm, không phải ở nơi những giác quan như con mắt."

Đặc biệt với người mới bắt đầu, điều then chốt là cảm thấy sự hiện diện của những gì mình đang hình dung. Sự quán tưởng của bạn không cần phải mô tả tỉ mỉ từng chi tiết, mà vấn đề là sự trong sáng và ổn định của hình ảnh quán tưởng trong tâm.

SỰ TẬP TRUNG

Với bất cứ sự tu tập tâm linh hay hoạt động tinh thần nào, chúng ta đều cần phải tập trung. Biết cách tập trung làm tâm thức chúng ta mạnh mẽ, trong sáng và tĩnh lặng. Sự tập trung bảo vệ trí huệ bên trong của chúng ta, giống như ngọn lửa nến được chắn gió.

Với đạo Phật, việc tập trung trên một đối tượng với ý nghĩa tâm linh sẽ phát sinh năng lực tích cực, những ban phước và nghiệp hiền thiện. Tuy nhiên chúng ta có thể tu tập tâm trí để tập trung bằng việc thực hành một cách hiền thiện trên bất cứ việc gì, hoặc là đối tượng thuộc vật chất hay hình ảnh tâm thức mà không kể nó có ý nghĩa tâm linh hay không.

Tu tập theo Phật giáo để làm mạnh sự tập trung gồm hai phương pháp: bên trong và bên ngoài. Phương pháp bên trong là tập trung trên thân thể mình, chẳng hạn quán thân mình dưới dạng bổn tôn hay một thân bằng xương thịt. Chúng ta cũng có thể chú tâm trên những yếu tố của thân như hơi thở, hay với một thân dưới dạng thanh tịnh như ánh sáng hay hỷ lạc. Phương pháp bên ngoài là tập trung trên những hình tượng, cõi tịnh độ của chư Phật hay những quán tưởng khác.

Nếu không tập trung tâm trí, cho dù ta thực hành nhiều năm cũng chỉ mang lại một ít nội quán, dù cho có những phước đức của sự tinh tấn. Ngài *Shantideva* nhắc nhở chúng ta:

Đức Phật, Người thấu rõ chân lý đã nói:
"Mọi tụng niệm và tu hành khổ hạnh
Dù con thực hành trong một thời gian dài,
Nếu con làm với một tâm lang thang,
Sẽ mang lại ít kết quả."

Bước đầu trong việc phát triển sự tập trung là đem tâm lộn xộn không ngưng nghỉ trở lại thực tế. Trong những bài tập chữa lành được giới thiệu sau này, chúng ta sẽ thấy một số phương thức để tập trung tâm thức phân tán hầu có thể cải thiện khả năng thiền định cũng như quan điểm cảm tính của mình.

Một khi chúng ta cảm thấy đã có được nền tảng về mặt tâm thức, chúng ta có thể tập trung sâu hơn. Đôi khi những thiền giả có kinh nghiệm thực hành mài dũa sự tập trung của họ bằng cách quán tưởng một ống dài và hẹp rồi dùng trí tưởng tượng nhìn xuyên qua nó. Có những bài tập tâm thức khác liên quan đến việc tập trung vào một điểm nhỏ thay vì một hình ảnh lớn.

Nếu chúng ta cần tiếp tục tập trung, đánh thức tâm hay làm cho sắc bén các giác quan, chúng ta phải chú tâm vào việc phát triển kỷ luật tâm thức. Tuy nhiên, tâm ta thường quá phân biệt và nhạy cảm. Nếu cảm thấy tâm trí bị đè nén hay mắc kẹt, tốt nhất không nên tự ép mình phải tập trung. Những người cảm thấy bị đè nặng bởi căng thẳng và lo nghĩ có thể thấy rất dễ chịu với sự mở rộng sự tỉnh giác thay vì chú tâm theo kiểu tập trung.

SỰ RỘNG MỞ

Có một cách phá tan cảm giác dày đặc của cảm xúc là đến một vùng cao để có thể nhìn ra xa như trên đỉnh núi hay nóc nhà cao. Nếu bầu trời trong sáng, bạn ngồi quay lưng về phía mặt trời, tập trung vào chiều sâu của bầu trời rộng mở mà không di động mắt. Thở ra thật chậm và thể nghiệm sự rộng mở, bao la và trống không.

Cảm nhận toàn thể vũ trụ trở thành một thể duy nhất trong sự rỗng rang bao la. Hãy nghĩ rằng mọi hiện tượng - cây cối, đồi núi, sông ngòi - đều hòa nhập tự nhiên vào bầu trời rộng mở. Thân và tâm ta cũng hòa nhập vào đó. Tất cả đều tan biến như mây tan trong bầu trời. Thư giãn trong cảm giác rộng mở, thoát khỏi những ranh giới và hạn chế.

Bài tập này không những hiệu quả cho tâm được tĩnh lặng mà còn có thể làm phát sinh sự chứng ngộ cao hơn.

Nếu bạn không thể đến một nơi như thế, hãy chọn bất kỳ nơi nào có thể nhìn lên bầu trời được tốt hoặc tối thiểu cũng có thể quán tưởng được bầu trời mở rộng.

HÒA NHẬP VÀO NHẤT THỂ

Hòa nhập vào nhất thể nghĩa là trở thành một với bất cứ những gì ta đang kinh nghiệm. Đôi lúc điều này giúp ích khi bắt đầu bằng cách mô tả bằng lời: chẳng hạn, giống như một người bơi lội hòa nhập làm một với đại dương mênh mông. Nhưng thật ra, từ ngữ không cần thiết cho kinh nghiệm về nhất thể và rỗng rang. Chúng ta chỉ đơn giản buông bỏ những cuộc chiến đấu của chúng ta và buông bỏ nhu cầu đặt tên như "*xấu*" hay "*tốt*" trên kinh nghiệm, và thay vào đó hãy để mình hiện diện với cảm giác hay đi vào trong nó.

Bằng cách hòa nhập với những kinh nghiệm hay cảm giác, tính chất của kinh nghiệm có thể thay đổi. Bằng cách để cho chúng ta hiện hữu như chúng ta thực là trong khoảnh khắc hiện tại, những bức tường phân biệt và cảm giác của chúng ta sẽ mềm đi hay cùng nhau tan biến. Tâm thức và trái tim ta rộng mở, và năng lực của chúng ta tuôn chảy. Đó là một sự chữa lành đầy năng lực.

TỈNH THỨC

Học cách sống trong khoảnh khắc hiện tại là một sự khéo léo vĩ đại và mạnh mẽ giúp chúng ta trong mọi việc ta làm. "Hiện hữu ở đây và bây giờ", buông xả trong bất cứ việc gì ta làm chính là sống và khỏe mạnh. Trong đạo Phật, tỉnh giác nhận biết cái đang xảy ra ngay lúc này gọi là chánh niệm tỉnh thức.

Trong đời sống hằng ngày, tỉnh thức là một tâm tỉnh giác nhận biết mọi khía cạnh đang diễn tiến, cái gì cần làm mà không bị phân tán. Trong thiền định, tâm tỉnh thức là trao trọn vẹn chính mình cho hơi thở của mình, hay cho bất cứ sự thực tập nào.

Tỉnh thức là chú tâm trọn vẹn vào hiện tại, không lo nghĩ về quá khứ hay tương lai. Thường thì chúng ta chuốc lấy phiền não từ tương lai bằng cách suy nghĩ liên tục về những gì ngày mai sẽ xảy đến, thay vì ứng xử với một ngày trọn vẹn.

Trong đạo Phật sự nhấn mạnh là ở vào khoảnh khắc hiện tiền này. Chúng ta có thể hướng dẫn tâm thức chúng ta sống trong hiện tại. Để làm điều này, ta cần xây dựng vững chắc một thói quen chú tâm hoàn toàn vào những gì ta đang làm lúc này. Với mỗi công việc, ta phải quyết định một cách có ý thức, không để cho những ý tưởng, cảm nghĩ và hoạt động khác xen vào, và đặt mình vào cái mà ta đang làm.

Trở nên tỉnh thức không có nghĩa là trở nên căng thẳng xúc động hay khuấy động vô số ý niệm để nhìn ngắm cái chúng ta nghĩ hoặc làm. Trái lại, tâm được buông xả và bình lặng, và do đó tâm thức nhận biết sắc bén mỗi một sự kiện đúng như nó đang hiện hữu, không có sự vật lộn của xúc cảm và ý niệm. Tuy nhiên, khi chúng ta thấy tâm trí mình đi rông, phải nhẹ nhàng và vững chắc đem tâm về hiện tại, về với điều chúng ta đang làm. Phần lớn chúng ta, nhất là trong lúc bắt đầu, cần lặp đi lặp lại điều này, như Ngài *Shantideva* đã nói:

Khảo sát trở đi trở lại,
Mỗi khía cạnh những hoạt động thân và tâm,
Tóm lại, đó thực sự là cách tỉnh thức quan sát.

Dù chúng ta đã được dạy về thiền định hay tu tâm, chúng ta cũng cần chánh niệm và tỉnh giác. Nếu không, tâm sẽ chạy rông như thú hoang, không thể giữ sự chú tâm hay an nghỉ thậm chí chỉ trong vài phút. Lúc ấy chúng ta sẽ được gì từ việc chỉ có thể xác tham gia thiền định? Sự tỉnh giác là sự sống, nên Ngài *Shantideva* khẩn khoản:

Tôi chắp tay cầu xin,
Những ai muốn bảo hộ tâm mình,
Hãy giữ gìn chánh niệm và tỉnh giác
Thậm chí bằng cả cái giá của cuộc sống mình.

Kết quả của sự tỉnh thức là sự bảo vệ, nó giúp đỡ ta trong mọi rối loạn và khó khăn. Theo Ngài *Shantideva*:

Như vậy, tôi phải nắm giữ và bảo vệ
Tâm tôi một cách thích hợp.
Không có kỷ luật bảo vệ tâm tôi,
Vậy còn ích gì các giới luật khác?
Nếu tôi ở giữa một đám đông rối loạn không kiểm soát,
Tôi phải cảnh giác và cẩn thận để khỏi bị đụng vào
những vết thương của tôi.
Tương tự, trong lúc tôi sống giữa những người không giới luật,
Tôi phải bảo vệ tâm mình khỏi bị đụng vào những vết thương của nó.

Với sự chánh niệm và tỉnh giác, chúng ta học nhẫn nhục hay hành động khi hoàn cảnh đòi hỏi. Nhẫn nhục trở thành năng lượng chuyển hóa. Ngài *Shantideva* nói:

Khi bạn muốn cử động hay nói,
Trước tiên khảo sát tâm mình,
Sau đó, với sự an vững, hãy hành động theo cách thích đáng.
Khi cảm thấy tham dục, sân hận trong tâm
Không nên nói hay làm, mà hãy ở yên như một khúc củi.

Sự thực hành tỉnh giác không nên tạo ra căng thẳng. Nếu có, đó chỉ là dấu hiệu ta quá cố gắng, rằng chúng ta đang bám chấp vào chính sự tỉnh thức, ta cần buông xả một chút và giảm bớt sự tự ý thức. Thượng tọa *Rahula* viết:

"Chánh niệm hay tỉnh giác không có nghĩa rằng bạn cần nghĩ hay ý thức 'Tôi đang làm cái này' hay 'Tôi đang làm cái kia.' Không, mà là ngược lại. Ngay khi bạn nghĩ 'Tôi đang làm cái này', bạn rơi vào trạng thái ý thức về chính mình, và rồi bạn không sống trong hành động mà sống trong cái ý niệm 'Tôi là...' và kết quả là công việc hỏng bét. Bạn phải hoàn toàn quên đi bản thân và hòa tan chính mình vào trong những gì bạn đang làm."

Bằng cách ở trong một cách thế buông lỏng và trống không, chúng ta sống trong dòng tự nhiên của chánh niệm và tỉnh giác. Tâm ta trở thành vững vàng hơn, thay vì bị đứt đoạn liên tục thành những tư tưởng phân tán và đuổi bắt điên cuồng quá khứ hay tương lai. Sau một thời gian, sự tập trung sẽ được cải thiện và chúng ta thấy dễ thiền định hơn. Việc học biết cách hưởng thụ và hiện hữu trong khoảnh khắc hiện tiền sẽ dẫn đến sự rỗng rang và thời gian phi thời gian. Bằng sự tỉnh thức, chúng ta tìm thấy an vui trong chính mình.

THÁI ĐỘ GIÁC NGỘ (BỒ ĐỀ TÂM)

Trong Phật giáo Đại thừa, thực hành tâm linh được hoàn thiện qua tâm bi. Chúng ta phải phát triển thái độ "Tôi làm việc tu tập tâm linh này vì sự phục vụ, hạnh phúc, lợi lạc và giác ngộ của tất cả chúng sanh" hoặc "Tôi tu hành để chuyển mình thành công cụ phục vụ cho lợi ích, nhu cầu của tất cả chúng sanh." Trong kinh điển, điều này được gọi là thái độ giác ngộ hay tâm Bồ-đề.

Ý định hiến dâng sự tu tập của ta cho những người khác là một việc làm đầy năng lực để mở rộng tâm hạn hẹp, đóng kín của ta. Nó tạo ra một năng lực tâm linh mạnh mẽ - một sự ban phước - và gieo hạt giống giác ngộ trong ta. Nếu ta phát triển và duy trì "tâm giác ngộ" này, bất cứ điều gì ta làm tự nhiên cũng sẽ trở thành sự tu tập tâm linh, thành phương tiện tạo lợi ích cho tất cả. Ngay cả với những ai không có tôn giáo, việc suy nghĩ về liên hệ với gia đình, bạn bè, cộng đồng của họ và tất cả mọi người ở mọi nơi cũng sẽ rất ích lợi, thay vì chỉ theo đuổi việc tu tập vì mục tiêu ích kỷ cá nhân.

Trải rộng tâm bi có thể khó khăn, và chúng ta có thể bị lệ thuộc vào những thái độ và cảm xúc tiêu cực. Tuy nhiên, quyết tâm tự nó là điều quan trọng. Bằng sự phát triển tâm bi, dòng công đức sẽ trôi chảy cả ngày lẫn đêm, dẫn dắt chúng ta đến chỗ hoàn toàn chứng ngộ thật tánh của mình. Ngài *Shantideva* nói:

Ngay từ lúc
Phát triển trọn vẹn một thái độ như vậy,
Cho dù bạn ngủ hay không chú tâm
Sức mạnh của công đức sẽ gia tăng không ngừng.

Khi một tâm như thế đã phát triển trong ta, ta phải nhận ra và xiển dương để làm gia tăng sức mạnh và năng lực của nó lên cực đại. Ngài *Shantideva* công bố:

Hôm nay, cuộc sống tôi kết trái,
Và đã hoàn thành cái tốt của đời người.
Hôm nay, tôi được sinh trong gia đình chư Phật,
Và giờ đây, tôi là một trong những cháu con của chư
Phật.

4.

PHÁT TRIỂN SỰ TỰ TIN

Sự tự tin là đồng minh tốt nhất của chúng ta, giúp ta biết cách tu tâm và khai mở những sức mạnh của ta. Chúng ta cần tin vào chính mình và con đường mình theo đuổi. Nếu ta không có lòng tự tin thì thậm chí tâm nửa vời của ta chẳng làm nổi một cái bánh nướng dở dang.

Một số chúng ta thiếu tự tin. Chúng ta cảm thấy không hy vọng và không đầy đủ - quá yếu đuối để phấn đấu cho mục đích cao hơn. Thiếu tự tin có thể là kết quả của đặc tính tinh thần hay sự giáo dục. Nếu là do đặc tính tinh thần, điều này khó thay đổi, nhưng nếu do sự dạy dỗ làm chậm việc phát triển của chúng ta thì sự thay đổi và tăng trưởng không khó lắm.

Chướng ngại chung cho những lợi lạc từ giáo pháp là thái độ mặc cảm tội lỗi. Nền văn minh hiện đại đã đem lại cho chúng ta những thuận lợi nổi bật, nhưng hình như nhiều người, đặc biệt trong xã hội cạnh tranh, có cảm giác phạm tội và không nhận biết giá trị tự thân. Một số trong chúng ta có thể nói: "Tôi không xứng đáng được hạnh phúc, hạnh phúc chỉ dành cho người khác, những người may mắn hơn" hoặc "Phương pháp này hiệu quả với người khác, nhưng không hiệu quả với tôi" hay "Thật không công bằng khi tôi trải nghiệm an bình trong khi nhiều người khác còn phải đấu tranh."...

Nếu chúng ta thành thật lo sợ mình trở nên ích kỷ, chúng ta đáng được khen ngợi vì thái độ tuyệt vời này. Nếu chúng ta tôn trọng và chăm sóc người khác hơn bản thân mình, đó là cốt lõi của việc thực hành đạo Phật, và một thái độ như vậy tự nhiên giúp chúng ta nhiều sức mạnh và rộng mở hơn. Nhưng phần lớn những cảm giác tội lỗi ấy chỉ che đậy cho sự không an toàn của mình, một dạng khác của sự *chấp ngã*, một sự bào chữa cho việc không cố gắng cải thiện cuộc sống của chúng ta. Cảm thấy tự thân mình không có giá trị rồi chống lại hạnh phúc và an bình thì cũng phi lý như nói "Vì tôi đói, tôi không muốn ăn."

Một lý do khiến chúng ta thiếu tự tin là không khí cạnh tranh quanh mình. Bắt đầu ở mẫu giáo, nhiều đứa bé đã tập thành thói quen luôn cảm thấy mình chưa tốt, vì trong lớp có những bạn tốt hơn, và có những bạn được phần thưởng. Trở nên tốt nhất là điều quá khó khăn trong thế giới hiện đại.

Những đứa trẻ chịu đựng quá nhiều sự la mắng và khiển trách của người lớn sẽ cảm thấy bị áp lực tâm lý rất lớn và có mặc cảm tội lỗi. Một số cha mẹ khiển trách con cái vì không làm được việc, và thậm chí khi họ khuyến khích chúng, điều đó vẫn chỉ là một dạng áp lực nếu không được đưa ra với một tình thương vô điều kiện.

Dù là bất cứ nguyên nhân nào gây ra cảm giác phủ nhận giá trị tự thân, cách đối trị mạnh mẽ vẫn là sự nhận biết rằng chúng ta toàn thiện trong thật tánh của mình. Nếu hiểu được điều này, sự tự tin và sung mãn sẽ phát khởi tự nhiên trong ta. Điều cốt yếu là cần nhận ra sự quan trọng của hiểu biết này, ít nhất cũng là trên mức độ khái niệm. Sau đó, nếu chúng ta có bất cứ phẩm tính tốt đẹp nào trong cuộc sống, cho dù nhỏ nhặt, chúng ta phải tự tu tập để nhận ra và cảm thấy tốt đẹp về nó. Đây là cách thiết lập thói quen của một tâm tích cực. Khi chúng ta kinh nghiệm và tiếp nhận năng lượng tích cực, dù nó nảy sinh từ một kinh nghiệm đơn giản thôi, nó sẽ mang lại cảm giác thỏa mãn cho phép chúng ta khai triển hạnh phúc và sung mãn lớn lao hơn.

Nhiều thế kỷ trước, nạn đói nghiêm trọng quét qua một

thung lũng ở Tây Tạng. Một người cha thấy rằng mình và đứa con không thể sống lâu hơn được vì thực phẩm đã cạn, ông ta liền nhét đầy tro vào các túi, buộc lại và treo lên trần rồi bảo với những đứa con còn bé: "Chúng ta có nhiều *tsampa* trong những túi này, nhưng phải để dành cho những ngày sau" (*tsampa* là bột mì nướng, một thực phẩm chủ yếu của Tây Tạng). Sau cùng người cha chết vì đói, nhưng những đứa bé vẫn sống sót cho đến khi có người đến cứu. Mặc dù chúng yếu hơn người cha nhưng vẫn còn sống được vì chúng tin rằng còn thức ăn, còn cha chúng chết vì mất hy vọng.

Dĩ nhiên, luân lý của câu chuyện là sự tự tin giúp sức mạnh cho thân và tâm. Tuy nhiên, chân lý như nó liên hệ với cuộc sống chúng ta thì khơi gợi nhiều hơn sự cá biệt của câu chuyện. Không giống như những túi *tsampa*, bản tính thanh tịnh của chúng ta không chỉ là sự tưởng tượng nhằm vào việc xây dựng tự tín mà nó đặt nền trên chân lý rốt ráo nhất.

Thật không dễ dàng phát triển niềm tin vào chính ta và những bài tập chữa bệnh, vì ta bị chất đầy những nỗi nghi ngờ, sợ hãi vô tận. Nhưng nếu phá vỡ được những thói quen hằng ngày và đi vào tu tập, thậm chí chỉ trong thời gian ngắn, chúng ta có thể kinh nghiệm một số lợi ích thật sự.

Không ngủ quên trong cảm giác tội lỗi, chúng ta phải tự hiến mình để cải thiện những kỹ năng của ta, phát triển tâm bi và rộng mở. Sau khi thực hành được một thời gian, chúng ta sẽ tìm thấy sự bình thản và thái độ tích cực sẽ tăng trưởng.

NHÌN VÀO SỰ TIẾN TRIỂN CỦA MÌNH

Nhận ra sự tiến triển của mình, chúng ta tự nhiên cảm thấy tự tin trong khả năng mình. Vì thế, việc tự hiến mình cho một cơ hội mà không sợ hãi và nghi ngờ là cách tốt nhất có được sự tự tin.

Sau khi thực hành được một thời gian, nếu chán nản hay mỏi mệt vì cảm thấy còn quá xa với mục đích của cuộc hành trình tâm linh, ta phải nhìn lại cuộc sống trước ngày bắt đầu tu tập và tán thưởng bất cứ tiến triển nào đã đạt được. Thậm chí khi có cảm giác thụt lùi so với sự tiến bộ của mình, điều này vẫn cần được tán thưởng. Bước tụt hậu hay đi đường vòng, thử nghiệm hay lầm lỗi, là tất cả những yếu tố góp phần vào quá trình phát triển. Đau khổ tăng trưởng có thể có vẻ như tiêu cực, nhưng chúng ta có thể thấy chúng tích cực bằng cách tự nhủ: "Tôi đã lùi một bước, và đây là một phần của hành trình về phía trước."

Suy nghĩ tích cực là thực hành tâm linh lành mạnh, và nó cũng tạo ra lương tri. Khi chúng ta xây một căn nhà, nếu ta chỉ nghĩ về công việc to lớn chưa được hoàn tất thì ta thấy nản lòng, mệt mỏi, thất vọng. Nhưng nếu ta nghĩ nhiều hơn về những gì ta đã hoàn tất hơn là những gì còn phải làm thì ta cảm thấy hạnh phúc và điều đó cũng cho ta năng lực, cảm hứng để làm nhiều việc hơn.

Trên một hành trình dài, nếu chúng ta cứ nhìn hướng đến mục đích xa xôi của mình, chúng ta có thể cảm thấy chán nản vì con đường có vẻ như vô tận. Nhưng nếu ta ngồi xuống, nhìn vào con đường chúng ta đã đi được, cái nhìn đó có thể đầy thỏa mãn và khuyến khích.

PHÓNG LỚN NGAY CẢ TIẾN BỘ ĐƠN GIẢN

Trong bất kỳ việc tu tập nào, sự khuyến khích rộng lượng có thể phóng lớn kết quả và đưa chúng ta đi xa hơn. Khả năng của ta được phóng lớn vượt khỏi cố gắng lúc đầu, giống như tiền vốn phát triển và tăng lên nhiều lần trong một cuộc đầu tư tốt, ngược lại với đồng tiền không được đầu tư gì cả.

Cho dù tiến bộ của ta bé nhỏ, nếu chúng ta tán thưởng nó

như là cái gì có ý nghĩa và giá trị, nó trở nên một thành tựu đầy năng lực. Vì thế, hãy nhận ra những phẩm chất tốt đẹp của mình và những bước nhỏ mình đã đi. Hãy tự nhủ: "Tuyệt thay! Tôi đã tạo ra tiến bộ này!" Sau đó, một cách tự phát, sự tiến triển sẽ được phóng lớn và những chướng ngại sẽ bị giảm thiểu.

Việc phóng lớn những tiến bộ và vui thích làm mạnh mẽ sự an bình, thỏa mãn và trang bị cho chúng ta sự bình lặng với những khó khăn. Chẳng hạn khi có một tiếng ồn từ cửa sổ nhà bên, và chúng ta nhiều giờ không ngủ được, nhưng sau một lúc, âm thanh ồn giảm dần. Nếu chúng ta nhận ra và vui thích với sự giảm âm thanh này thay vì lo nghĩ về tiếng ồn vẫn tiếp tục, điều đó sẽ làm cho ta thoải mái và chúng ta ngủ dễ dàng, vì đó là năng lực của sự hân thưởng.

Sự hân thưởng và bằng lòng, khả năng sung sướng trong mọi việc dù lớn hay nhỏ, là sự tu tập chính yếu của đạo Phật. Kinh Pháp Cú (*Dharmapada*) dạy:

Sức khỏe tốt là thành tựu tuyệt hảo nhất.
Bằng lòng là sự giàu có tuyệt hảo nhất.
Bạn hòa hợp là bạn tuyệt hảo nhất.
Niết-bàn là hạnh phúc tuyệt vời nhất.

TRI GIÁC THANH TỊNH

Thói quen nhìn sự vật là xấu hay tốt được tạo ra trong tâm ta. Chuỗi cảm xúc trong tâm ta - thích và không thích, thèm muốn và sân hận - tạo ra thêm đau khổ hay thèm khát. Cách chuyển hóa những phản ứng thói quen là áp dụng một thái độ tích cực vào mỗi tình huống và cảm nhận sâu xa năng lượng tích cực.

Tri giác thanh tịnh có nghĩa là thấy tất cả mọi sự đều

thanh tịnh, toàn thiện, hỷ lạc và giác ngộ. Trong đời sống hằng ngày, có vẻ như chúng ta bị phiền não đè nặng. Tuy nhiên, quan điểm đạo Phật cho rằng những phiền não, trong bản tánh tối hậu của chúng, cũng giống như những ngọn sóng trên bề mặt đại dương. Một cơn bão có thể thổi những ngọn sóng trên bề mặt, nhưng đại dương bên dưới vẫn tĩnh lặng.

Chúng ta có thể tìm thấy sự an bình trong một kinh nghiệm khó khăn và thấy được điều gì đó tích cực ngay cả khi nó biểu lộ trên bề mặt là rất dữ dội. Nếu chúng ta thấy điều gì đó là an bình, cho dù nó có vẻ như rất tiêu cực, chúng ta phải nhận biết cảm giác an bình trong tâm một cách có ý thức và an trú trong kinh nghiệm đó.

Tiêu cực hay tích cực, tri giác này tùy thuộc vào tâm ta. Nếu ta thấy vật gì đó tích cực, thậm chí nếu chỉ là một tách trà cũng có thể trở thành đối tượng của niềm vui nhờ tri giác của ta. Nếu ta nhìn cũng cùng tách trà đó một cách tiêu cực, thì nó là khó chịu.

Thay vì luôn áp đặt quan điểm theo thói quen của ta lên sự vật, sự vật có thể giúp ta tự nhắc nhở làm thế nào để mở ra một thế giới thay vì giải thích nó. Chẳng hạn, nhìn một cái cây, một thầy thuốc có thể thấy đó là vị thuốc hay chất độc. Một nhà buôn tính toán giá trị tiền bạc của nó, và người thợ mộc đo lường khả năng xây dựng của nó. Một nhà khoa học phân tích xung lực hóa học và điện năng của nó. Người say rượu thấy cái cây như một bánh xe quay trên đầu anh ta. Nhà thơ có thể đắm mình trong vẻ đẹp của nó. Một người Công giáo có thể thốt ra lời cầu nguyện ca ngợi sự sáng tạo của Thượng Đế. Một Phật tử thấy cây như là một biểu hiện của duyên sinh hay biểu hiện của sự an bình tối hậu.

Mở rộng cái nhìn của chúng ta có thể nới lỏng sự chấp ngã và cho phép ta nhận những tạo tác của riêng tâm thức ta và những thói quen che tối bản tánh an bình của ta như thế nào. Ngài Tsultrim Lodrö viết:

Do đạt đến giải thoát khỏi những thói quen của ba che chướng -
Của thân, tâm, và những đối tượng -
Chúng xuất hiện như những thân Phật, trí huệ, và những cõi Phật.

Ở đây chúng ta phải nhớ rằng mục đích tu tập của đạo Phật không phải là rời bỏ thế gian này để đến một thế giới tốt hơn hay ở cõi trời. Chúng ta có thể tìm thấy an bình trong chính thế giới này, nhưng bởi vì bản tính an bình bên trong chúng ta thường bị che lấp, chúng ta choáng váng giống như người bị thương phải đối phó với những trận chiến của cuộc đời. Tri giác thanh tịnh có thể chữa lành chúng ta. Nếu chúng ta tu tập tâm mình chấp nhận những khó khăn là tích cực, thì ngay cả những vấn đề rất khó khăn cũng có thể trở thành nguồn hạnh phúc thay vì đau khổ.

Đau khổ có thể là vị thầy lớn. Sự thất vọng, chán nản có thể đánh thức chúng ta. Nếu đời sống quá dễ dàng, chúng ta có thể không bao giờ nhận ra sự an bình đích thực. Nhưng nếu chúng ta bị mất tiền chẳng hạn, điều đó có thể giúp ta tìm thấy sự thật (chân lý). Có thể nhờ đó chúng ta biết cách không quan tâm quá nhiều về tiền bạc, và sẽ biết an bình, sức mạnh là gì. Một số người rất nghèo nhưng rất vui vẻ. Điều này cho thấy sự đau khổ là tương đối biết bao và tâm có thể tìm thấy hạnh phúc ở bất kỳ hoàn cảnh bên ngoài như thế nào.

Chúng ta phải nhớ rằng bên dưới những cơn bão lo nghĩ trên bề mặt là sự an bình. Chúng ta có thể chữa lành đau khổ của mình bằng cách ứng xử khéo léo với những khó khăn của đời sống. Mọi việc đều vô thường và thay đổi. Thay vì xem thay đổi là tiêu cực, hãy thấy nó là tích cực và rút ra sự lợi lạc từ nó. Việc nó là vô thường, vì tính chất thay đổi của nó, cho phép chúng ta cải thiện cuộc sống mình, nếu chúng ta chọn lựa như thế.

Ngay cả những vấn đề khó khăn nhất, như bệnh tật nghiêm trọng, thân xác lão hóa, vẫn có thể được nhìn một cách tích cực. Chúng ta có khuynh hướng xem *bản ngã* là thường còn, nhưng thật ra *bản ngã*, với mọi tham dục và bám níu, là không bền vững. Khi đau đớn xảy đến, tất cả ảo tưởng của ta sụp đổ và bị cuốn đi như lâu đài bằng cát bị cơn sóng lớn đầu tiên cuốn xuống biển. Gia đình, nhà cửa, đồng nghiệp... mọi cái yêu thích của đời sống sẽ biến mất.

Nhưng chúng ta có thể thấy ngay cả những khoảnh khắc cùng cực, khi cơ thể chịu đựng bệnh tật tàn phá hoặc cái chết tiến gần, là những cơ hội vui vẻ và tích cực. Chính lúc bấy giờ ta có thể thấy chân lý về sự buông bỏ *bản ngã*.

Jigme Gyalwe Nyugu thuật lại một cuộc hành hương lúc còn thanh niên với người thầy và là sư huynh của mình, *Rinpoche Dodrupchen Thứ Nhất*, đi qua một vùng đất không người là vùng *Yadrog* miền trung Tây Tạng. Vị thầy của ngài trở bệnh nặng nhưng vẫn rất vui vẻ, Ngài *Jigme Gyalwe Nyugu* viết:

"Khi thầy trò chúng tôi đi xuống phía thung lũng Yadrog, Đức Lama Dodrupchen trở bệnh trầm trọng vì không khí ẩm thấp và bệnh thấp khớp. Ngài bị đau đớn, nhức nhối liên tục và trở nên yếu đến mức như gần chết. Chúng tôi không còn gì nhiều để ăn ngoại trừ một mẩu thịt mỡ đã nát và một bình dầu. Chúng tôi không có đến một muỗng tsampa. Chúng tôi uống trà đen.

"Sau khi Ngài ngồi xuống nghỉ, để giúp Ngài đứng dậy tôi dùng hai tay đem hết sức mạnh đỡ Ngài. Mặc dầu thân xác đang trong một tình trạng nguy kịch, thay vì buồn chán, Ngài lại nói: 'À, hôm nay tôi có dịp mang

theo một ít khổ hạnh trong thực hành pháp bằng cách áp chế thân xác hoang dã phải chết và tâm tham lam, gây thương tổn của tôi. Tôi đang đạt đến cái tinh túy của đời sống con người quý giá. Không còn nghi ngờ rằng những kinh nghiệm khó khăn này tôi đang trải qua là kết quả may mắn được tạo ra bởi sự tích lũy công đức và là sự tịnh hóa những che chướng ở nhiều kiếp trong quá khứ.' Đó là đại hỷ lạc trong tâm Ngài.

"Tôi cũng vui vẻ theo, nghĩ rằng: 'Tuyệt vời thay ngài Lama đang đưa vào thực hành lời Phật dạy:

'Hãy giữ gìn mãi mãi Pháp,

Cho dù phải trả giá bằng việc

Vượt qua tường lửa hay đi trên cánh đồng đầy lưỡi dao'."

"Dù vậy, những khi vị Lama không nhìn về phía tôi, tôi khóc và thầm nghĩ: 'Vị thánh nhân này đang hấp hối ở một nơi mà nhân loại không có ai được thấy hay nghe biết về Ngài.'"

Chúng ta có thể học buông xả bám chấp qua thiền định và qua tu tập. Sau đó, một khi những khó khăn thân xác quấy rối, chúng ta sẽ cảm thấy ít nghiêm trọng, hay thậm chí biến mất hoàn toàn. Tất cả chúng ta biết rằng có một số người lại dễ dàng chịu đau đớn hành hạ hơn những người khác. Một số người không cần thuốc gây tê (*novocaine*) khi nha sĩ nhổ răng, trong lúc những người khác bắt đầu cảm thấy đau trước cả khi đến nha sĩ.

Ở đây chúng ta không nói đến chạy theo chủ nghĩa đau khổ, những người tìm kiếm đau đớn chỉ vì thích đau đớn. Trái lại, mục tiêu của chúng ta là phát triển một thái độ có thể chuyển đổi tác động và tri giác về đau khổ và đau đớn. Nếu chúng ta bị đau răng nhức nhối và chưa thể gặp nha sĩ ngay được, chúng ta cố gắng buông xả tri giác về sự nhức nhối như là một việc tiêu cực. Bằng cách không chú tâm nhiều quá hay lo nghĩ về nó, chúng ta tiếp nhận cơn đau một cách ít nghiêm trọng hơn.

Tri giác thanh tịnh về đau khổ và đau đớn có nghĩa rằng chúng ta thực sự chào đón đau đớn như một cơ hội tích cực và cảm hứng để thực hành buông xả *bản ngã*. Ở một mức độ thiện xảo rất cao, ta có thể không những hiểu được đau khổ như một việc tích cực mà còn trực tiếp cảm nhận tất cả mọi sự việc đều là hỷ lạc - bao gồm phạm vi những kinh nghiệm từ những vui thích hằng ngày cho đến cái mà đa số người ta xếp loại là tiêu cực như cơn đau của thể xác.

Một người đã thành tựu sự hoàn thiện của mỗi một kinh nghiệm như là phúc lạc, ngay cả khi họ có vẻ yếu đuối về thể xác, bị thương tổn hay suy sụp, vẫn có tâm thức an bình. Ngài *Tsele Natshog Rangtrol* nói về vị Đại *Lama Zhang Rinpoche*, một Đại Đạo Sư của phái *Kagyu*:

"Vì Ngài Zhang Rinpoche *đã hoàn thiện sự chứng ngộ và kinh nghiệm về 'con đường của phương tiện thiện xảo', tất cả mọi kinh nghiệm, như chân đau do gai đâm và đầu bị thương vì đụng phải đá, đều phát sinh trong Ngài sự hợp nhất tự nhiên sanh khởi của hỷ lạc và sự rộng mở."*

Với phần lớn chúng ta, việc thực hành tri giác thanh tịnh phải có thời gian và nhẫn nại. Nhưng ngay cả nếu chúng ta không thành tựu được sự thực hành ở mức độ cao nhất, một thái độ tích cực sẽ cải thiện cuộc sống và cho phép chúng ta đối phó nhẹ nhàng và hiệu quả hơn với mọi khó khăn.

Tuy nhiên, cần phải mở rộng tâm ta với những lợi ích của việc thực hành này trước khi ta thật sự làm chín muồi chúng. Nhiều người trong chúng ta không thừa nhận tính thực tế của nó để nhìn mọi việc trong cuộc sống là tích cực. Chúng ta nói: "Điều đó không đáng tin, đời sống không phải như vậy" hay "Tôi không đủ mạnh mẽ hay không đủ tốt đẹp để cảm nhận theo cách này" hoặc "Một số hoàn cảnh thật quá khủng khiếp."

Có vài điều cần ghi nhớ trong tâm trí. Thứ nhất, nên nhớ rằng vấn đề lớn là sự khăng khăng áp đặt những ý niệm của mình trên những kinh nghiệm mà trong bản tánh thật sự là rỗng rang. Ngày và đêm không xấu cũng không tốt, nhưng nếu chúng ta nhất định chỉ thích ban ngày và ghét ban đêm, bấy giờ ban đêm trở thành đáng ghét.

Thứ hai, chúng ta không nên tự đồng hóa mình với những phiền não và kinh nghiệm xấu của chúng ta một cách bám chấp. Chúng ta vốn thực sự an bình và toàn thiện từ bên trong, cho dù có những đám mây che lấp thật tánh. Chúng ta phải cảm thấy tốt đẹp về mình và người khác, và hãy hạnh phúc với chính mình đúng như mình đang hiện hữu.

Cuối cùng, chúng ta phải biết rằng, thực sự có thể cải thiện cuộc sống và quan điểm của ta để tìm ra hạnh phúc và an bình, đi từ tiêu cực đến tích cực. Chúng ta có nhiều cách để làm điều này - mặt trí huệ, mặt tình cảm và mặt tâm linh. Mỗi một việc chúng ta kinh nghiệm đều có thể giúp ta trên con đường chữa lành.

Trong Phật giáo, Bồ Tát là một người giác ngộ, sống và giúp đỡ những người khác trong thế giới này với tất cả nỗi vui buồn của nó. Ngài Đại Bồ Tát Văn Thù (*Manjushri*) có lần chỉ dạy một đệ tử khác, trước sự hiện diện của đức Phật, rằng bất kỳ hoàn cảnh nào cũng có thể khơi nguồn năng lực chữa lành trong tâm mình. Đây là lời của Ngài Văn Thù nói trong Kinh *Avatamsaka* (Kinh Hoa Nghiêm):

"Khi một Bồ Tát thấy chúng sanh có nhiều tình thương, Ngài nên nghĩ: 'Mong cho tất cả chúng sanh có nhiều

tình thương và sùng mộ pháp.' Khi một Bồ Tát thấy chúng sanh có nhiều sự không thích, Ngài phải nghĩ: 'Mong sao tất cả chúng sanh có cảm giác không thích đối với mọi hiện tượng quy định bởi nhân duyên để họ sẽ nỗ lực cho giải thoát.' Khi một Bồ Tát thấy chúng sanh hạnh phúc, Ngài phải nghĩ: 'Cầu cho tất cả chúng sanh được hạnh phúc tột cùng bằng việc đạt được sự giàu có của đại hoan hỷ của Phật tánh.' Khi một Bồ Tát thấy chúng sanh đau khổ, Ngài phải nghĩ: 'Mong rằng sự đau khổ của tất cả chúng sanh được bình lặng bằng sự gieo trồng gốc trí huệ trong họ.'"

KIÊN ĐỊNH VÀ TINH TẤN

Trong lúc đối mặt với khó khăn, chúng ta vội vã chạy tìm giải pháp. Nhưng lúc những khó khăn đó lắng dịu đi, chúng ta lơ là kỷ luật cần thiết để làm mạnh mẽ và bảo tồn những năng lượng chữa lành của ta. Khi những khó khăn lại nổi lên, chúng ta trách móc sự thực hành: "Tôi đã tu tập nhiều năm, nhưng vẫn còn những khó khăn như vậy." Lỗi lầm không nằm ở sự thực hành, mà là ở con người đã rời xa những phương pháp chữa bệnh và những ích lợi của chúng.

Khi bạn huấn luyện một chú chó con không được nhảy lên bàn, bạn phải kiên định không cho nó lên bàn. Nếu không nó sẽ xao lãng và thói quen kỷ luật bị quên đi. Vì thế chúng ta phải duy trì mọi thói quen tốt nào mà mình đã đạt được trong bất cứ sự tu tập nào, giống như hằng tháng chúng ta trả bảo hiểm hạng nhất để được bảo đảm an toàn cho bệnh tật và tuổi già.

Việc chữa bệnh sẽ đến chỉ do chính chúng ta nỗ lực và kiên định hướng năng lực đời mình vào thực hành. Dù ta thực hành ở nơi cô tịch nhiều năm, nhưng nếu ta phá vỡ sự liên tục tu tập trong vài tháng, chúng ta có thể thụt lùi và thấy mình như lúc mới bắt đầu.

Một khi chúng ta thực sự đạt được một sự đột phá, nếu chúng ta tiếp tục kiên trì thực hành thậm chí vài phút trong một ngày - sự kiên cố của tâm sẽ không mất đi sẽ tiếp tục phát triển mạnh hơn.

Ngay cả khi ta không phải là người học trò sáng ý hay thiền giả thông tuệ, nhưng nếu kiên trì thực hành, ta có thể tiến bộ nhanh hơn cả những người tự xưng là học giả và những người thuyết pháp. Trích dẫn lời Ngài *Jigme Lingpa*, người sáng lập truyền thống *Longchen Nyingthig* của Phật giáo Tây Tạng, Ngài *Paltrul Rinpoche* viết:

Với một người không chuyên cần,
Thì thông minh, năng lực, tài sản và cả sức mạnh không giúp gì được.
Cũng giống như thuyền trưởng một con thuyền không có buồm.

Tục ngữ Tây Tạng nói:

Những học giả kết thúc với hai bàn tay trắng trong nách mình.
Trong lúc người tận tụy đập tan cả những thách thức lớn như núi Tu Di thành bụi.

Nếu chúng ta chuyên cần, thậm chí là một người có tâm đơn giản, chúng ta có thể đạt được mục đích của mình. Cũng giống như câu chuyện về Ngài *Lamchungpa* trở thành một trong những nhà hiền triết danh tiếng của đạo Phật được biết như trong mười sáu vị A La Hán. Đơn giản chỉ rửa sạch những đôi giày của những vị sư khác, Ngài đã có thể hiểu được lời dạy đức Phật. Đức *Dalai Lama Thứ Nhất* kể lại câu chuyện này:

"Tâm trí Ngài Lamchungpa rất chậm lụt, nhiều đệ tử của đức Phật cố gắng dạy Ngài nhưng rồi phải bỏ cuộc. Sau đó đức Phật hướng dẫn Ngài rửa những đôi giày của tăng chúng và lặp lại hai câu: "Bụi bặm đã được rửa

sạch, nhơ bẩn đã được rửa sạch", Ngài cố nhớ hai câu ấy với sự khó khăn vô cùng. Sau khi làm công việc ấy một thời gian lâu dài, rồi một ngày nọ, một tư tưởng xuất hiện trong tâm trí Ngài: "Ồ, đức Phật nói 'lau sạch bụi' và 'rửa sạch dơ bẩn' là cái gì? Có phải bụi và dơ bẩn bên trong (tâm) hay của đồ vật bên ngoài (giày)?" Ngay lúc đó những câu thơ kệ đến trong tâm Ngài:

Đây không phải là bụi của đất, mà là tham dục.

Bụi là tên của tham dục, không phải của bụi đất.
Ai học được cách lau sạch bụi,
Đạt được tỉnh giác trong giáo lý Như Lai.
Đây không phải là bụi của đất, mà là sân hận.
Bụi là tên của sân hận, không phải của bụi đất.
Ai học được cách lau sạch bụi,
Đạt được tỉnh giác trong giáo lý Như Lai.
Đây không phải là bụi của đất, mà là vô minh (si)
Bụi là tên của vô minh, và không phải của bụi đất.
Ai học được cách lau sạch bụi,
Đạt được tỉnh giác trong giáo lý Như Lai.

"Bấy giờ, Ngài chuyên cần thiền định về ý nghĩa của những vần kệ trên và chẳng bao lâu đạt được quả vị A La Hán, một trạng thái loại trừ toàn triệt những đau khổ tình cảm và tâm trí."

SỰ CÂN BẰNG

Sự cân bằng cần thiết cho cả thiền định và đời sống hằng ngày. Quá ép buộc và thúc bách chỉ tạo ra căng thẳng, cứng rắn, hoang tưởng và đau khổ. Quá buông lung hay lười biếng thành ra thiếu tập trung, thiếu sức mạnh, ảo giác, mơ tưởng hão huyền. Để biết cách thiền định như thế nào, Ngài *Patrul*

Rinpoche khuyên chúng ta hãy lưu ý đến câu chuyện trong kinh như sau:

"A Nan, một đệ tử chính của đức Phật, dạy Shravana làm sao để thiền định. Tuy nhiên, Shravana không thể thiền định được tốt vì đôi khi tâm trí quá kềm chặt và lúc khác lại buông lỏng. Khi trường hợp này được trình lên đức Phật, Ngài hỏi Shravana: 'Này ông, khi còn ở nhà, ông đánh đàn rất hay phải không?'

"Shravana trả lời: 'Vâng, con đánh đàn hay.'

"Đức Phật hỏi: 'Âm thanh hay của đàn do lên dây căng hay chùng?'

"Shravana trả lời: 'Bạch Thế Tôn, không phải cả hai cách đó, âm thanh hay là do sự cân bằng vừa phải của dây đàn.'

"Bấy giờ, đức Phật dạy: 'Vậy tâm của ông cũng cần phải như vậy.'

"Sau này, bằng sự thiền định một cách cân bằng vừa phải, Shravana đã đạt được thành quả của việc tu tập."

Trong thiền định, chúng ta hoàn toàn chú tâm và đem hết năng lực để thiền định, và trong cách này là gắng sức. Nhưng chúng ta không cảm thấy căng thẳng và trong cách này thiền định là sự không cố gắng. Giống như dây đàn, chúng ta phải vừa căng vừa chùng. Nói khác đi, tỉnh táo mà không căng thẳng. Nếu lười biếng, tâm ta không vững chắc và tĩnh lặng. Nếu cưỡng ép, chúng ta đốt hết năng lực và kết thúc trong sự bám chấp. Trích dẫn Ngài *Machig Labdron*, một nữ đạo sư nổi tiếng của Tây Tạng, Ngài *Patrul Rinpoche* viết:

Điểm thiết yếu của quan điểm thiền định
Nằm trong sự thắt chặt và buông lỏng.
(Đầu tiên làm chặt được ở mức chặt

Sau đó nới lỏng ra ở mức lỏng
Như vậy tinh hoa của sự thấy ở đó.)

Sự linh hoạt là chìa khóa duy trì sự thăng bằng của tâm chúng ta trong những tình huống hằng ngày. Ngài *Atisha*, một trong những Đại sư Phật giáo Ấn Độ ở thế kỷ thứ mười viết:

Bất cứ khi nào tâm bạn quá cao,
Cần thiết đánh tan kiêu mạn đó
Bằng cách nhớ lại những lời dạy của Thầy.
Bất cứ lúc nào tâm bạn quá thấp,
Cần phải có nguồn cảm hứng.
Bất cứ lúc nào đối mặt với đối tượng thèm muốn hay sân hận,
Hãy thấy chúng như những ảo giác hay những xuất hiện huyễn hóa.
Bất cứ lúc nào nghe điều không hấp dẫn,
Hãy xem chúng như những tiếng vang.
Bất cứ khi nào thân thể bị tổn thương,
Hãy nhận lấy như kết quả của nghiệp.

Giống như người trượt băng giỏi vẫn giữ được thăng bằng trong lúc quay tròn và thực hiện những kỳ công đáng ngạc nhiên trên băng, chúng ta cần nhận biết trung tâm của mình. Nếu chúng ta đi vào những cực đoan, ta sẽ mất trung tâm bình an và trở nên mất thăng bằng. Chẳng hạn, trong mối liên hệ giữa ta và người khác, chúng ta cần tình bạn và sự trợ giúp, và chúng ta cũng cần độc lập.

Người ta thường rơi vào cực đoan trong mối liên hệ với người khác. Một số cha mẹ làm ngộp con cái trong những liên hệ quá phụ thuộc lẫn nhau. Những bậc cha mẹ khác lại sợ tình cảm thân mật và không cho con cái họ sự trợ giúp đầy đủ. Đúng là mỗi một người đều có thể tự đứng trên hai chân mình, nhưng nhìn chung sự thân mật sẽ nuôi dưỡng và cho phép con cái - và cha mẹ - lớn mạnh về mặt tình cảm. Cha mẹ phải nói chuyện và tham gia vào những trò chơi trong cuộc sống của con cái và bày tỏ tình thương nồng ấm với chúng. Họ cũng phải để cho con cái thành một người độc lập không phụ thuộc. Đây là sự thăng bằng mà chúng ta cần.

Nhiều đứa trẻ trưởng thành trách móc cha mẹ về những vấn đề thuộc tình cảm, hay nổi loạn chống lại bất cứ ai áp đặt quyền lực lên chúng. Chúng ta cần phải hiểu quá khứ của mình, những trách móc không mang lại tự do. Nếu chúng ta vướng mắc vào sự bực tức và giận dữ, ta có thể tạo ra những chất độc bên trong ta và bám vào chúng để bị tổn hại. Sự chữa lành là câu trả lời. Hãy nhìn quá khứ xem đó là cái gì, rồi tha thứ và quên đi. Đây là cách để tìm thấy an bình.

Sự tự tin thái quá, sợ phải dựa vào người khác làm cằn cỗi sự tăng trưởng tình cảm và tâm linh của chúng ta. Một số người bác bỏ ý tưởng dựa vào bất cứ ai khác ngoại trừ chính họ. Nhưng bằng sự quá kiêu mạn hay quá sợ hãi, họ chối bỏ lợi ích của chính mình về sự đào luyện tâm linh. Họ nghi ngờ vị thầy hay giáo lý có thể giúp họ, và những nghi ngờ này khiến họ cách xa sự chữa lành. Hoàn toàn tự do không phụ thuộc vào người khác là điều có thể được, nhưng với phần đông chúng ta thì sự cố gắng hoàn toàn độc lập khi học cách đối xử với những khó khăn là một sai lầm.

Chúng ta cần người khác giúp đỡ để đời sống bớt phần vật vã. Sự trợ giúp của gia đình, bạn bè và cộng đồng là rất tốt. Đồng thời, trong sự cố gắng phát triển tâm linh và tình cảm, chúng ta phải tiến lên theo mức độ và năng lực của chính mình, không phải theo lịch trình vạch sẵn của người khác. Trong mọi hoàn cảnh, nếu chúng ta có thể tĩnh lặng và buông lỏng thì cuối cùng ta sẽ tìm thấy sự cân bằng.

CẢM NHẬN

Khi chúng ta nghe kể một câu chuyện gây hứng thú, không phải việc nghe nó, mà chính là việc cảm nhận nó mang lại cảm hứng. Cách hiệu quả của việc nối kết với bất cứ nguồn chữa bệnh nào không phải chỉ là nhìn hay tri giác một đối tượng để chữa bệnh, mà là cảm nhận nó với toàn bộ con người của chúng ta.

Cách thực hành những bài tập chữa bệnh là tập trung vào lòng bạn - vào những cảm nhận tích cực của bạn. Không chỉ là nghĩ, mà còn là cảm nhận nó. Quả thực là giai đoạn cao nhất của chứng đắc tâm linh thì vượt khỏi những tri giác, cảm nhận hạn chế và nhị nguyên - vượt khỏi chủ thể và đối tượng, vượt khỏi tích cực (tốt) và tiêu cực (xấu), vượt khỏi một cái *"tôi"* quán tưởng một hình ảnh. Tuy nhiên, với những người như chúng ta, đang vật lộn với đau khổ và kích động, thì mục tiêu tức thời, thích hợp là cố gắng chuyển những quan điểm tiêu cực thành tích cực, để chữa lành những cảm nhận đau khổ và (cảm nhận niềm vui) dịu dàng từ những chiều sâu của trái tim chúng ta.

THẤY HAY CẢM NHẬN VỚI TOÀN THỂ THÂN TÂM

Khi chúng ta tu tập, đặc biệt trong lúc đầu, tự nhiên ta sẽ tập trung năng lực bằng cách nhìn hình tượng quán tưởng với đôi mắt, hay nghĩ về một đối tượng với đầu óc hay cảm nhận điều gì đó bằng tấm lòng.

Đối với một số thực hành, phương pháp này là có ích. Tuy nhiên, đôi khi nó gây ra khó khăn nếu thực hành với sự gắng sức quá nhiều hay căng thẳng theo cách khu trú năng lực chỉ ở trong một phần của cơ thể.

Ví dụ, có thể ta tập trung quá nhiều năng lực ở cặp mắt khi quán tưởng, hay tập trung cảm nhận quá mạnh ở vùng tim. Ở Tây Tạng, điều này được diễn giải trong một thuật ngữ *"khí"* hay năng lực, chảy đến bất cứ đâu trong thân thể khi tâm tập trung vào. Quá nhiều năng lực trong một vùng có thể gây ra căng thẳng và ngay cả bệnh tật.

Giải pháp đơn giản là thả lỏng và hoàn toàn chú tâm vào sự tập trung bằng cả con người của chúng ta, mà không gắng sức. Theo cách này, chúng ta thấy và cảm nhận bằng cả con người, và năng lực được phóng lớn hơn là khu trú cục bộ. Trong đời sống hằng ngày, nếu bạn nhìn chăm chú vào màn hình vi tính, bạn có thể nhức đầu, trừ khi bạn nhìn bằng một cách buông lỏng hơn. Tương tự, ca sĩ có thể làm căng thẳng dây thanh âm của mình trừ khi họ biết cách đem âm thanh lên từ hơi thở vùng dưới bụng. Nếu thiền định là một sự gắng sức, đó là dấu hiệu cần được nới lỏng, để tâm và thân thiền định theo cách buông lỏng trong một lúc.

NĂNG LỰC CỦA SỰ BÍ MẬT

Thường thì sự rèn luyện tâm linh trở nên hiệu quả hơn khi được trao cho như một giáo huấn bí mật, được giữ gìn như một kho tàng bí mật, và thực hành trong bí mật không thố lộ cho bất cứ ai ngoài vị thầy của mình. Mục tiêu tối hậu của giáo lý là mở rộng cho chúng ta, không giới hạn hay tự tách biệt mình trong sự ẩn dật. Nhưng đặc biệt, trong lúc bắt đầu, chúng ta cần phải tập gom tụ năng lực và sự tập trung của mình. Sự bí mật giúp ta làm điều đó.

Nếu chúng ta sử dụng những gì chúng ta đã học được để nói huyên thuyên ở bàn ăn hay như một nhà buôn hàng hóa, một công cụ cho những mục đích tầm thường, chúng ta có nguy cơ phân tán năng lực và nguồn cảm hứng. Khi ta giữ việc thực hành được bí mật, năng lực được tập trung phát triển hiệu quả hơn, giống như một bộ máy khai thác năng lực để phóng một hỏa tiễn ra khỏi sức hút của trái đất bởi vì nhiên liệu được đốt cháy này được giữ dưới áp suất lớn lao hơn là để thoát ra một cách ngẫu nhiên.

BIẾT ĐƯỢC NHỮNG SỰ MẠNH MẼ VÀ YẾU ĐUỐI CỦA CHÍNH MÌNH

Tất cả chúng ta đều khác nhau, với những khí chất cá nhân và phẩm tính tâm thức riêng biệt, nhưng tất cả chúng ta đều có thể tìm thấy an bình. Ngài *Shantideva* nói:

Khi nhìn thấy máu của chính mình, một số người trở nên can đảm và mạnh mẽ hơn.
Một số người ngay cả khi thấy máu người khác,
Lại lả đi hay ngất xỉu.
Những phản ứng này là do sức mạnh
Hay sự yếu đuối của tâm.
Vậy bằng cách không để ý đến những khó khăn
Hãy để tâm mình trở nên bất bại với những khổ đau.

Tất cả chúng ta đều toàn thiện trong bản tánh chân thật của mình, và đó là sức mạnh vĩ đại của chúng ta. Sau khi hiểu được điều này, chúng ta phải xây dựng sức mạnh và chữa lành mọi yếu đuối của mình.

Đôi khi, việc nhận ra những yếu đuối của mình rất khó khăn. Một số người trong chúng ta vô cảm và kiêu ngạo. Một số khác hay nổi giận và tiêu cực về tất cả mọi thứ. Một số khác nữa say sưa với tiền bạc, quyền lực và nuông chiều bản thân thường xuyên trong sự tự mãn và những ý niệm rồ dại. Nếu có bất cứ phiền não nào trong số này đến với mình, chúng ta cần phải làm dịu đi *bản ngã* thô lỗ, ngoan cố và tự tìm thấy sự thăng bằng. Những thiền quán trên những nỗi buồn, mất mát và những khó khăn của thế giới này có thể mở rộng tâm chúng ta.

Không may, nếu chúng ta kiêu mạn và ngoan cố thì ta tự biến thành kẻ thù tệ hại nhất của chính mình, vì sẽ khó khăn để nhận ra những vấn đề của mình. Vì thế, nhận ra những lỗi lầm của chính mình là bước khởi đầu quan trọng.

Và rồi có một số người trong chúng ta bị buồn chán, yếu đuối, hoang mang và ngay cả tự tử. Nếu chúng ta không tin tưởng vào bất cứ cái gì, tốt hơn hết là tham thiền về những tu tập gây cảm hứng như sùng mộ, thái độ tích cực, tri giác thanh tịnh, tâm bi và tâm từ. Chúng ta phải xua đi những lo nghĩ và nghi ngờ, phải tự tin vào chính mình và sức mạnh của những giáo lý.

Để biết mình, việc nhận lời dạy bảo của một vị thầy hay người cố vấn khéo léo là rất ích lợi. Chúng ta không cần đi một mình, chúng ta có thể chấp nhận sự giúp đỡ khuyến khích của bạn bè và người khác. Đồng thời, sự chữa lành tối hậu nằm trong chúng ta. Trong cái thật sự là chúng ta, ta có thể tìm thấy những câu trả lời ta cần. Những lời dạy của nhiều thời đại cung cấp cho ta những bảng chỉ đường. Chúng ta cần phải đưa nhiệt tình và sự sáng tạo vào cách thức mà chúng ta tiến theo những dấu hiệu chỉ đường đó.

5.

ĐỐI PHÓ VỚI NHỮNG VẤN ĐỀ KHÓ KHĂN NHƯ THẾ NÀO

Chúng ta đã thấy sự *chấp ngã* tạo ra những khó khăn như thế nào, và chúng ta có thể làm dịu những khó khăn bằng việc phát triển những thái độ và sự khéo léo để buông bỏ *chấp ngã*. Bây giờ chúng ta hãy tập trung kỹ lưỡng hơn nữa về một số phương thức thực hành trong việc đối phó với những vấn đề khó khăn.

SỰ TRÁNH NÉ

Thông thường chúng ta đối mặt với khó khăn để chữa lành chúng, nhưng không phải là bao giờ cũng vậy. Đôi khi sự giải quyết tốt nhất là tránh né. Chẳng hạn, nếu khó khăn của bạn nhẹ nhàng hay tạm thời - không phải là thói quen có gốc rễ sâu hay một cảm giác đau trầm trọng - việc phớt lờ chúng đi sẽ là giải pháp thích hợp và đúng đắn. Không cần thiết hoặc không đáng phải tận lực làm mất nhiều năng lực với những vấn đề như vậy. Nếu chúng ta không để ý tới, những vấn đề đó rồi sẽ tự mất đi.

Vào những thời điểm khác, ta phải né tránh những khó khăn nếu không sẵn sàng đối diện với chúng, giống như người lính tạm thời lui về hậu phương hay nghỉ ngơi trước khi giao tranh. Nếu khó khăn mạnh mẽ, gay gắt và mới mẻ trong tâm trí, bạn không đủ sức mạnh để đối diện hay áp dụng bất cứ sự thực tập nào để trực tiếp xoa dịu chúng. Đối mặt với chúng quá sớm có thể làm kích động mạnh nỗi đau đớn và làm cho vấn đề trở thành khó khăn hơn mức thật có. Trong trường hợp này, ít nhất là vào lúc đó thì cách thích hợp để đối phó là tránh nghĩ về chúng. Sau đó, khi bạn lấy lại bình tĩnh và sức mạnh tinh thần, bạn phải cố gắng giải quyết khó khăn hay buông xả nó qua thiền định.

Tuy nhiên, với một số người trong chúng ta có tâm thức mạnh mẽ và cuồng nhiệt, sẽ có ích lợi khi không chỉ nhìn thấy khó khăn của mình mà còn cảm nhận và kinh nghiệm đau khổ một cách sâu sắc. Nếu bạn thuộc loại người luôn cảm thấy mình đúng và người khác sai, sự kiêu mạn làm bạn mù quáng không thấy được những vấn đề của mình thì việc đối diện tức khắc với đau khổ thay vì lẩn tránh có thể xúc chạm đến cốt lõi đời sống của bạn, đem bạn trở lại với những nhận thức xác thực của mình và tập trung sự chú tâm theo đúng hướng.

Đôi lúc, sự tránh né là cách giải quyết tốt nhất cho những thương tổn trong quá khứ. Thậm chí nếu trong lòng bạn vẫn còn tàn dư của một sự đau đớn, hiệu quả sẽ giảm bớt nếu kinh nghiệm tiêu cực được một kinh nghiệm tích cực mạnh mẽ theo sau nó. Trong trường hợp đó, khó khăn có thể phần nào trung hòa. Sau đó, thay vì tái tạo khó khăn, điều tốt nhất là chỉ tiếp tục với những kinh nghiệm tích cực.

SỰ NHẬN BIẾT VÀ CHẤP NHẬN

Đôi khi chỉ nhìn vào một vấn đề, chúng ta có thể gạt bỏ nó trong một cái nhìn thoáng qua như một việc không quan trọng và tiếp tục với cuộc sống. Nhưng những vấn đề khác cần phải hoàn toàn đối mặt để chữa lành. Những bài tập chữa lành nhằm mục đích này. Nhưng trước khi chữa lành, bước đầu tiên là sự nhận biết và chấp nhận.

Nhiều người cố xua đi hay kềm chế những vấn đề lớn, hoặc đè nén chúng. Chúng ta biết rằng bám chấp làm cho vấn đề tồi tệ hơn, và sự đè nén cũng vậy. Nó là một dạng khác của *chấp ngã*, vì ta đang xếp loại vấn đề này như một cái gì đó phải tránh né bằng mọi giá. Chừng nào còn bám vào quan điểm tiêu cực này, ta còn tự bó hẹp thật tánh của mình bằng sự xua đi cái ta không muốn. Việc cố gắng xua đuổi những vấn đề cần được chữa lành có thể làm chúng tạm mất đi trong một thời gian ngắn, nhưng rồi chúng thường tái xuất hiện dưới một dạng mạnh mẽ và độc hại hơn trước sự buông xuôi của chúng ta.

Nếu chúng ta không nhận ra vấn đề mà cố gắng che đậy chúng, điều đó cũng giống như nhắm mắt thực hiện một cuộc phẫu thuật. Để tìm thấy phương thuốc, chúng ta cần nhìn thấy rõ ràng vấn đề là gì và chấp nhận nó.

Ngoài ra, ngay cả khi vấn đề có vẻ nghiêm trọng, ta cũng không cần phải làm rắc rối thêm bằng cách phóng đại những khó khăn trong tâm trí mình. Thậm chí nếu phiền não làm đảo lộn chúng ta, có thể sử dụng trí năng để tự nhủ rằng ta có thể ứng xử với khó khăn, có thể tự nhắc mình rằng nhiều người khác đã ứng xử thành công với những khó khăn giống như chúng ta. Thậm chí việc nhớ lại rằng chúng ta có trí huệ, sức mạnh, khả năng hồi phục bên trong lớn lao đã có thể giúp ích nhiều hơn, dù chúng ta không luôn luôn cảm thấy hay biết được điều này vì những phiền não trên bề mặt ngoài của ta. Nếu chúng ta nhạy cảm và xúc cảm quá mức về những vấn đề của mình, bánh xe đau khổ chỉ chạy nhanh hơn. Ngài *Shantideva* viết:

Nóng, lạnh, mưa, gió và bệnh tật,
bị trói buộc, đánh đập và v.v...
Với chúng, bạn không nên quá nhạy cảm.
Còn nếu bạn như vậy, những khó khăn do chúng tạo ra
sẽ gia tăng.

Sau khi nhận ra một vấn đề, chúng ta cần phải sẵn sàng

làm bất cứ điều gì cần thiết để chữa lành nó. Chúng ta phải thiết tha và tự tin là có thể cải thiện cuộc sống mình. Một số người bám chấp vào những vấn đề của họ một cách vô ý thức, hay thậm chí là có ý thức. Một số người nói: "Tôi thích sự rối loạn, nó thêm gia vị cho cuộc sống." Nhưng có lẽ, cái thực sự họ nói có nghĩa là họ chịu đau khổ nhiều hơn. Mục đích của chúng ta là phải chữa lành sự đau khổ của mình.

Nếu chúng ta quyết tâm chữa bệnh, mỗi một vấn đề sẽ trở nên dễ dàng hơn để đối phó và dung thứ, và cũng có thể là những vấn đề khác mà chúng ta tưởng là thường còn và không giải quyết được sẽ biến mất không dấu vết. Trước khi đối mặt với những khó khăn lớn, chúng ta cần phải khéo léo và tận lực, và đó là lúc chúng ta có thể tự giúp mình bằng cách bắt đầu ngay lập tức. Như Ngài *Shantideva* nói:

Nếu bạn đã tu tập,
Không có cái gì không trở nên dễ dàng.
Trước hết, tập chịu đựng những vấn đề nhỏ
Về sau bạn có thể chịu đựng những vấn đề lớn lao.

TÌM RA NGUỒN GỐC CỦA VẤN ĐỀ

Trong khi cội gốc của mọi đau khổ đều là *chấp ngã*, nhưng chúng ta vẫn cần tìm ra nguồn gốc cụ thể của vấn đề đang đối mặt. Như một sự trợ giúp để nhận biết rõ vấn đề, bài tập này sẽ có ích lợi.

Hãy ngồi ở một nơi thuận tiện, ít bị xao lãng. Thả lỏng thân và tâm. Hít vài hơi thở sâu và hình dung mọi lo nghĩ thoát ra khỏi ta cùng với hơi thở. Cảm thấy an bình, trong sáng và trống trải. Hãy buông lỏng trong trạng thái an bình này một lúc. Rồi, chầm chậm nhìn vào vấn đề bạn đang đối mặt. Hãy thấy và cảm nhận nó. Hãy nhận biết sự hiện diện của nó.

Hãy nhớ lại vấn đề này bắt đầu phát xuất ở đâu, khi nào, như thế nào. Trong tâm thức bạn, chậm chậm đi lui lại thời gian ban đầu có thể được, nơi chốn và ngọn nguồn của đau khổ. Hãy thấy hình dạng, màu sắc, nhiệt độ và xác định vấn đề tới mức có thể.

Việc trở lại nguồn gốc khởi thủy của những vấn đề có một số lợi ích. Trước hết, chỉ bằng cách tham thiền về những nguyên nhân và cảm nhận chúng, chúng ta đã chữa lành. Thứ hai, việc trở lại quá khứ phát sinh một cảm thức và khoảng không lớn hơn sự nhận biết hiện giờ của chúng ta, và bằng sự mở rộng khoảng không nhiều hơn và viễn cảnh rộng lớn hơn ta sẽ cảm thấy ít lo lắng về những vấn đề đặc biệt này. Cuối cùng, bằng việc đi đến tận gốc rễ, chúng ta có thể nắm vững vấn đề trần trụi tại nguồn gốc của nó và nhổ gốc nó như nhổ cỏ, nhờ những bài tập chữa lành.

Chúng ta không phải bị ám ảnh bởi sự tìm thấy và hoàn toàn hiểu rõ được gốc rễ của mỗi vấn đề; hơn nữa chúng ta phải làm việc với nguyên nhân như nó tự bộc lộ vào lúc đó.

Bên cạnh đó, chúng ta phải thực hành tâm bi hướng về chính chúng ta và những người khác trong quá trình này. Ví dụ, nếu chúng ta thấy cha mẹ tạo ra những lầm lỗi làm tổn hại đến ta thì ta phải thấy rõ ràng điều này. Đồng thời ta phải nhớ rằng họ cũng nô lệ cho tham, sân, si như mọi người khác, trong đó có chúng ta. Chúng ta phải cảm thấy thiện cảm đối với họ, và cũng vui thích có cơ hội để phá vỡ xiềng xích vô minh đã làm hại những cha mẹ và con cái trong gia đình chúng ta qua nhiều thế hệ. Phản ứng của chúng ta là: "Thật tuyệt vời khi tôi thấy được điều này bây giờ và có thể chữa lành được độc tố đã làm hại đến gia đình tôi trong cả một thời gian dài!"

GIẢI THOÁT NHỮNG VẤN ĐỀ QUA CẢM NHẬN

Khi nhìn nhận quan hệ giữa những vấn đề và nguồn gốc của chúng, chúng ta phải thấy một cách khách quan - chúng là gì và xuất hiện thế nào - mà không phải gán tên cho chúng một cách tiêu cực, nếu không thì sự tu tập của chúng ta có thể phát động một chu kỳ phiền não và đau khổ khác.

Đây là một ví dụ đơn giản: Nếu bạn bị đau đầu, bạn cần biết điều gì là sai và nguyên nhân là gì. Tương tự, nếu bạn có vấn đề với một người bạn, việc nhận biết và hiểu rõ vấn đề sẽ tốt để bạn có thể bắt đầu ứng xử với nó. Nhưng về mặt nhận thức và tình cảm, nếu bạn thấy và cảm nhận vấn đề như là "xấu", "khủng khiếp", "không thể chịu được" v.v... thì một khó khăn tương đối nhỏ sẽ phát triển thành cả đám cháy rừng. Về mặt tình cảm cách ứng xử với những vấn đề là nói *"Tôi nhức đầu, nhưng tốt thôi"* hay ít nhất cũng là *"Tôi nhức đầu, nhưng tôi kiểm soát được nó"*, hoặc *"Đau nhức thật, nhưng ai rồi cũng có bệnh, không lúc này thì lúc khác."*

Trong việc chữa bệnh, không có cảm xúc nào là sai lầm hoặc cần phải từ bỏ. Chúng ta phải chấp nhận sự hiện hữu cảm giác, bằng lòng với chúng và bộc lộ hết để có thể buông bỏ. Nếu việc luyện tập khơi dậy đau đớn phiền não, hãy nhìn điều đó là tích cực, vì sự đau khổ cho thấy rằng việc tu tập có một tác động và quá trình làm lay động này đang xảy ra. Việc cảm thấy buồn về những vấn đề khó giải quyết cũng không sao. Hãy cho phép bạn tự cảm nhận và diễn tả nỗi buồn ấy theo cách tiếp xúc được với gốc rễ của vấn đề, để nhổ bật gốc rễ của đau khổ khỏi thân tâm bạn. Nếu nước mắt chảy, hãy để cho mình khóc. Khóc giải thoát cho căng thẳng tinh thần, áp lực thân xác và những chất độc tạo ra khi chúng ta kềm giữ đau khổ bên trong.

Kể lại những vấn đề của mình cho người biết lắng nghe cũng giúp cho đau khổ giảm nhẹ. Nếu chúng ta bày tỏ ý nghĩ của mình một cách tự nhiên và trung thực mà không bám chặt, che giấu hay phòng thủ trước sự đau khổ thì việc chữa lành sẽ tốt hơn. Nếu chúng ta giải phóng áp lực bằng việc thở sâu và khóc, đó cũng là một phần của việc chữa lành.

Chúng ta phải cảm thấy những phiền não khi chúng khuấy động, nhưng không được vướng mắc vào đau khổ hay để vấn đề gây tác động mạnh đến ta hơn mức cần thiết, làm cho những gốc rễ mọc sâu hơn vào tâm thức và làm mạnh mẽ những thái độ tiêu cực và có lẽ thậm chí là những biểu hiện trên thân thể. Vấn đề là phải xóa đi đau khổ, không phải đào quá sâu đến độ tự làm tổn thương mình. Lo nghĩ về những bối rối của mình chỉ làm vấn đề thêm tồi tệ chứ không tốt hơn. Như Ngài *Dodrupchen* nói:

Nếu chúng ta không cảm thấy lo lắng về những vấn đề, sức mạnh của tâm có thể giúp chúng ta chịu đựng ngay cả những đau khổ to lớn một cách dễ dàng. Chúng ta sẽ có thể cảm nhận chúng là ánh sáng và không thể chất như bông vải. Nhưng nếu chúng ta chất chứa lo lắng, nó sẽ tạo ra dù những đau khổ nhỏ nhưng khó chịu đựng. Ví dụ, khi ta nghĩ về vẻ đẹp của một cô gái, dù chúng ta cố gắng thoát khỏi tham dục, ta cũng bị đốt cháy. Tương tự, nếu chúng ta tập trung trên những đặc tính của đau khổ, chúng ta sẽ không thể phát triển sự chịu đựng với chúng.

Khi đau khổ, chúng ta cần phải rộng mở và chớ cố gắng đẩy cảm giác ta vào một số dạng ước ao khô cứng. Một số vấn đề được chữa lành trong chốc lát, một số khác có thể mất một thời gian dài. Ví dụ, buồn phiền có thể là một cảm xúc rất lớn, chúng ta phải để cho nỗi buồn có khoảng không tự nhiên của nó để lành và không phải tự đặt thời khóa biểu cho mình. Cố gắng hối hả làm giảm nỗi buồn cũng giống như ta mong muốn dòng sông ngừng chảy theo ý mình. Dòng sông phải chảy và cuối cùng theo hướng của nó. Nếu chúng ta đòi hỏi thu xếp nhanh chóng hay loại bỏ nỗi buồn gấp gáp, nó có thể trở nên chìm lặn xuống khiến chúng ta tổn thương trong nhiều năm.

BÌNH THẢN ĐỐI MẶT VỚI NHỮNG VẤN ĐỀ

Chúng ta cần giữ thăng bằng trong việc đối xử với những vấn đề, đặc biệt nếu có người khác liên quan vào vấn đề đó. Nếu chúng ta đang ở dưới một áp lực lớn của xúc động, tốt nhất đừng nên nói hay làm bất cứ điều gì. Nếu bạn cảm thấy giận dữ, kích động hoặc hạnh phúc tột cùng, hãy đợi một lúc. Nếu không, điều bạn nói có thể không đúng hay chỉ đúng một phần, và xem như gây tổn thương cho người khác. Khi bạn cảm thấy bình an hơn, hãy nghĩ về những lựa chọn của mình, cái nào thực tế, cái nào không. Thời gian để nói hết sự việc hoặc có những quyết định là khi nào chúng ta bình an.

Trong liên hệ với những vấn đề, nhận ra vấn đề là điều quan trọng. Nhưng cũng quan trọng không kém là một cách nhìn vấn đề toàn diện hơn, qua đó mỗi người đều nhận ra những khuyết điểm và lỗi lầm của mình. Thay vì khơi dậy cơn bão xúc cảm, hãy đợi đến khi bạn bình tĩnh và sáng suốt, khi bạn có thể suy nghĩ hợp lý: "Cái gì gây ra vấn đề cho mình?" Khi bạn bắt đầu thấy nó, thậm chí nếu vấn đề xem ra khó khăn, bạn phải nhận ra nó theo cách thư giãn, nghĩ rằng: "Vâng, nó đây. Nhờ trời, tôi đã sát gần được với nguyên nhân của vấn đề rồi!"

Vẫn duy trì sự bình thản trong tâm, hãy chấp nhận và đối mặt vấn đề với quyết tâm chữa lành nó, nghĩ rằng: "Tôi không ổn, người ấy cũng không ổn, quan hệ giữa chúng tôi thật không ổn, nhưng tất cả những điều đó cũng không sao. Chúng tôi sẽ giải quyết vấn đề. Chúng tôi có thể chữa lành nó."

Ở giai đoạn này, nếu bạn không thể tránh sự lo lắng nổi lên trong lòng, chớ lo nghĩ về mối lo lắng. Nếu bạn không lo nghĩ về những mối lo lắng, những lo lắng tự chúng sẽ hết day dứt, thay vào đó là sự gom tụ được sức mạnh.

NHÌN NHỮNG VẤN ĐỀ LÀ TÍCH CỰC

Nếu chúng ta bám vào và vật lộn theo thói quen với khía cạnh tiêu cực của hoàn cảnh, toàn thể tinh thần, tri giác và kinh nghiệm của ta sẽ trở thành tiêu cực, đầy đau khổ không cách gì chuyển đổi. Nhìn vấn đề theo cách tiêu cực, thường suy nghĩ và nói về nỗi đáng sợ hay đau khổ của nó, thì ngay cả những vấn đề nhỏ cũng sẽ khó vượt qua như quả núi vững chắc và to lớn, bén nhọn như lưỡi dao và tối tăm như ban đêm. Ngài *Dodrupchen* viết:

Bất cứ khi nào những vấn đề xảy đến với chúng ta từ con người hay vật thể vô tri, nếu tâm ta làm quen với việc chỉ tri giác đau khổ hay những khía cạnh tiêu cực của chúng, bấy giờ ngay cả từ một việc tiêu cực nhỏ sẽ tạo ra nỗi đau lớn tinh thần lớn lao. Vì đó là tính chất của việc buông lung trong bất cứ loại ý niệm nào, dù là đau khổ hay hạnh phúc, kinh nghiệm này do đó sẽ gia tăng cường độ. Kinh nghiệm tiêu cực này dần dần trở nên mạnh hơn, sẽ đến một lúc hầu hết những gì xuất hiện với ta đều sẽ trở thành nguyên nhân đem lại bất hạnh, và hạnh phúc sẽ không còn cơ hội hiển lộ. Nếu chúng ta không thấu hiểu rằng lỗi lầm nằm trong cách sở đắc kinh nghiệm của tâm thức chúng ta, và nếu chúng ta trách móc đổ lỗi mọi vấn đề cho những điều kiện bên ngoài, bấy giờ ngọn lửa không ngừng của những hành vi tiêu cực theo thói quen như sân hận và đau khổ sẽ gia tăng trong ta. Điều đó được gọi là: 'Mọi hình tướng khởi sanh trong hình thức những kẻ thù.'"

Trong bất cứ hoàn cảnh nào, chúng ta phải cố gắng nhìn thấy mặt tích cực của vấn đề, ngay cả khi nó có vẻ là tiêu cực. Tuy nhiên, nếu chúng ta có một suy nghĩ hay cảm nhận tiêu cực, điều quan trọng là hãy nhẹ nhàng với mình. Đừng tạo cảm giác tiêu cực thêm bằng cách nói rằng: "Ôi, tôi lặp lại sai lầm rồi!", hay "Sao tôi ngu thế này!" Nếu chúng ta làm thế, bánh xe của sự tiêu cực sẽ bắt đầu chuyển động không ngừng. Thay vì vậy, ta cần tỉnh giác với những tư tưởng và cảm giác của mình, nói rằng, "Ồ tốt!", và chuyển sự chú ý của chúng ta vào những bài tập chữa bệnh, nếu có thể, ta chuyển hướng tâm ta hay làm một cái gì khác từ chu kỳ tiêu cực đến con đường đúng. Ngài *Dodrupchen* nhấn mạnh:

Chúng ta không những làm cho tâm trí không thể bị bất hạnh và đau khổ xâm nhập, mà còn đem an lạc vào tâm trí ta từ chính những thăng trầm. Để điều này xảy ra, ta phải ngăn ngừa sự khởi lên của những lực lượng xấu đối nghịch và những lời không hòa hợp. Chúng ta phải tập thói quen chỉ phát sinh cảm giác yêu thích sự an lạc. Để làm điều này, chúng ta phải chấm dứt việc nhìn hoàn cảnh gây tổn hại là tiêu cực, và phải cố gắng rèn luyện để nhìn thấy chúng là có giá trị. Sự việc có làm hài lòng ta hay không hoàn toàn tùy thuộc vào cách tâm thức chúng ta tri giác chúng.

Năng lực tích cực mạnh mẽ có thể ngăn chặn hay làm dịu bớt đau khổ. Nhưng kết quả ý nghĩa nhất của một thái độ tích cực không nhất thiết là giữ cho đau khổ không xảy ra, mà là giữ chúng không trở thành một lực lượng tiêu cực và đau khổ khi xảy đến. Ngài *Dodrupchen* viết:

Như vậy, kết quả của việc rèn luyện tâm linh để không

bị khuất phục bởi những chướng ngại như kẻ thù, bệnh tật và những lực lượng gây tổn hại không có nghĩa rằng chúng ta xua đuổi chúng hay chúng sẽ không tái diễn. Mà hơn thế nữa có nghĩa rằng: chúng không thể khởi lên như những chướng ngại cho việc theo đuổi con đường hạnh phúc và giác ngộ.

Chúng ta có thể làm bạn với những vấn đề của mình. Khi những cảm xúc khó khăn sinh khởi, ta có thể hỏi xem chúng cần gì. Bằng cách trở nên thân thiện hơn với những vấn đề của mình, ta có thể tìm ra cái mình cần làm. Chúng ta cần phải buông lỏng và thôi bám chấp để tự chăm sóc mình và những nhu cầu thật sự của mình, hoặc thay đổi cách cư xử theo một cách đặc biệt, một cách tốt hơn. Vấn đề tự nó nắm giữ chìa khóa cho việc chữa lành chính nó nếu chúng ta biết tỉnh giác với nó thay vì xua đuổi hay bám víu mù quáng vào nó. Bằng việc tạo được đủ khoảng không cho một vấn đề lớn, chúng ta đã sẵn sàng cho việc chữa lành của mình.

Mục tiêu chính yếu của thực hành tâm linh là làm trong sáng khoảng không tâm thức bằng cách loại bỏ mớ rác rưởi tri thức cảm xúc mà chúng ta đã gom góp từ khi còn bé, và cung cấp khoảng không cho kinh nghiệm buông xả thật sự và hoan hỷ. Chúng ta phải nhận ra rằng tư tưởng hay nguồn cảm hứng tích cực trở thành sự nuôi dưỡng cho tâm, giống như thực phẩm lành mạnh. Những quan điểm và đam mê tiêu cực giống như những cặn bã vô dụng đều có hiệu quả gây độc.

Vì thế chúng ta phải tự thấy mình và những vấn đề của mình một cách rõ ràng mà không tự lôi kéo mình dấn sâu vào đau khổ. Nếu gấp gáp giải quyết vấn đề, ta có thể làm kích động chúng. Đôi khi cần phải kiên nhẫn để cho những vấn đề bộc lộ và buông xả khi chúng đã sẵn sàng.

Giữ cân bằng và tích cực không phải bao giờ cũng dễ

dàng. Thế nên điều rất quan trọng là phải cố gắng, quyết tâm không để tâm trí bám vào những vấn đề như chúng là tiêu cực; khi ta chỉ có thể nhìn vấn đề một cách tiêu cực, giải pháp đối trị là để cho tâm trí bận rộn với một điều gì khác như đọc sách, làm vườn, vẽ... hay chiêm ngưỡng vẻ đẹp của thiên nhiên, của nghệ thuật hoặc âm nhạc.

Tâm thức dễ thay đổi của ta cần được rèn luyện trong thái độ tích cực, và điều này xảy đến trong cách ta ứng xử với những chi tiết của đời sống hằng ngày như thế nào. Nếu trời mưa, ta có thể thưởng ngoạn cơn mưa. Những ngày nắng đẹp như thế nào thì những ngày mưa cũng đẹp như thế đó. Nếu cơn mưa có vẻ như làm phiền mình, hãy mặc áo mưa và mang dù, không nên chìm trong tiêu cực. Chúng ta nhìn cơn mưa đúng thật như nó đang hiện hữu và tiếp tục với cuộc sống mình.

Khi chúng ta tạo ra một hoàn cảnh tốt nhất, tâm thức ta trở nên mạnh hơn. Khi chúng ta biết cười vui với chính mình và những vấn đề của mình, chúng ta chữa lành. Khi chúng ta biết hoan hỷ với chính mình và kềm chế việc nhìn vấn đề theo cách tiêu cực, chúng ta trở nên tích cực hơn với mọi sự việc. Suy nghĩ tích cực là thói quen tuyệt vời cần phát triển vì nó chữa lành chúng ta và giúp ta hạnh phúc trong cuộc sống. Ngài *Dodrupchen* giải thích:

Bằng việc thực hành cách tu tập này, tâm ta trở nên nhân từ dịu dàng. Thái độ chúng ta sẽ rộng mở, chúng ta trở nên dễ dàng sống với mọi sự. Chúng ta sẽ có một tâm can đảm. Việc rèn luyện tâm linh của ta sẽ thoát khỏi những chướng ngại. Mọi hoàn cảnh xấu sẽ phát lộ một cách rạng rỡ và nhiều tốt lành. Tâm thức ta sẽ luôn luôn được hài lòng bởi hạnh phúc của sự an bình. Để tu hành con đường giác ngộ trong thời đại nhiều cặn bã này, chúng ta phải có lớp vỏ bọc của sự tu tập để chuyển hạnh phúc và đau khổ trở thành con đường giác ngộ. Khi chúng ta không bị phiền não bởi khổ đau của lo lắng, những khổ đau tinh thần và tình cảm không chỉ biến mất giống như vũ khí rơi khỏi tay những người lính, mà trong hầu hết trường hợp, ngay cả những lực tiêu cực thực sự như bệnh tật cũng sẽ tự động biến mất.

"Những vị thánh trước đây đã nói: "Khi không cảm thấy ghét bỏ hay không bằng lòng đối với bất cứ sự vật gì, tâm ta sẽ bình an không rối loạn. Khi tâm thức ta không rối loạn, năng lực sẽ không rối loạn và do đó những yếu tố khác của thân thể cũng không rối loạn. Nhờ sự an bình và hài hòa này, tâm ta sẽ không rối loạn, như thế bánh xe của niềm vui sẽ chạy đều."

"Các vị cũng nói: "Ngựa và lừa có những vết thương trên lưng sẽ dễ bị chim muông làm tổn thương; những lực lượng tiêu cực sẽ dễ dàng có cơ hội gây hại cho những người có tính sợ hãi với những lo lắng tiêu cực, nhưng sẽ khó làm tổn hại những người có bản chất mạnh mẽ với thái độ tích cực."

Khi chúng ta không quan tâm đến việc bảo vệ hay bám víu *bản ngã*, đau khổ trở thành một phương tiện để chứng nghiệm an bình và hạnh phúc. Với thái độ tích cực, đau khổ có thể trở nên giống như kẹo ngọt. Trong đạo Phật, sự tương tự được ví với *ladu*, loại kẹo ngọt nhưng rất nóng của Ấn Độ. Ngài *Dodrupchen* chỉ cho chúng ta lợi ích to lớn của việc phát triển một sự nhẫn chịu dễ dàng:

"Chúng ta phải nghĩ: 'Những đau khổ mà tôi trải qua trong quá khứ đã giúp tôi rất nhiều để đạt được hạnh phúc ngày nay dưới nhiều dạng phi thường... rất khó đạt được. Cũng vậy, đau khổ mà tôi trải qua sẽ tiếp tục giúp tôi đạt đến những kết quả kỳ diệu tương tự. Vậy ngay cả khi đau khổ của tôi trầm trọng, nó cũng là sự dễ

chịu cực kỳ.' Như người ta thường nói:

Như ladu bằng mật mía

Trộn với bạch đậu khấu và hạt tiêu.

"Hãy suy nghĩ lặp đi lặp lại về điều này và nuôi dưỡng kinh nghiệm hỷ lạc, an bình của tâm. Qua sự rèn luyện theo cách này sẽ khởi lên một tính chất tràn ngập hay sự dồi dào hoan lạc tinh thần làm cho khổ đau của các căn thức nhẹ nhàng như không có. Như vậy, tâm không bị tổn thương bởi đau khổ là đặc tính của những ai vượt qua sự đau yếu bằng nhẫn chịu. ... ... "Đảo ngược tư tưởng ghét đau khổ" là nền tảng của việc "chuyển đau khổ thành con đường (giác ngộ)." Vì trong lúc tâm trí ta bị rối loạn, và sự can đảm, hoan hỷ bị dập tắt bởi lo lắng, chúng ta không thể chuyển đổi đau khổ thành con đường giác ngộ.

Dĩ nhiên, nhiều người trong chúng ta chỉ thích thái độ trốn tránh khi đau khổ xảy đến. Nếu chúng ta chưa từng có nhiều kinh nghiệm ứng xử bằng thái độ tích cực, ta có thể tự hỏi làm sao có thể có một người chấp nhận được trọn vẹn cuộc sống, cả những mặt tiêu cực lẫn tích cực. Điều này cũng giống như người chơi môn thể thao nhào lộn trong bầu trời biết cách trôi nổi giữa bầu trời bao la. Khi chúng ta thấy một người hào hứng biểu diễn lúc đang rơi trong không trung, ta tự hỏi làm thế nào có thể được như vậy. Bí quyết là thư giãn và buông thả. Sau một thời gian, chúng ta có thể trở nên rộng mở hơn với đời sống.

Chúng ta có thể bắt đầu bằng việc mở rộng cách nhìn về những kinh nghiệm tiêu cực của mình. Ví dụ, chúng ta thường nghĩ nỗi buồn là tiêu cực. Tuy nhiên, khi buồn phiền đúng đắn thì không hẳn là tiêu cực, vì chúng ta đang chữa lành một vết thương. Trong một số trường hợp, nỗi buồn có thể thực sự xuất hiện một cách hoàn toàn đẹp đẽ. Chẳng hạn, nhiều người tin rằng những bản nhạc buồn trong nhạc *opera* hay nhạc phổ thông là hay. Vậy cảm xúc buồn không nhất thiết là "*xấu*", trừ khi ta thấy nó như vậy.

Vượt lên tiêu cực và tích cực, rốt ráo mọi hiện tượng là rỗng rang. Vì hiện tượng là rỗng rang, chúng ta có thể chọn lựa một cách nhìn tích cực và không cảm thấy lo lắng ngay cả khi một hoàn cảnh có vẻ xấu. Điều đó cũng có thể giúp ta nhìn và cảm nhận vấn đề theo cách hoàn toàn rộng mở rỗng rang. Chúng ta có thể thiền định trong sự rộng mở, rỗng rang.

NHÌN THẤY SỰ RỘNG MỞ RỖNG RANG CỦA NHỮNG VẤN ĐỀ

Khi chúng ta cảm thấy tràn ngập bởi những vấn đề như buồn phiền hay cô đơn, chúng ta có thể hòa nhập vào sự rỗng rang của nỗi buồn. Hãy để hơi thở trở nên thoải mái. Thay vì cố gắng xua đuổi nỗi buồn, hay xếp loại chúng như một điều xấu, hãy an trú tâm thức bạn ở chỗ rỗng rang mà tĩnh lặng. Hãy để cho ngọn gió của nỗi buồn lướt đến, giống như bạn chào đón nó với hai tay mở rộng. Hãy cảm nhận nó mà không bám víu hay phán xét, mà chỉ đúng thật như nó đang hiện hữu. Hãy thoải mái càng nhiều càng tốt nếu bạn có thể. Hãy chậm chậm trải nghiệm và nếm hương vị của chính nỗi buồn.

Buông lỏng và hòa nhập với cảm nhận, tự để mình tan biến trong nó, hư không nhập vào hư không. Hãy thấy và chấp nhận nó, trở thành một với nó. Bạn phải vượt qua những ý niệm về buồn phiền, và bạn sống với thật tánh của nỗi buồn, chính là cái an bình tối hậu. Sau một thời gian, bạn có thể thấy dễ dàng hơn khi sống chung với nỗi buồn. Có lẽ nó bắt đầu hòa tan vào một cảm giác an bình. Nếu có thể được, hãy buông lỏng trong cảm giác an bình này càng lâu càng tốt.

Chúng ta có thể ứng xử với đau khổ thân xác trong cùng cách như vậy. Lẽ dĩ nhiên, chúng ta phải sử dụng cảm thức thông thường về sự đau, và với cơn đau bất thường hay nghiêm trọng thì điều hợp lý là phải đi khám bác sĩ nếu có thể. Những cách tiếp cận với đau đớn và đau khổ bằng thiền định không gạt bỏ những cách điều trị và biện pháp khác, vì những phương pháp này có lợi ích.

Trong việc đối phó với cơn đau, đôi khi nó đột nhiên giảm bớt nếu chúng ta không chú ý quá nhiều hay nghĩ tiêu cực về nó. Vào những lúc khác, cần thiết phải hoàn toàn đối diện với nó. Những người với cơn đau mãn tính (kinh niên) có thể thấy cơn đau có phần giảm bớt nếu họ thực hành thiền định trên nó. Hãy hòa nhập với cơn đau. Tự cho mình cơ hội để nhìn thấy cơn đau mà không có định kiến ghét bỏ thông thường. Trong một cách thư giãn chầm chậm, tiếp cận với cảm giác của thân thể mà bạn đang cảm nhận và đơn giản chỉ ở với nó. Khi bạn duy trì hơi thở buông lỏng, hãy kinh nghiệm cảm giác của thân thể. Hãy sống với cảm giác theo cách an bình này trong một thời gian lâu, dù phải thời gian dài bạn mới cảm thấy thoải mái khi làm thế. Cuối cùng từ từ đem sự tỉnh giác của mình trở về sự yên nghỉ của cơ thể và môi trường quanh bạn.

Bạn có thể thấy rằng kinh nghiệm cảm giác thân thể theo cách này không phiền toái như thông thường và bạn có thể đem kinh nghiệm này vào những khía cạnh khác của cuộc sống. Nó có thể giúp bạn sử dụng một phần thời gian với cơn đau mỗi ngày theo cách an bình và nhẹ nhàng này.

Sự tiếp cận rỗng rang với những vấn đề khó khăn là một trong những cách thực hành cao nhất của đạo Phật mà bất cứ ai cũng có thể sử dụng trong đời sống hằng ngày cùng với việc trau giồi quan điểm tích cực.

ĐỐI PHÓ VỚI SỢ HÃI

Nhiều người xáo trộn vì sợ hãi và lo lắng, họ muốn giải thoát khỏi những cảm xúc bức bách cuộc sống của họ. Phương thuốc cho sợ hãi cũng giống như nhiều vấn đề khác nằm trong chúng ta. Tùy theo hoàn cảnh và khí chất, có nhiều cách tiếp cận. Ở đây có thể ích lợi khi thảo luận một số cách tiếp cận nào đó như là một cách xem lại một số phương tiện khéo léo về thực hành được giới thiệu trong sách này.

Một trong những nhận thức trước tiên có lẽ là: Sự sợ hãi có thể là một người bạn và một người giúp đỡ. Trong lúc nguy hiểm, sợ hãi có thể giúp sức mạnh cho đôi chân ta, giúp ta chạy nhanh hơn ta tưởng. Chúng ta cũng có thể đánh giá cao hơn khuôn mặt rất tầm thường của sợ hãi trong đời sống hằng ngày. Ví dụ, nếu ta sợ bị thi trượt, chúng ta phải cảm thấy động cơ phải học siêng năng để đủ sức thi đậu.

Nếu sợ hãi hoặc lo âu là triệu chứng của một vấn đề sâu hơn, chúng ta không được che giấu chúng. Bằng việc chú tâm đến lo âu có vẻ như bức bách và gay gắt, chúng ta có thể tìm thấy chìa khóa cho vấn đề giúp chúng ta có thể đi đến việc chữa lành.

Thường chúng ta có thể đối diện đơn giản với sợ hãi và nó có thể tan đi. Sau cùng, sợ hãi và lo lắng là những gì được tạo ra trong tâm thức chúng ta. Biết được rằng những cảm xúc đó là những tạo tác giả tạo có thể cho phép ta xua tan chúng. Khi lo lắng trở thành một thói quen, một khuôn mẫu tiêu cực của tư tưởng, chúng ta phải tự nhớ lại rằng nó không thực và không bền vững. Chúng ta nghĩ lo lắng là thực vì chúng ta nắm bắt nó, nhưng nếu buông xả sự nắm bắt này, ta có thể ngạc nhiên thấy rằng sự sợ hãi cuối cùng chỉ là con cọp giấy.

Vì thế chúng ta có thể đối diện với sợ hãi và tìm thấy chìa khóa chữa lành trong chính nó. Hoặc chúng ta thoát khỏi vô minh hay xua tan sợ hãi. Hoặc chúng ta có thể tránh né nỗi sợ hãi khi nó quá lớn để xử lý tại chỗ, và sau đó trở lại chữa lành nó khi chúng ta đã sẵn sàng.

Đôi lúc, chúng ta không thể tránh né sợ hãi, vì dường như hoàn cảnh áp đặt lên chúng ta. Bấy giờ, chúng ta có thể cố gắng để hiểu được sợ hãi trong thực tánh của nó như là năng lực thanh tịnh mà không có sự dán nhãn tiêu cực. Những diễn viên giỏi và diễn giả trước công chúng biết rằng sự sợ hãi sàn diễn có thể làm họ lanh lợi, mẫn cảm hơn, sẵn sàng cho việc biểu diễn đầy cảm hứng. Những quân nhân được nhiều huy chương vì lòng can đảm trong trận chiến kể lại rằng họ cảm thấy sợ hãi, nhưng sợ hãi được chuyển thành lòng can đảm. Nếu chúng ta hòa nhập vào kinh nghiệm thì sự sợ hãi lớn lao có thể làm ta cảm thấy đầy sống động, cho dù ta chỉ còn một vài phút trước khi rời bỏ cõi trần. Bất cứ hoàn cảnh nào, chìa khóa là không bám lấy sợ hãi.

GIẢI PHÓNG NHỮNG SỢ HÃI MẠNH MẼ

Người ta phát triển đủ loại ám ảnh, giống như sự lo sợ không bình thường khi ở một nơi bị khép kín hay nỗi sợ khi đi máy bay. Trong những trường hợp này, vấn đề chính là sợ nỗi sợ hãi, sự siết chặt của tâm thức phóng đại và nhân lên nỗi sợ ban đầu cho đến khi miệng khô, cổ họng thắt chặt và thân thể run rẩy. Cách thực hành để đối phó với những nỗi sợ kịch liệt này cho chúng ta những bài học rộng hơn về cách chúng ta có thể tự rèn luyện như thế nào để đối phó với bất kỳ khó khăn nào.

Chúng ta hãy nhìn vào một ví dụ, chứng sợ khoảng rộng, có nghĩa là *"sợ hãi nơi chợ búa"* và được kinh nghiệm như chứng sợ khoảng không và những nơi công cộng. Nỗi sợ có vẻ như thật đến độ người ta đôi lúc trở thành tù nhân trong chính căn nhà của họ.

Trước hết, giải pháp là thấy trên cấp độ ý niệm rằng lo sợ về sự sợ hãi là một bóng ma ảo ảnh mà chúng ta có thể nhẹ nhàng rèn luyện để chiến thắng. Thiền định và quán tưởng tích cực là cách có ích.

Chúng ta cũng có thể dùng kinh nghiệm của cuộc sống hằng ngày để rèn luyện thân, tâm thoát khỏi chứng sợ hãi không căn cứ. Sự rèn luyện phải thực hiện trong những bước nhỏ đủ để dễ dàng xử lý. Thoạt tiên, đi ra ngoài cách một quãng ngắn, đủ xa trước khi sợ hãi đến. Hãy chào đón nỗi sợ. Buông lỏng hơi thở và thân thể và cho phép nỗi sợ khởi lên. Hãy kinh nghiệm nỗi sợ; cố gắng rỗng rang với nó. Hãy tự nhắc mình: "Đây chỉ là cái *ngã* sợ hãi của ta. Ta có thể buông bỏ cái sợ này." Nếu thân bạn run, đừng cố ép ngưng lại. Cứ để mình run, buông bỏ mong muốn xua nó đi, cùng lúc duy trì thân thể và hơi thở buông lỏng. Hãy để nỗi sợ đi xuyên qua bạn, đây là cách để giải phóng nó. Hãy để cho sợ hãi làm công việc tồi tệ nhất của nó, biết bạn sẽ còn sống và rằng nó không thể gây tổn hại bạn cho dù nó có vẻ cứng chắc và đau đớn.

Khi bạn sống qua được nỗi sợ hãi, hãy đánh dấu điều này, dù bạn còn rất sợ và tiếp tục sợ đi đến những chỗ ấy. Hãy vui mừng vì bất cứ tiến bộ nào đạt được. Mỗi ngày tiến xa hơn một chút, nhưng đôi khi cũng phải nghỉ luyện tập. Khi bạn bước lùi vì sợ hãi, hãy chấp nhận những bước lùi như là một phần của quãng hành trình đi về phía trước. Tự động viên mình đều đặn, và một ngày nào đó bạn sẽ có thể đi trọn vẹn trên con đường đến nơi nào mà bạn đã lựa chọn làm mục đích. Hãy tự thưởng mình, có lẽ bằng việc tự thết đãi hay vui mừng ở tại đó. Sau chiến thắng lớn lao này, hãy giữ sự thực hành với sự khéo léo mới. Hãy củng cố sức mạnh của mình cho đến khi bạn hoàn toàn thoát khỏi sợ hãi.

Giải pháp này được sử dụng trong khoa tâm lý học cư xử hiện đại như là phương thuốc cho bệnh sợ hãi không căn cứ (*phobia*) và nó cũng phù hợp với sự tu hành tâm linh của đạo Phật. Một số chúng ta may mắn không bị bệnh sợ hãi dạng đặc biệt này (*phobia*) sẽ nhận ra tính phổ quát của phương thức này và sự liên quan của nó với cuộc sống và sự thực hành tâm linh của chúng ta.

Chúng ta cần phải đi từng bước nhỏ, tự động viên mình, và thực hành kiên định. Chúng ta là con người và cần sự giúp đỡ khi phiền não. Nguồn giúp đỡ lớn nhất và sức mạnh là tâm ta. Chúng ta có thể khơi dậy năng lực chữa bệnh nằm trong ta. Đây là mục đích của những bài tập chữa bệnh, nó sẽ giúp chúng ta đối phó với sợ hãi và những vấn đề khác.

6.

ĐỐI PHÓ VỚI NHỮNG ĐAU ỐM THÂN XÁC NHƯ THẾ NÀO

Với nhiều người trong chúng ta, bệnh tật của thân thể giống như một cục nam châm thu hút những lo lắng. Đôi khi ta cảm thấy cơn đau nhắc nhở rằng con người ta mong manh và giới hạn biết bao. Điều này không nhất thiết là xấu vì mùi vị của cái chết có thể cho ta một đánh giá tốt hơn cho cái tại đây và bây giờ. Thậm chí những bệnh nhẹ như cảm lạnh có thể giúp ta thực hành việc buông bỏ *bản ngã*, và trong khi làm như vậy điều đó giúp ta có sự tự do để thực hiện mọi mặt cuộc sống.

Mặc dù những bệnh tật thân thể có thể khó chữa lành hơn những vấn đề cảm xúc bằng sức mạnh của tâm, nhưng tâm thức vẫn giữ một vai trò lớn trong sự chữa lành bệnh tật thân thể. Trong một vài trường hợp, với một tâm đơn thuần có thể chữa khỏi những bệnh tật thân thể, thậm chí với những bệnh mà thuốc men thông thường đã thất bại.

Đạo Phật có rất ít sự phân biệt giữa thân và tâm. Thật vậy, *Bốn Tantra*, quy tắc của y học cổ truyền Tây Tạng công bố rằng tất cả bệnh tật là kết quả của sự chấp ngã. *Shedgyud*, một trong những *Tantra* này nói:

Nguyên nhân chung của bệnh tật,
Nguyên nhân duy nhất của mọi bệnh tật,
Là vô minh do không nhận ra bản tánh thật sự của vô ngã.
Chẳng hạn, con chim sẽ không bao giờ tách rời khỏi bóng mình,

Ngay cả nếu nó bay trong bầu trời (và bóng không thể thấy);
Cũng như vậy, người không giác ngộ sẽ không bao giờ thoát khỏi bệnh tật,
Thậm chí dù họ vẫn đang hưởng thụ hạnh phúc.
Những nguyên nhân đặc biệt của bệnh tật là sự không sáng suốt tạo ra
Tham dục, sân hận, và vô minh,
Và nó tạo ra bệnh đường mật, khí, và đờm dãi như là kết quả.

Ngài *Zurkharpa Lodro Gyaltshen*, chú giải về những bản văn y học cổ, đã viết:

Y học đồng nghĩa với chữa lành.
Nó chữa lành những rắc rối của khí (năng lượng), mật, thủy dịch của thân,
Nó là sự chữa lành những phiền não của tham, sân, si của tâm.

Nếu tâm bạn khỏe mạnh, thân bạn cũng sẽ mạnh. Tuy nhiên, ngay cả những người có tâm linh sâu thẳm cũng bị bệnh. Chúng ta giải thích điều này như thế nào?

Đức Phật đã chứng đắc toàn giác, vượt khỏi đau khổ và luật nhân quả, được biết như là nghiệp báo. Nhưng đức Phật cũng là một con người, giống như tất cả chúng ta, Ngài cũng có một thân lệ thuộc vào sự hư hoại và cái chết. Tuy vậy, một người đã giác ngộ, thoát khỏi *chấp ngã* và như thế không kinh nghiệm bệnh tật như đau khổ. Đó là thái độ của tâm thức có giá trị nhất.

Ngay cả với chúng ta, những người chưa chứng ngộ, thì càng buông xả, bệnh tật sẽ càng bớt nghiêm trọng. Đây là bài học thực tiễn tất cả chúng ta có thể hiểu được và nhớ trong tâm. Với quan điểm tích cực, bạn sẽ không cảm thấy tồi tệ và thân thể có thể tự chữa lành chính nó tốt hơn.

Có vẻ rất kỳ lạ, nhưng thực tế chúng ta có thể chào đón bệnh tật khi nó đến. Đạo Phật xem bệnh tật như một cái chổi quét đi những tích tập của thái độ và phiền não tiêu cực. Ngài *Jigme Lingpa* viết:

Không có một nhiên liệu nào tốt hơn bệnh tật để đốt tiêu nghiệp xấu.

Không nên chấp nhận một tâm buồn phiền hoặc quan điểm tiêu cực lên bệnh tật,

Mà hãy xem chúng như những dấu hiệu tiêu hao nghiệp xấu của mình và hoan hỷ với chúng.

Với cả những người Phật tử cũng như không phải Phật tử, sự đau yếu có thể mang đến một cơ hội làm giảm bớt, buông xả và trân trọng cuộc sống ngay cả khi đang chìm trong đau khổ.

Thỉnh thoảng, khi thân thể bạn bắt đầu cảm thấy mất cân bằng, bạn có thể giảm nhẹ bệnh tật trước khi nó phát triển mạnh bằng cách nghỉ ngơi thư giãn cả thân và tâm. Nhưng dù bạn có suy sụp vì lạnh hay cúm, đừng để ý quá nhiều vào nó. Hãy cố gắng đừng cảm thấy mình là nạn nhân, như thể bệnh cúm chọn riêng bạn: Hãy nhớ rằng đa số con người đều bị bệnh và nhờ nhớ lại điều này bạn có thể đặt đau khổ vào trong viễn cảnh tổng quan và phát triển tâm bi cho gia đình nhân loại mà bạn đang là một thành viên.

Mọi sự đều vô thường, bao gồm cả bệnh tật, thậm chí có lúc bạn cảm thấy như nó sẽ tồi tệ mãi mãi. Hãy nhớ rằng cảm giác tồi tệ cuối cùng rồi cũng tan biến đi.

Khi bạn có bệnh, hãy cố tìm một điều gì đó để có cảm nhận tốt. Hãy thiền định trong lúc nằm trên giường, hoặc đọc một cuốn sách thích thú. Hoặc nếu lúc đó bạn thấy khó chịu, với sự đơn giản và thưởng thức, bạn có thể nhìn ra cửa sổ xem những dải ánh sáng trong phòng, hay lắng nghe những âm thanh sinh hoạt bên ngoài. Nếu bạn cảm thấy khổ sở vì những triệu chứng như buồn nôn, đừng tiên liệu trước trong thời gian tới mình sẽ đau đớn hay khổ sở hơn. An trú một cách tĩnh lặng bên trong thân thể bạn và đơn giản cảm thấy thư giãn đến mức có thể. Nếu bạn phải ở trong phòng bệnh, có thể đem vào một vài thứ tạo cảm hứng như bức tranh hay hoa tươi bên cạnh bạn để tạo niềm an ủi.

Bạn phải tự chăm sóc tốt cho chính bạn và sức khỏe của bạn. Lời khuyên này hoàn toàn hiển nhiên; tại sao một số người trong chúng ta lại xem thường nó? Ngay cả một việc đơn giản như đi tắm khi ta mệt nhọc có thể làm phấn chấn và thoải mái. Một số người thiếu thận trọng với sức khỏe của họ. Một số khác lại tin tưởng lầm lẫn rằng tự chăm sóc sức khỏe là một dạng ích kỷ. Nhưng thái độ này chính là bám chấp vào *"tự ngã"* của cái gọi là *vô ngã*. Thái độ đúng đắn là biết thương yêu chính mình nhưng không bám chấp. Trước tiên chúng ta phải biết tự thương mình thực sự là gì, vì nếu không như thế, làm sao ta có thể thương yêu người khác?

Khi người ta mắc bệnh nặng, tinh thần họ có thể chìm đắm. Họ có thể cảm thấy vô vọng. Họ tự trách mình vì những nguyên nhân gây ra đau yếu hay bị thuyết phục bởi những người khác rằng đó là lỗi của chính họ.

Trách móc không có vai trò gì trong sự chữa lành bệnh. Nếu bạn có thể tìm thấy điều gì đó trong cách sống của mình trực tiếp gây ra bệnh tật, điều đó là tốt. Sau đó, thái độ của bạn sẽ là: "Tôi bị tổn hại do lối sống, nhưng giờ đây tôi có động cơ để thay đổi." Tuy nhiên, trong lúc chấp ngã là nguyên nhân tối hậu của đau khổ và bệnh tật, thì luật nhân quả bảo chúng ta rằng có thể có vô số nguyên nhân cho bất cứ sự kiện đơn giản nào - và chúng ta không thể nhận ra toàn bộ. Chỉ cần biết đơn giản rằng chúng ta là con người, và bây giờ chúng ta có bệnh. Thái độ đúng là tiếp tục chữa bệnh.

Nếu có thể, chớ quá nghiêm trọng hóa bệnh tật, dù là những bệnh trầm trọng. Khi định mệnh và bóng tối giáng xuống, đó có thể là khoảnh khắc cực kỳ để đùa vui. Nếu bạn có thể khôi hài khi mắc bệnh nặng, lòng can đảm sẽ gây hứng khởi cho bạn và mọi người khác. Tôi có một người bạn Tây Tạng ở Ấn Độ, anh ta luôn mang đến cho những người bạn của mình những tràng cười vui vẻ khi anh nói và làm bất cứ điều gì. Một ngày nọ anh ta bị tai nạn xe hơi ở *Darjeeling*. Khi bạn bè vội vã vào bệnh viện, anh ta trong tình trạng không thể đùa giỡn. Mặc dù rất thích gặp bạn bè, anh ta giả vờ bối rối và quay mặt. Đột nhiên, một tràng cười lớn đầy cả căn phòng và bạn bè nhận ra anh đang trêu chọc họ, một không khí sống động và thoải mái tràn ngập quanh đó.

Hãy chọn phương thức khôn ngoan và hợp lý để quyết định cách điều trị tốt nhất và mở rộng với bất cứ phương thức nào có thể giúp ích. Điều này chắc chắn bao gồm nền y học quy ước thông thường. Đôi khi một số người thích thú trong việc chọn thiền định để chữa bệnh, họ từ chối thuốc men hay những tiện ích của khoa học hiện đại, với ấn tượng sai lầm rằng phải dựa duy nhất vào tâm thức hơn là bất cứ cái gì bên ngoài. Nhưng ngay cả đa số những thầy thuốc giỏi của Phật giáo Tây Tạng cũng cho toa bằng những "chất liệu" bên ngoài. Không có gì sai khi dùng thuốc men nếu chúng có thể giúp ta.

Sự thăng bằng đến trong tầm tay khi chúng ta bệnh. Nếu muốn nghỉ ngơi, cứ lên giường. Mặt khác, ngay cả đối với bệnh nặng, đừng quá xem là nghiêm trọng những giới hạn về sức khỏe do người khác hay chính mình tự đặt ra. Thậm chí ta có thể lấy làm ngạc nhiên khi bắt đầu đi lại được sớm sau khi mổ. Một tâm thức tích cực tốt và sẽ phục hồi nhanh chóng dù ta bị bất cứ bệnh gì. Tâm có thể giống như một vị tướng với thái độ không sợ hãi dẫn dắt đội quân thất bại quay lại và chuyển thành chiến thắng.

Nếu bạn thấy cô đơn vì bệnh tật, hãy đi ra ngoài. Cố gắng liên hệ với bạn bè, gia đình hay bất cứ người nào quanh bạn. Hãy đứng lên và hội nhập với thế giới. Điều này là phương thuốc tuyệt vời, thậm chí nếu bạn không thể đứng dậy hoặc đang trong cơn đau, hãy gọi điện thoại nói chuyện với bạn bè, người thân, những vị thầy hay những người làm việc xã hội (từ thiện). Nếu có thể, hãy đọc sách để gây cảm hứng, lắng nghe âm nhạc vui tươi, ngắm xem vẻ đẹp của những bông hoa hay tranh ảnh, hoặc ánh sáng đẹp đẽ chiếu qua cửa sổ. Nếu bạn không thể thấy bất cứ điều gì tạo cảm hứng, hãy nghĩ về người nào hay điều gì mà bạn yêu thương và thích thú. Nếu tâm bạn vui vẻ, bạn đang trên con đường chữa lành. Cũng vậy, bạn có thể nghĩ về những người bị bệnh khác. Hãy hình dung rằng sự đau khổ của bạn làm những đau khổ của họ có thể chịu đựng được, rằng bằng cách nào đó bạn có thể cất đi những lo nghĩ của họ và ôm chúng vào trong sự đau khổ của mình. Điều này là sự thiền định về tâm đại bi trong đạo Phật mà bất cứ ai cũng có thể sử dụng. Nó có thể làm nhẹ gánh nặng cảm xúc của bạn. Trong một số trường hợp năng lực của nó có thể thực sự giúp bạn chữa lành những vấn đề thân xác.

Hãy thân thiện với giận dữ, sợ hãi hoặc thiếu can đảm nếu nó khởi lên, bất kể nó mạnh mẽ và dai dẳng như thế nào, vì một tiếp cận kiên nhẫn có thể cho phép ngay cả những cảm xúc hỗn loạn nhất chuyển thành năng lực chữa bệnh. Nếu bạn không kiên nhẫn, có thể xem điều đó là tích cực vì có nghĩa là bạn muốn được tốt hơn.

Thái độ thân thiện tốt bụng này có thể trải rộng với bệnh tật trong cơ thể bạn cho đến khi được chữa khỏi. Trong đạo Phật, thân xác được xem như một cõi trời thanh tịnh. Một phép thiền định Phật giáo tôn trọng ngay cả những con vi khuẩn (hay *"côn trùng"* như cách người Tây Tạng suy nghĩ về chúng) bình thường vẫn sống trong cơ thể người khỏe mạnh. Nếu chúng ta có vi khuẩn hay *virus* không tốt lành, và mục đích của ta là chữa lành, nhưng chúng ta không cần phải ghê sợ nó hoặc cảm thấy bị nhiễm trùng. Chúng ta có thể nhận biết một căn bệnh nguy hiểm đang tham dự vào cơ thể mình mà không trở nên quá đồng hóa với nó.

Phần lớn chúng ta sợ hãi viễn cảnh xấu nhất đối với thân thể là bệnh quá nặng hay không thể cử động. Tuy vậy, hãy nghĩ rằng có bao nhiêu người tàn tật thậm chí có khả năng vượt lên giới hạn nhờ thái độ tích cực. Một ví dụ nổi tiếng là *Stephan Hawking*, nhà vật lý thiên thể học danh tiếng người Anh, nhờ lòng nhiệt tình đối với cuộc sống tâm thức đã vượt qua căn bệnh liệt toàn thân và không nói được. Một người bạn của tôi, đức cha *Nellie Greene* bị tổn thương thần kinh trầm trọng, nhưng với một tâm thức trong sáng và thái độ kiên nhẫn đã trở thành người trợ tế của nhà thờ *Espicopal*. Như vậy, trong những lúc thân thể rất yếu nhưng tâm ta không hề yếu.

Không phải bệnh tật nào cũng có thể chữa lành hay ngăn chặn. Sau cùng, thân thể chỉ là một nhà trọ, chúng ta được định phần ở đó và cuối cùng phải ra đi. Tất cả chúng ta đều phải chết, nhưng cho dù ta chỉ còn sống một vài tháng hay vài ngày, chúng ta có thể thấy ngay cả cơn bệnh kết thúc cuộc đời mình như là một cơ hội tu tập. Việc nhận biết rằng chúng ta đang chết có thể là một ban phước đích thực, vì khi đó ta có thể hoàn toàn lo lắng cho chính mình và mở ra một con đường mà khi mạnh khỏe chúng ta thấy là khó khăn. Chúng ta có thể bảo với người thân rằng ta thương yêu họ biết bao nhiêu và nối lại những mối quan hệ đã bị căng thẳng. Chúng ta có thể tìm thấy giá trị trong những khoảnh khắc nhỏ bé của đời sống mà ta có.

Tự thân cái chết có thể là một sự chữa lành sâu xa. Ngay cả trong hoàn cảnh dẫn đến cái chết là rất khó khăn hay đau đớn thể xác, sự an bình vẫn có thể đạt được. Mọi việc trong đời sống, kể cả cái chết, đều có thể buông xả.

Nhưng chớ buông bỏ cuộc sống quá sớm! Hãy trân trọng tặng phẩm quý giá của đời sống, và nếu có một cơ hội để sống hãy quyết định chắc chắn rằng mình sẽ sống tốt hơn. Trong trật tự tự nhiên của sự vật, tử thần cuối cùng sẽ làm chủ thân thể. Khi cái chết vẫy gọi, chúng ta sẽ đi: đây là điều đương nhiên. Tuy vậy, đôi khi chúng ta có thể lừa gạt thần chết một chút, đừng lập tức trả lời ngay khi ông ta gọi.

Khi tôi đang học trường Đại học Kinh Điển tại tu viện *Dodrupchen*, có một người bạn cùng lớp tên là *Chojor*. Anh ta là một tu sĩ trẻ, vui vẻ, lịch thiệp, chăm chỉ, đang chịu đựng căn bệnh động kinh nặng. Cứ vài tháng, và đôi khi là nhiều lần trong ngày, anh ta phải trải qua những cơn động kinh dữ dội. Những cơn co giật của anh mang sự sợ hãi và rối loạn vào đời anh và gây hỗn loạn trong lớp học cũng như những buổi lễ của chúng tôi.

Cuối cùng, Ngài *Tulku Jiglo* tìm ra một giải pháp. Ngài là một *Lama* thâm niên mập mạp và rất vui nhộn, giống như hình tượng Ông Phật cười bình dân của người Trung Quốc (Phật Di Lặc). Dù Ngài không còn một cái răng nào, Ngài luôn cười rất tươi cũng như hay đùa giỡn và chọc phá mọi người - trong khi vẫn tụng những lời cầu nguyện không ngớt. Ngài *Tulku* biết cách cầu nguyện đặc biệt để điều trị bệnh động kinh. Với một lễ quán đảnh, ngài truyền trao kiến thức này cho *Chojor* và bọn tôi. Từ ngày đó đến suốt một tháng, mỗi buổi chiều trước khi mặt trời lặn, chúng tôi cầu nguyện nửa giờ và cúng dường một cái bánh đơn giản. Sự cầu nguyện gồm nghi lễ cúng dường đến các hành tinh hay những vị trời trong bối cảnh thiền định của đạo Phật. Người Tây Tạng tin rằng bệnh động kinh gây ra bởi ảnh hưởng của các hành tinh. Kể từ đó *Chojor* đã thoát khỏi cơn động kinh. Sự chữa bệnh như vậy là kết quả của sự mở rộng tâm với thái độ tích cực, mời gọi năng lực chữa lành từ nhiều nguồn năng lực (trong trường hợp này là từ những hành tinh) và tin tưởng vào những hiệu quả chữa bệnh. Đây là sự chữa lành không qua những phương tiện vật chất, mà qua những sức mạnh tâm linh và tinh thần.

Không phải chỉ những vị thầy tâm linh hay những tu sĩ mới có thể hồi phục từ bệnh tật nặng nề. Một người bạn tốt của tôi đã sống sót nhờ thiền định khi được tuyên bố mắc bệnh sắp chết, và trường hợp của anh ta không phải là phi thường. *Harry Winter* năm 1988 đã bảy mươi tư tuổi, được chẩn đoán là ung thư phổi, và chỉ còn sống được sáu tháng. Nhưng là một thiền giả, *Harry* rất tin tưởng là tâm mình có thể ít nhất cũng làm căn bệnh chậm lại. Thêm vào sự thiền định nhằm vào việc buông lỏng tâm thức và tẩy trừ những chướng ngại tâm thức, ông ta bắt đầu một pháp quán tưởng chữa lành nửa giờ trong một ngày.

Ông ta đã giải phẫu hai lần, các bác sĩ rất ngạc nhiên vì bệnh ung thư của ông đã giảm hẳn. Khi bệnh ung thư tái phát sau năm năm, ông đã từ chối lần giải phẫu thứ ba vì có thể làm ông nằm liệt giường. Ông tiếp tục thiền định sâu xa mỗi ngày, đem những cảm nhận an bình và nồng ấm vào những ngày cuối đời. Trong một quãng thời gian, ông đã thiền định tám giờ một ngày.

Vào ngày sinh nhật thứ tám mươi, *Harry* hoàn toàn thoát khỏi bệnh ung thư và sức khỏe tốt hơn sáu năm trước với sự ngạc nhiên của các bác sĩ. Sự gặt hái của thiền định đem đến cho ông một tâm linh phong phú và sâu sắc.

Sự thiền định *Harry* áp dụng là quán tưởng cam lồ chữa lành từ *Kim Cương Tát Đỏa* (*Vajrasattva*), vị Phật của sự tịnh hóa. Trong tâm thức, ông thấy vị bổn tôn ngồi trên đỉnh đầu và rót cam lồ xuống thân thể mình. *Harry* nghĩ đến cam lồ như là "những nguồn trợ giúp" tiếp xúc và chữa lành những tế bào ung thư trong thân thể, và cũng tịnh hóa mọi phiền não nhiễm ô. Sự thiền định của *Harry* luôn luôn bao gồm ước muốn tịnh hóa tất cả chúng sanh và toàn thể pháp giới. Những bài tập chữa bệnh mà *Harry* đi theo là một trong những nguyên lý chính mà cuốn sách này hướng dẫn trong các chương sau.

7.

NHỮNG NĂNG LỰC CHỮA LÀNH

NGUỒN NĂNG LỰC

Với hầu hết việc thiền định chữa bệnh, điều rất quan trọng là dựa vào một sự ban phước hay năng lực từ "nguồn năng lực" như một trợ giúp trong việc chuyển hóa đau khổ.

Nguồn sức mạnh là một công cụ - một phương tiện thiện xảo - có thể khơi dậy năng lực và trí huệ bên trong chúng ta để chữa bệnh. Một Phật tử có thể dùng hình tượng, sự hiện diện và năng lực ban phước của một vị thiêng liêng như đức Phật. Những người khác có thể dựa vào bất cứ thị kiến nào về Thượng Đế hay hình ảnh thiêng liêng theo sự tin tưởng của họ. Nguồn của sức mạnh có thể là bất cứ hình tướng tích cực, thiên nhiên, tinh túy, năng lực nào - mặt trời, mặt trăng, hư không, nước, sông ngòi, đại dương, không khí, lửa, cây cối, bông hoa, người, thú vật, ánh sáng, âm thanh, mùi vị - bất cứ khía cạnh nào của năng lực mà người ta có thể tìm thấy cảm ứng và sự chữa lành.

Ví dụ, người ta có thể quán tưởng trong bầu trời một quả cầu ánh sáng trong sáng, thanh tịnh, chiếu sáng và tưởng tượng nó là tinh túy thanh tịnh của vũ trụ và là hiện thân của tất cả những năng lực chữa lành.

Nói chung, hình tướng của những bậc tâm linh (như Đức Phật, Đức Mẹ Đồng Trinh ban ơn, Thánh Krishna, hay Đức Chúa Giêsu) hiệu quả hơn những hình tướng thông thường.

Vì những hình tướng đó biểu hiện và hiện thân sự an vui tối hậu của chân lý vũ trụ. Tuy nhiên, nguồn sức mạnh tốt nhất cho bạn là cái bạn cảm thấy thích hợp nhất: bất cứ hình ảnh quán tưởng nào hoặc sự hiện diện gây cảm ứng ấm áp, an bình và năng lực tích cực.

Sau khi xác định một nguồn sức mạnh, điều quan trọng là để nhiều ngày suy nghĩ về nguồn sức mạnh và thiết lập một mối liên kết với năng lực của nó, trước khi chúng ta bắt đầu tu tập thiền định này. Về sau, khi thực hành những bài tập chữa bệnh thực tế (được diễn giải ở phần hai cuốn sách), chúng ta có thể làm mới lại sự liên kết với năng lực của nó bằng quán tưởng, kinh nghiệm và có sự tin tưởng sâu xa vào nó.

Nếu việc quán tưởng một nguồn sức mạnh đặc biệt lại gây ra sự gò bó, chật hẹp và căng thẳng, thì cho dù đó là đối tượng thiêng liêng thật sự, chúng ta vẫn đang nhìn nó trong cách sai lầm, với một tâm thức bám chấp đặt nền tảng trên nhầm lẫn và chấp ngã, và điều đó sẽ không giúp chúng ta xoa dịu vấn đề.

Mặt khác, khi chúng ta cảm thấy điều gì đó đúng cho mình, ta có thể thay đổi, tùy theo nhu cầu và sự lớn mạnh tâm linh, tình cảm của chúng ta.

Khi chúng ta nối kết với nguồn sức mạnh, chúng ta cần cảm thấy và nắm giữ sự bình an và năng lực mà nó tạo ra cho ta. Với thái độ đúng, bất cứ một đối tượng nào cũng có thể trở thành mạnh mẽ phi thường. Ngài *Paltrul Rinpoche* kể câu chuyện sau:

Một người đàn bà với lòng sùng tín lớn lao dặn con trai mình (thường xuyên đi Ấn Độ lo công việc buôn bán) đem về cho bà một vật thiêng liêng từ Ấn Độ - xứ sở của đức Phật. Người con đã quên đi, cho đến khi về gần tới nhà. Anh ta bèn lấy một cái răng từ xác con chó, gói lại trong túi lụa thêu kim tuyến, rồi đưa cho mẹ và bảo: "Mẹ ơi! con mang cho Mẹ chiếc răng của đức Phật mà Mẹ tôn kính đây!" Từ đó đến cuối đời, người Mẹ thờ phụng chiếc răng với tất cả lòng tin và tôn sùng như thể đó là răng của đức Phật. Những biểu hiện kỳ diệu xuất hiện từ chiếc răng, và đến lúc người Mẹ chết, ánh sáng cầu vồng bao quanh cơ thể của Bà như một biểu hiện của sự chứng đắc tâm linh cao.

Một số người có thể nghĩ rằng họ quá "khôn ngoan" nên không thể dựa vào một hình ảnh để giúp đỡ họ. Họ thấy rằng bất cứ hình ảnh hay quán tưởng nào cũng chỉ là một sự "giả tạo", là một vật bên ngoài. Nhưng trái lại, việc sử dụng hình ảnh tưởng tượng giúp chúng ta rút ra được sức mạnh tiềm tàng mà chúng ta vốn đang sẵn có. Cái mà chúng ta chọn như là hình tướng hay hình ảnh của nguồn sức mạnh không mấy quan trọng, vì nó thực sự là trí huệ vốn có bên trong chính ta mà ta đang tiếp xúc. Vấn đề là ở chỗ ta tin tưởng và mở rộng ra với trí huệ đó, như là một sự tôn vinh thật tánh của vũ trụ.

Trong việc trau giồi nguồn sức mạnh, chúng ta phải nới lỏng những thái độ chật hẹp, cứng rắn và những cảm nhận tạo nhiều khó khăn cho chúng ta, và phát triển một tâm tích cực mở rộng với sự chữa lành.

Nếu nguồn sức mạnh đem đến một cảm giác ấm áp, an bình và sức mạnh cho ta khi quán tưởng về nó, chúng ta biến nó thành của ta. Giờ đây ta có thể vận dụng sức mạnh đó để chữa lành những khó khăn tình cảm, tâm thức và tâm linh của chúng ta, và phát triển sức mạnh của tâm.

ÁNH SÁNG NHƯ LÀ MỘT PHƯƠNG TIỆN CHỮA BỆNH

Thêm vào sự thiền định về một nguồn sức mạnh, chúng ta cũng có thể sử dụng trí tưởng tượng của chúng ta để quán tưởng những biểu hiện của đất, nước, gió, lửa, hư không hay ánh sáng như một cách đem lại những ban phước và những năng lực chữa bệnh. Ví dụ, chúng ta có thể thấy và cảm nhận năng lực của đất làm vững chắc và làm mạnh mẽ. Không khí có thể loại bỏ, tẩy rửa và tạo cảm ứng. Lửa có thể làm ấm áp, nồng nhiệt, chuyển hóa, tinh lọc và truyền sức mạnh. Nếu một vấn đề đặc biệt đòi hỏi phải được làm nguội đi những cảm xúc, chúng ta có thể quán tưởng sức mạnh của nước làm êm dịu và tịnh hóa.

Về tất cả sức mạnh của những yếu tố trên, ánh sáng là phương tiện đầy sức sống nhất, được sử dụng trong kinh điển đạo Phật để chữa bệnh và tiếp nhận những ban phước.

Tất cả chúng ta đều biết theo trực giác ánh sáng là lực tích cực, và dựa trên một mức độ thực nghiệm, chúng ta có thể thấy ánh sáng quan trọng trong thiên nhiên và quanh ta biết bao. Ánh sáng làm ngũ cốc và thực vật phát triển trên trái đất. Chúng ta có thể thấy lá cây trồng trong nhà hướng theo ánh sáng để nhận sự nuôi dưỡng. Ngay cả với những người không tôn giáo, một ngày nắng đẹp cũng làm họ cảm thấy như một sự ban phước, và những người làm việc văn phòng hạnh phúc hơn khi được ngồi gần cửa sổ, ở đó họ có thể nhận biết ánh sáng ban ngày và sự rộng mở bên ngoài.

Theo tính chất tâm linh, ánh sáng là trung tâm của nhiều truyền thống, việc hành lễ tại những buổi hội và lễ kỷ niệm khác với những ngọn nến, ngọn đèn trang trí hay lửa thiêng. Ánh sáng được nối kết với thiêng liêng trong một số niềm tin. Ví dụ, trong Chí Tôn ca (*Bhagavad Gita*) của Ấn Độ giáo,

Đấng Chí Tôn hiển lộ như một hiện hữu tràn ngập ánh sáng rực rỡ. Và trong Tân Ước, Đức *Jesus Christ* công bố: "Ta là ánh sáng của thế giới."

Trong quan điểm Phật giáo, ánh sáng được hiểu theo hai cấp độ, tương đối và tuyệt đối. Chúng ta có thể thấy những dạng của ánh sáng tương đối trong thế giới tự nhiên, cảm nhận sự ấm áp, quan sát và đo lường ánh sáng bằng những dụng cụ. Vượt lên ánh sáng tương đối là ánh sáng tuyệt đối hay Phật quang của nhất thể và rỗng rang. Chúng ta có thể thu thập một số hiểu biết về ánh sáng tuyệt đối từ những câu chuyện kể của người có kinh nghiệm cận tử về sự hòa nhập và trở thành một với ánh sáng rực rỡ, không còn cảm giác bản ngã bị tách biệt với sự an vui của ánh sáng phi thường này. Mặc dù chúng ta cố gắng mô tả chúng, ánh sáng tuyệt đối vượt qua giới hạn không gian, thời gian, đo lường hay khái niệm. Nó không tách biệt với tâm giác ngộ và sự rộng mở toàn bộ.

Theo những giáo lý mật truyền của phái *Nyingma* trong Phật giáo Tây Tạng, toàn bộ thiên nhiên là một biểu lộ của ánh sáng tuyệt đối. Tuy nhiên, vì sự chấp ngã và những tri giác nhị nguyên của chúng ta làm khởi lên từ sự bám chấp này - ý niệm về một cái "tôi" tách biệt khỏi chung quanh, về "chủ thể" khác biệt với "đối tượng" - mà thiên nhiên xuất hiện trước chúng ta như là cứng chắc và tách biệt. Trích dẫn trong *Chuỗi Tràng Hạt Vàng (gSer Phreng)*, một luận thư *Tantric* cổ, Ngài *Kunkhyen Longchenpa* mô tả thần bí về năm "*ánh sáng thuần khiết*" của trí huệ chư Phật trong sự xuất hiện giữa thế gian của chúng:

Do bám chấp vào cái ngã,
Của ánh sáng xanh, trắng, vàng, đỏ và lục,
Mà chúng xuất hiện như năm nguyên tố thô (năm đại)
Hư không, nước, đất, lửa, và gió.

Mặc dù những lời dạy ấy về ánh sáng có thể khiến Phật tử quan tâm, bất cứ ai tập trung chính vào sự chữa bệnh hằng ngày của tâm không cần thiết phải lưu tâm nhiều đến chúng. Điểm cần hiểu là ánh sáng có thể là nguồn chữa bệnh và hoan hỷ vĩ đại mà người ta thực hành trong thiền quán để làm dịu đi những vấn đề của họ.

Trong những bài tập chữa bệnh rút từ giáo lý đạo Phật, bất cứ hình ảnh ánh sáng gì sống động và gây cảm hứng mà ta có thể quán tưởng đều có ích, ngay cả nếu chúng ta tri giác ánh sáng như là tương đối hơn là tuyệt đối. Vì trong đa số khái niệm của mọi người, ánh sáng thiên về rộng mở và phát triển, thiền quán về ánh sáng có thể làm buông lỏng sự chấp ngã và đem đến cho chúng ta cảm nhận an bình và rỗng rang.

QUÁN TƯỞNG ÁNH SÁNG

Luôn luôn khi chúng ta mời gọi ánh sáng hay bất cứ những phương tiện chữa bệnh nào khác, chúng ta cần phải quán tưởng một hình ảnh hay sự hiện diện, để cảm nhận những phẩm tính tích cực tốt đẹp của nó, và tin vào năng lực chữa lành của nó. Khi bạn thực hành, bạn có thể thấy rằng khả năng thiền định về ánh sáng sẽ sâu thẳm và mạnh mẽ thêm.

Bạn có thể thấy ích lợi khi cách quán tưởng ánh sáng rớt xuống như mưa trên bạn, tràn ngập và chiếu sáng thân, tâm bạn với sự nồng ấm chữa lành của nó, đem lại sự rộng mở và thơ thới cho bất cứ cái gì nó xúc chạm. Hay bạn có thể quán tưởng ánh sáng đến từ nguồn sức mạnh của mình. Có thể ánh sáng có hình dạng những tia sáng màu sắc cầu vồng. Hãy cảm nhận rằng nó hoàn toàn tràn ngập trong tâm và thân, đem lại hỷ lạc, an bình, và sự khỏe mạnh, làm ấm áp và chữa lành những phần cơ thể có vấn đề trong chốc lát, hoặc hòa tan chúng trong ánh sáng và an bình. Mỗi một phần trong cơ thể của bạn, xuống đến tận những tế bào cuối cùng, đều tràn ngập ánh sáng một cách không cố gắng. Bấy giờ hãy cảm nhận thân mình được chuyển hóa thành một thân ánh sáng, hay có thể là ánh sáng ngọn lửa rực rỡ ấm áp nếu hình ảnh này giúp được cho bạn.

Thỉnh thoảng, bạn cảm thấy cần sự an toàn và bảo vệ về mặt tình cảm. Bấy giờ bạn có thể quán tưởng ánh sáng như một hào quang hay cái lều bọc quanh thân bạn, hay ánh sáng giống như một hình vỏ trứng che chở. Những quán tưởng như vậy làm bạn thoải mái và rộng mở, thậm chí được bảo vệ. Nếu cảm thấy bị bó buộc hay bao bọc, hoặc tách biệt, bị cô lập với thế giới và người khác, hãy cố gắng mở rộng sự thiền định này hoặc buông lỏng hay làm một điều gì khác.

Thiền quán về ánh sáng có thể dùng để chữa lành những khó khăn đặc biệt, hoặc có thể giúp chúng ta cảm thấy rỗng rang và rộng thoáng hơn. Khi thiền quán về ánh sáng, chúng ta có thể quán tưởng ánh sáng phát triển vượt ngoài thân và chiếu ra ngoài không dứt. Chúng ta có thể thấy toàn thể thế giới xúc động, tràn ngập và được chuyển hóa thành ánh sáng thuần khiết và an bình. Nếu thiền quán về ánh sáng theo một cách thực sự rộng mở, chúng ta nhận ra rằng ánh sáng là vô tận, không có những ranh giới, giới hạn của thời gian, không gian.

Tùy theo nhu cầu, ta có thể thấy ánh sáng chữa bệnh trong nhiều hình thức khác nhau. Nếu bạn có một cảm xúc khó khăn gắn chặt vào một vùng đặc biệt như ngực hay cổ họng, bạn có thể đặt tay lên đó với sự quan tâm chăm sóc chữa bệnh. Chỉ bằng sự tiếp xúc nhẹ nhàng, xoa bóp hoặc chà xát những vùng đó khi bạn thở, bạn có thể xoa dịu những khó khăn. Thêm nữa, có thể quán tưởng ánh sáng chữa bệnh với nhiều màu sắc từ bàn tay của mình. Một nhà thần bí Thiên Chúa giáo đương thời, *Omraam Mikhặl Avanhov*, có lời khuyên:

"Khi bạn đang khổ đau lớn lao, hãy cầu xin ánh sáng giúp đỡ bạn. Hãy quán tưởng rằng từ những ngón tay của mình phát ra những tia sáng đủ màu và hướng những ánh sáng đó đến những vùng bị đau. Bạn sẽ sớm cảm thấy dần dần giảm bớt đau đớn."

Với một số người, thiền quán về ánh sáng tạo ra quá nhiều cảm giác bay bổng hoặc trôi bềnh bồng. Nếu điều này xảy đến, hãy trở lại bằng cách quán tưởng rằng mặc dù ánh sáng chữa lành là thuần khiết, trong sáng và phổ quát, bản chất bất động, bất biến của nó làm cho nó có sức nặng.

ĐÁNH THỨC NĂNG LỰC CHỮA LÀNH

Tất cả chúng ta sở hữu năng lực vật chất và tâm linh mãnh liệt hơn nhiều so với ta nhận thức. Chúng ta có thể đánh thức sinh lực này để sử dụng trong thiền định và cuộc sống hằng ngày. Xét đến cùng thì năng lực và ánh sáng là như nhau. Để hưng vận đời sống của chúng ta, tinh thần và thể xác, ta có thể làm bùng cháy và lớn mạnh năng lực, ánh sáng và trí huệ vốn sẵn có.

Như là một thực tập đánh thức sức mạnh này, hãy thiền định về thân thể bạn như một nguồn năng lực vĩ đại. Hãy ngồi chỗ thích hợp và ấm áp, với mắt nhắm hay mở phân nửa. Thở tự nhiên và bình lặng. Từ từ quán tưởng thân thể mình như một sự vật kỳ diệu, tuyệt vời, với da, xương, cơ bắp, thần kinh, những cơ quan khác và hàng tỷ tế bào đủ loại cần thiết cho phép lạ của đời sống.

Nếu muốn, bạn có thể tưởng tượng tất cả những điều này

với sự chính xác hơn của khoa học, dù rằng một cách tiếp cận như vậy là không cần thiết. Với sức mạnh chữa bệnh của thiền quán, điều then chốt là sử dụng bất cứ sự tưởng tượng nào có thể giúp bạn cảm nhận và tin tưởng rằng thân thể mình là một nơi chốn tích cực của sự phục hồi và năng lực bao la.

Lúc bắt đầu, việc quán tưởng về một tế bào trong cơ thể thật sự có lợi ích, đi vào trong tế bào đó, thấy và cảm nhận sức sống tuyệt diệu của nó. Hãy hình dung sự bao la của nó. Nó có thể lớn như toàn bộ vũ trụ.

Bạn phải thấy lợi lạc khi đem một số những phẩm tính của các nguyên tố đất, nước, gió, lửa vào sự tham thiền này - như sự phì nhiêu hay sức mạnh của đất, hay sự trong sạch, tẩy tịnh của không khí. Bạn cũng có thể thưởng thức sự phong phú và vẻ đẹp của một tế bào này bằng cách hình dung âm nhạc hay một âm thanh an bình khác, hoặc bằng sự tiếp xúc với tế bào và cảm nhận nó một cách sống động hay rung động với sức mạnh.

Sau khi dành thời gian cho một, hai hoặc ba tế bào này, bạn hãy dần dần mở rộng sự thiền định để cảm nhận sự mênh mông của thân, sức mạnh và khả năng chữa bệnh đáng ngạc nhiên của nó. Hãy cảm nhận bạn đang ở một nơi đẹp đẽ, kỳ diệu và phong phú vô tận.

Bấy giờ, trở lại và nhìn một hay vài tế bào rực rỡ và sáng sủa với ánh sáng. Hãy ghi nhận ánh sáng an bình, tuyệt diệu này, có thể thêm bằng cách tưởng tượng âm nhạc hay âm thanh vinh hiển. Hãy mở rộng sự thiền định của bạn bao gồm toàn thân bạn đang tỏa sáng rực rỡ với sức khỏe và sự ấm áp.

Sau đó, hình dung và cảm nhận rằng bất cứ sự tối tăm, lạnh giá, đau đớn, buồn phiền, căng thẳng hay sự mất hài hòa của thân, tâm đều sẽ được chữa lành bởi ánh sáng rực rỡ ấm áp này, bởi những cảm nhận của sự an bình, của những âm thanh. Tất cả mọi tế bào đều sinh động trong một sự tiếp thông với nồng ấm và hỷ lạc, giống như hàng tỷ tia sáng mặt trời tràn đầy thân thể bạn. Hãy trở lại với cảm giác này nhiều lần, an trú và sưởi ấm trong nó.

Cuối cùng bạn có thể tưởng tượng ánh sáng và năng lực chiếu ra từ cơ thể bạn, giống như ánh sáng của lửa trại trong đêm tối. Bạn phải hình dung những tia sáng phát ra từ thân thể trong một vòng hào quang bảo vệ của năng lực chữa bệnh. Sau đó năng lực chữa bệnh phát triển rộng ra tiếp xúc với những người khác hay những nơi chốn khác, tràn ngập chúng trong ánh sáng và an bình. Dần dần, nếu bạn là một thiền giả có kinh nghiệm, năng lực này có thể mở rộng ra toàn thể vũ trụ.

Dù bạn thiền định cách nào đi nữa, hãy kết thúc bằng sự buông lỏng và hòa nhập làm một với những cảm nhận của mình.

Một bài tập khác để đánh thức năng lực chữa bệnh là quán tưởng chính bạn là bổn tôn, như đức Phật hay một đấng thiêng liêng nào khác. Hãy quán tưởng bổn tôn trong bạn và kêu gọi trí huệ hiện đến trong hình thức năng lượng và sức mạnh.

ÁNH SÁNG CHỮA BỆNH VÀ NĂNG LƯỢNG TRONG ĐỜI SỐNG HẰNG NGÀY

Chúng ta có thể biểu hiện một sự tỉnh giác về ánh sáng và năng lượng trong từng phần đời sống chúng ta. Sự tỉnh giác này có thể chuyển cuộc sống bình thường thành một chu kỳ chữa lành.

Một sự thực hành tốt cho bất cứ ai, không kể khí chất

hay kỹ năng trong thiền định, là thưởng thức ánh sáng của thiên nhiên - ánh sáng mặt trời, sự chuyển đổi tinh tế của ánh sáng trong ngày và những mùa khác nhau trong năm, những buổi hoàng hôn đẹp đẽ, ánh sáng của trăng sao, ánh sáng dịu của một ngày nhiều mây.

Chúng ta cũng có thể trau giồi một tỉnh giác về ánh sáng thuần khiết tuyệt đối trong thế giới hằng ngày, ít nhất là trên ý niệm. Khi chúng ta sống trong cuộc sống quen thuộc hằng ngày, bất cứ sự tỉnh giác nào về ánh sáng của vũ trụ có thể giúp chúng ta lòng tự tin và sức mạnh.

Vì thế, khi bạn ngồi đừng ngồi như một cục đá. Hãy ngồi trong sự thoải mái nhưng linh hoạt, với một cảm nhận thưởng thức ánh sáng và năng lượng, giống như bạn là một ngọn nến tỏa sáng.

Khi bạn suy nghĩ, đừng nghĩ với một tâm hỗn độn, tranh chấp hay thù ghét. Hãy biết rằng ánh sáng của tâm có thể khơi gợi sự trong sáng rỗng rang và thanh bình.

Khi bạn nói, hãy nói với một giọng không thô bạo cũng không yếu đuối. Giống như ánh sáng và năng lượng, giọng nói bạn phải mạnh mẽ, rõ ràng và êm dịu.

Khi bạn đi, đừng đi như một con rối bằng xương bằng thịt bị lôi kéo theo nhiều hướng bởi những sợi dây của đam mê hay dục vọng. Nếu bạn cảm nhận sự hiện diện của ánh sáng chữa bệnh và năng lượng, bạn có thể đi với cách thưởng thức chúng. Thay vì chỉ đi chậm chạp và nặng nề, nhưng qua tỉnh giác về ánh sáng, bạn có thể cung cấp năng lực và sự duyên dáng cho những cử động của bạn. Hãy thưởng thức cảm giác trải rộng của một người đang sống và mở rộng thân thể trong một tư thế thoải mái, ngay ngắn.

Khi bạn tiếp xúc với đồ vật, không nên tiếp xúc như người máy cầm nắm dụng cụ. Hãy đưa tay tới như thể năng lực chữa lành từ bàn tay bạn phát ra, tiếp xúc với đồ vật mà đồ vật đó tự nó là một nguồn ánh sáng.

Ánh sáng không chỉ ở trong ta mà ở mọi nơi quanh ta. Mặc dù ánh sáng tuyệt đối của nhất thể vượt khỏi khái niệm hay hình ảnh, chúng ta có thể cảm nhận hay hình dung ánh sáng dưới dạng tương đối của nó có thể thấy được một cách tinh tế trong không khí và môi trường quanh ta hằng ngày. Mọi cử chỉ và tư tưởng của bạn có thể hòa hợp với một thế giới của ánh sáng. Ngay cả một động tác của ngón tay bạn cũng có thể là sự phô bày, hưởng thụ và tán thưởng của ánh sáng và năng lượng.

Cũng như với sự thiền định về ánh sáng, tỉnh giác về ánh sáng trong cuộc sống hằng ngày đôi khi có thể trở thành một dạng cảm giác trôi nổi hay khó chịu. Lúc đó bạn có thể quán tưởng ánh sáng trong thân bạn, hay chỉ ở đôi chân, ánh sáng trĩu nặng. Hãy cảm nhận thân thể bạn nặng vừa đủ để không bị trôi bềnh bồng và chân bạn tiếp xúc vững chãi với nền đất chắc chắn.

Chúng ta phải nhận biết bài tập đặc biệt nào thích hợp với nhân cách và những khả năng của chính mình. Một số người trong chúng ta có thể khó khăn trong việc tiếp xúc với những cảm giác thật sự của mình, và chúng ta có thể không sẵn sàng cho việc thực hành trong đời sống hằng ngày. Nếu bạn cảm nhận sự gò bó và khép kín, đó là bạn đang thực hành sai phương thức này. Nếu cảm thấy bị choáng váng hay tâm trạng thất thường, hãy chuyển sang một thực hành bình thản hơn, hay đơn giản là có thể làm một việc gì khác.

Các thiền sinh thường hỏi tôi là những bài tập chữa bệnh này có "đúng cho họ không" hoặc họ đang làm "đúng cách" không. Bao giờ chúng ta cũng phải làm điều gì khiến ta cảm thấy thoải mái và rộng mở, đó là sự hướng dẫn chung nhất.

Tỉnh giác với ánh sáng là một cách khơi dậy năng lực

chữa lành. Cũng có nhiều phương pháp khác. Những hoạt động thân thể là cách đem lại quân bình lớn cho cuộc sống và khơi dậy năng lực trong ta. Đi bộ, tập *Hatha Yoga* hay những bài tập khác, khiêu vũ, ca hát - tất cả những điều đó đều là tôn vinh đời sống và đem lại sức khỏe.

8

NHỮNG THIỀN ĐỊNH CHỮA BỆNH

NHẬP ĐỀ

Một số bài tập sau đây được lấy trực tiếp từ kinh điển của Phật giáo Tây Tạng, trong khi những bài tập khác được tác giả chi tiết hóa, đặt căn bản trên những nguyên lý trong kinh điển. Hãy chọn bài tập nào thích hợp với hoàn cảnh của bạn.

Để trầm mình vào một bài tập chữa bệnh, bạn cần phải làm quen với những phương tiện chữa bệnh được đưa ra ở Phần Một, chúng có thể được áp dụng cho bài tập riêng biệt.

Đa số những thực tập này được xây dựng trên bốn bước căn bản:

1. Nhận thức những vấn đề cần được chữa lành,

2. Dựa trên nguồn của năng lực,

3. Áp dụng những phương tiện chữa bệnh,

4. Đạt được kết quả của chữa bệnh.

Trong một số bài tập nguồn năng lực không được giới thiệu. Trong một số bài tập cũng không giới thiệu hình ảnh, nhưng bạn phải quán tưởng bất cứ hình ảnh nào thích hợp.

Để tạo hiệu quả thực sự cho việc chữa bệnh, chúng ta cần phải có sức mạnh của trí tưởng tượng, sự hiểu biết, những cảm nhận và năng lực tin tưởng vào quá trình chữa bệnh. Chúng ta càng thấy, hiểu biết, cảm nhận và tin tưởng vào quá trình chữa bệnh thì những lợi lạc của việc chữa bệnh càng sâu hơn.

Chúng ta có thể làm mạnh mẽ mỗi bước trong bốn bước căn bản trên qua bốn phương thức thiền định. Chúng ta có thể (1) thấy hay hình dung mỗi một phương thức như một hình ảnh, (2) nghĩ về tên của mỗi phương thức, (3) cảm nhận những tính chất của nó, và (4) tin vào hiệu quả của nó.

Những phương thức này đặt nền trên sự hiểu biết rằng những tư tưởng có được sức mạnh khi nó có một hình dạng cụ thể trong tâm thức ta. Sự nhìn thấy làm cho sự vật sống động và tức thời đối với ta. Khi chúng ta định danh điều gì, ta tạo sức mạnh cho nó và liên hệ nó với ta qua sức mạnh của tư tưởng. Khi cảm nhận điều gì, ta hoàn toàn thể nhập vào chúng. Khi ta tin tưởng vào sức mạnh và hiệu quả của điều gì, nó trở thành một thực tại.

Ví dụ, để chữa buồn rầu, chúng ta phải áp dụng bốn phương thức thiền định cho bốn bước căn bản. Thoạt tiên, hãy hình dung nỗi buồn như một hình ảnh. Nhận biết nỗi buồn một cách bình an và hiện thực. Hãy để cảm xúc hay cảm giác buồn rầu xảy đến để sau đó bạn có thể giải thoát nó. Đôi khi có thể ích lợi - dù không nhất thiết - phải định vị nỗi buồn tập trung ở một nơi nào đó trong cơ thể như đầu, cổ họng, ngực hay chấn thủy. Có thể toàn thân bạn có vẻ căng thẳng. Bất cứ nỗi buồn ở chỗ nào, bạn có thể thấy (quán tưởng) nỗi buồn là một hình ảnh như một khối băng. Điều này có thể giúp tâm thức bạn tiếp xúc với điểm đau ốm này với những năng lực chữa bệnh.

Quán tưởng, cảm nhận, định danh và tin tưởng - nhưng không trụ chấp - đối với cơn bệnh sẽ giúp chúng ta nắm chắc được điều gì sai, nhờ đó chúng ta có thể điều trị được đúng cách.

Hãy hình dung nguồn sức mạnh dưới dạng quả cầu sáng giống như mặt trời, với những phẩm tính như sức nóng, hỷ lạc và sự vô biên.

Hãy hình dung phương tiện chữa bệnh dưới dạng những tia sáng rực mạnh mẽ làm tan đi tảng băng buồn rầu trong thân bạn chỉ bằng việc tiếp xúc, giống như tia sáng nóng của mặt trời trên tảng băng.

Hãy hình dung bạn được tràn ngập bởi ánh sáng và sau đó chuyển hóa thành thân ánh sáng chữa bệnh rực rỡ với sự ấm áp, hỷ lạc và rộng mở.

Thứ hai, bên cạnh việc hình dung thấy những hình ảnh đó, chúng ta cũng có thể định danh và nhận biết nỗi buồn, nguồn sức mạnh, phương tiện chữa bệnh, và đạt được sự khỏi bệnh.

Thứ ba, không chỉ thấy và định danh chúng mà ta còn cảm nhận nỗi buồn nhưng không trụ chấp trong nó.

Hãy cảm nhận sự hiện diện của nguồn sức mạnh.

Hãy cảm nhận năng lực của phương tiện chữa bệnh, bằng cách kêu cầu năng lực chữa bệnh này và cho nó hình thức thích hợp với nhu cầu và hoàn cảnh của bạn. Nó có thể là một luồng gió mạnh xua tan những phiền não, hay sự nuôi dưỡng, một cơn mưa nhẹ, hay năng lượng ánh sáng, hoặc sức mạnh tịnh hóa của lửa, hay bất cứphương tiện chữa bệnh nào khác thích hợp với bạn.

Hãy cảm nhận toàn thân bạn tràn ngập năng lực chữa bệnh đầy nồng ấm, hỷ lạc, hạnh phúc, mạnh mẽ và rộng mở.

Sau đó, cuối buổi tập không cần có tư tưởng hay hình ảnh nào nữa mà chỉ đơn giản buông lỏng và mở rộng với bất cứ cảm nhận nào bạn có.

Cuối cùng, không chỉ hình dung thấy, định rõ và cảm

nhận mà phải hoàn toàn tin tưởng rằng nỗi buồn của bạn hiện hữu ở dạng tảng băng; rằng nguồn sức mạnh đang hiện diện trước bạn với năng lực tuyệt đối để chữa bệnh; rằng phương tiện chữa bệnh có thể chữa lành bạn chỉ qua tiếp xúc; và rằng bạn hoàn toàn được chữa lành và chuyển hóa thành thân thể ánh sáng chữa bệnh của sự ấm áp, hỷ lạc và rỗng rang.

Hãy cảm nhận và tin tưởng rằng vấn đề của bạn đã được chữa lành. Hãy vui thích trong sự chữa lành như bạn thấy và cảm nhận nó xảy đến. Hãy tin tưởng rằng khó khăn của bạn được xoa dịu, tịnh hóa, tan biến hay loại bỏ. Sau đó, không có những tưởng niệm hay hình ảnh, đơn giản chỉ thư giãn và mở rộng với những cảm nhận mà bạn có trong cuối buổi tập.

Một số vấn đề sẽ biến mất một cách nhanh chóng không dấu vết. Những vấn đề khác có thể cần nhiều buổi tập.

Ngoài ra, chúng ta cần thực tế về phạm vi khả năng của chính mình trong việc cải thiện thế giới quanh ta hay thay đổi những vấn đề xảy đến. Tuy nhiên, mặc dầu thiền định không luôn thay đổi những hoàn cảnh của chúng ta thì thái độ của ta đối với chúng luôn có thể thay đổi. Chúng ta có thể hạnh phúc và an bình hơn. Điều này tự thân nó sẽ cải thiện hoàn cảnh hoặc thay đổi cách hành động của những người khác quanh ta.

Trong bối cảnh của những bài tập chữa bệnh, điều quan trọng là tin tưởng vào sức mạnh của thiền định đem đến cho ta sự an bình. Chúng ta phải hoàn toàn đưa mình vào bài tập và cảm nhận mạnh mẽ hết mức rằng vấn đề đã hoàn toàn biến mất. Không nên lo lắng về những hoàn cảnh khó chữa lành. Trong thời gian thiền định, chớ nên để ý bất cứ điều gì ngoại trừ sự khơi dậy năng lực chữa bệnh và tin tưởng vào sức mạnh của nó. Đây là cách đánh thức sức mạnh bên trong của tâm và thân.

Trong cuộc sống hằng ngày khi chúng ta bắt đầu con đường chữa bệnh, tốt nhất là giải quyết một vấn đề đơn giản như thay đổi thói quen lo lắng về thời tiết hay nói quá nhiều mà không suy nghĩ. Tương tự, khi thực hành những thiền định chữa bệnh, trước tiên giải quyết một vấn đề đơn giản sẽ dễ dàng hơn là giải quyết những vấn đề phức tạp. Phương pháp đơn giản này phát sinh ra sự khéo léo, thói quen và cảm hứng để giúp ta dần dần đối phó được với những vấn đề lớn hơn.

Nếu bạn đang thực hành chữa bệnh đối với một khó khăn đặc biệt trong nhiều buổi tập, không cần thiết mỗi lần lại bắt đầu bằng việc cảm nhận hay quán tưởng hình ảnh của vấn đề. Sau một thời gian, bạn có thể bắt đầu thiền định ngay về năng lực chữa bệnh.

Ngoài ra, cũng nên suy nghĩ về nỗi buồn và cố gắng xác định đặc tính của nó. Có thể ích lợi nếu bạn có thể cảm nhận được nó nóng hay lạnh. Nếu là lạnh, hãy quán tưởng ánh sáng, nước hay không khí ấm áp như phương tiện chữa bệnh. Nếu vấn đề là nóng, hãy quán tưởng ánh sáng, nước, không khí lạnh. Hãy làm bất cứ điều gì bạn cảm thấy đúng và nếu không cần phải áp dụng nhiệt độ, bạn có thể thực hành bất cứ điều gì là tự nhiên với bạn.

Cũng nên nhớ rằng, nếu bạn đã cảm thấy tích cực, đây là thời gian làm cho cảm thức về hạnh phúc của bạn được sâu hơn nhờ thiền định và lúc nào cũng sẵn sàng đối phó với những phiền não khi chúng xảy đến. Bạn có thể tham thiền ánh sáng hay nguồn sức mạnh của bạn, hoặc dùng bất cứ kỹ thuật chữa bệnh nào. Dù bạn thực hành bất cứ sự chữa bệnh nào, hãy luôn luôn trau giồi thiền định của bạn như một ốc đảo bình an.

KHAI THÔNG NHỮNG BẾ TẮC NĂNG LƯỢNG

1. Giải thoát những gông cùm của căng thẳng

Chúng ta sẽ bắt đầu bằng một sự tiếp cận thông thường. Sự tiếp cận này tự thân nó sẽ hữu ích như một bước sơ bộ cho thiền định hay bất kỳ kiểu hoạt động nào.

Tập trung sinh lực và sau đó buông lỏng là cách tốt để giải thoát bất cứ sự căng thẳng vật chất hay tinh thần nào. Hãy tập trung tâm thức bạn, cảm thấy sự căng thẳng, rồi buông xả. Đây là cách đơn giản để làm thông thoát những bế tắc năng lượng trong tâm và thân.

Khi bạn cảm thấy căng thẳng, trước tiên hãy tập trung cảm nhận áp lực ở đâu. Thường thì bạn có thể xoa dịu căng thẳng chỉ bằng việc hướng sự tỉnh giác đến nơi đó rồi buông xả. Nếu những cơ bắp bị căng thẳng ở nơi nào, hãy thư giãn khi tỉnh giác về sự buông xả có mặt ở đó.

Hãy giải thoát sự căng thẳng hay lo âu trong đầu bạn bằng việc buông lỏng các cơ mặt, trán và buông xả mọi căng thẳng. Bạn cũng có thể tưởng tượng rằng một ánh sáng chữa bệnh mở rộng và làm thư giãn sự siết chặt hay đau đớn trong đầu bạn, hoặc sự căng thẳng ở bất cứ đâu.

Một phương pháp đơn giản khác là đưa tay qua khỏi đầu và nắm chặt bàn tay lại. Hít vào khi đưa tay lên, gồng cơ bắp, giữ tư thế đó một lúc, sau đó tháo lỏng kết hợp với thở ra. Một tiếng ngáp to có thể giúp bạn trong lúc tháo lỏng. Hãy cảm nhận rằng mọi căng thẳng được giải thoát như nắm tay của bạn mở ra và buông xả. Nếu bạn hình dung hơi thở ra như một cơn gió ấm áp quét đi mọi căng thẳng sẽ có lợi. Hãy giải thoát hơi thở trong sự vô tận của hư không.

Bất cứ bước nhỏ nào khiến ta cảm thấy ít căng thẳng hơn

đều giúp ta được nhiều, nếu thái độ của ta là tích cực và hiến mình hoàn toàn cho sự giải thoát.

2. Hồi phục năng lực của an bình và hạnh phúc

Như được mô tả ở chương trước, nguồn sức mạnh là phương tiện căn bản của việc chữa bệnh. Việc gợi lại hình ảnh này có thể cho chúng ta sự thoải mái sẵn có những khi thân tâm ta mệt mỏi và cuộc sống dường như trống rỗng, vô vọng và vô nghĩa.

Hãy thư giãn trong ít phút. Hít sâu vài hơi, thải ra những năng lực tiêu cực hay năng lực chết khi bạn thở ra. Bây giờ quán tưởng nguồn sức mạnh, an nghỉ tâm bạn và tập trung trọn vẹn ở đó. Không nên chạy theo hay quá phấn khích trong thiền quán. Hơn nữa, hãy để những cảm giác thoải mái và tích cực này khởi lên do hình ảnh gợi lên trong bạn. Hãy từ từ xây dựng một tri giác tự tin rằng hình ảnh này là hiện thân của mọi năng lực tích cực hoặc những bậc thiêng liêng của toàn vũ trụ. Hãy an trụ với hình ảnh và hiến mình trọn vẹn cho nó. Hãy an trụ trong những cảm nhận về sự ấm áp và hoan hỷ mà nó sinh ra và vui thích với bất cứ cảm nhận tích cực nào xảy đến. Cuối cùng, hãy buông xả những hình ảnh, thư giãn và tỉnh giác hiện diện trong những cảm nhận của bạn.

3. Nuôi dưỡng đóa hoa của năng lượng tích cực

Thiền định về một hình ảnh đẹp trong thiên nhiên, như một bông hoa, có thể đánh thức niềm vui sống của chúng ta. Để khai thông những bế tắc năng lực, hay củng cố năng lực tích cực ta đang cảm nhận vào lúc đó, hãy quán tưởng bông hoa trước khi kết nụ. Hãy nghĩ bạn như bông hoa. Hoặc là bạn thấy nó ngay trước mặt; hoặc là thực sự cảm thấy tự thân bạn chính là bông hoa. Bây giờ nụ hoa đang được nuôi dưỡng bởi cơn mưa nhẹ, ánh sáng mặt trời, những ngọn gió mang lại sự sống. Hãy cảm nhận những ban phước đó một cách sâu sắc. Nếu điều đó có ích, hãy thấy chúng như đến từ nguồn năng lực của bạn.

Hãy tận hưởng thời gian bạn an trú trong nụ hoa khi nó nở thành một đóa hoa rực rỡ. Vẻ đẹp và sự thuần khiết của nó làm thích thú tất cả chúng sanh. Hãy thưởng thức những cảm giác đáng yêu, rộng mở mà sự thiền định có thể đem lại.

Để mở rộng bài tập này trong đời sống hằng ngày, khi trồng cây, nuôi dưỡng chăm sóc cây cối, hãy quán tưởng rằng bạn đang chia sẻ và là một phần trong cuộc sống giàu có của thế giới tự nhiên.

Khi bạn nhìn thấy một hình ảnh đẹp xảy ra trong đời sống hằng ngày, hãy cố gắng không bám chấp nó theo tâm thức như một đối tượng "*ngoài kia*" tách biệt với bạn, hay bị trói buộc theo cảm xúc vào nó như một sự hưởng thụ dục vọng. Hãy cho phép bạn tự thấy hình ảnh và cảm nhận kinh nghiệm về vẻ đẹp với một tâm buông lỏng và rỗng rang. Do vậy, sự tươi tắn, rỗng rang và an vui, những phẩm tính mà bạn đang thấy sẽ nở hoa trong lòng bạn. Sự thật là ý niệm về vẻ đẹp và hiệu quả của nó phát khởi trong tự tâm bạn chứ không phải trong những đối tượng.

CHỮA LÀNH NHỮNG CẢM XÚC PHIỀN NÃO

1. Buông bỏ những đám mây đen phiền muộn

Khi nỗi buồn mạnh, hãy biết sự hiện diện của nó. Hãy đón chúng với hai tay mở rộng. Hãy cảm nhận nỗi buồn một cách ngắn gọn và hoàn toàn, đủ lâu để ôm nắm lấy nó, và hãy biết cảm xúc với những gì đang hiện hữu. Bằng việc cảm nhận nỗi buồn, chúng ta có thể buông xả nó.

Hãy quán tưởng nỗi buồn như một đám mây đen ở đầu, tim, bụng hoặc bất cứ nơi nào mà bạn cảm thấy đau nhất. Nó có thể là một cuộn mây đe dọa. Có thể đám mây là nặng nề, như đè nặng trên bạn. Hoặc bạn có thể cảm thấy một cảm giác lạ thường, buồn nôn.

Khi bạn đã chú tâm vào nỗi buồn đủ để có cảm nhận về nó, hãy buông bỏ đám mây. Bạn có thể bắt đầu buông xả nó bằng cách trục xuất nó ra theo hơi thở.

Hãy để nỗi buồn bốc từ từ ra ngoài cơ thể bạn giống như hơi nước nóng thoát khỏi ấm nước. Hãy để chúng hoàn toàn thoát ra hết. Cảm thấy sự nhẹ nhõm khi bạn hình dung chúng đang rời bỏ. Sau đó quan sát đám mây đen chậm chạp mà chắc chắn trôi đi xa dần, bay xa trên bầu trời. Hãy trông theo nó trở nên càng lúc càng nhỏ hơn vào khoảng không, giống như một con chim bay đi. Hãy làm mất đi càng lúc càng nhiều sự liên quan với nó.

Cuối cùng ở tận chân trời xa nhất, đám mây hoàn toàn biến mất. Hãy cảm thấy bạn hoàn toàn mất bất cứ mối liên quan nào với nỗi buồn. Mọi căng thẳng trong bạn đã rời xa, rất xa và biến mất. Thân và tâm bạn cảm thấy nhẹ nhàng thoải mái và thoát sạch ngay cả với vết tích của căng thẳng. Hãy nghỉ ngơi trong cảm giác đó.

Lặp lại bài tập này nhiều lần nếu thích hợp.

2. Soi sáng bóng tối của phiền muộn

Quán tưởng ánh sáng là một cách khác để loại bỏ phiền muộn. Nếu bạn cảm thấy tâm mình bị bao phủ trong chán nản, bối rối, thất vọng, không biết phải làm như thế nào, thoạt tiên hãy quán tưởng phiền muộn này ở dạng bóng tối.

Quán tưởng toàn thân và tâm bạn bị bóng tối tràn ngập hoàn toàn. Hãy cảm nhận nỗi buồn nhưng không bị chìm ngập bởi nó. Sau đó cầu khẩn ánh sáng chữa bệnh.

Có thể quán tưởng ánh sáng xuất phát từ nguồn sức mạnh của mình. Ánh sáng có thể đến từ trong bạn, trước hay sau hay bất cứ nơi đâu mà bạn cảm thấy đúng. Hãy thấy những tia sáng - ấm áp, hạnh phúc như hàng trăm mặt trời - chiếu sáng mạnh mẽ, tiếp xúc với bạn và lập tức xua tan bóng tối. Giống như một đóa hoa đẹp nở hoa khi được ánh sáng mặt trời tiếp xúc, toàn thân và tâm bạn nở hoa với ánh sáng hoan hỷ.

Ánh sáng ấm áp tràn ngập toàn thân bạn, thấm vào từng tế bào xuống đến tận nguyên tử. Bạn cũng có thể tưởng tượng một trong những tế bào là toàn thể vũ trụ được tràn ngập bởi ánh sáng. Tế bào này sáng lấp lánh hay chiếu ra những tia sáng nhiều màu sắc. Hoặc ánh sáng chữa lành chuyển hóa tế bào thành một số hình ảnh đẹp đẽ hay những khuôn mẫu mà bạn tự lựa chọn.

Sau đó, hình dung ánh sáng chiếu vượt ra ngoài cơ thể bạn làm sáng lên toàn thể thế giới. Hãy cảm nhận tính chất của ánh sáng chữa lành - không phải vật chất, tinh tế, rực rỡ, tỏa khắp, mềm mại, vô biên. Ánh sáng không phải là cứng đặc nên không có gì để bám víu. Không gì có thể gây ra áp lực hay căng thẳng. Tất cả mọi sự đều là ánh sáng và phi vật chất.

Hãy tin tưởng chắc chắn rằng sự u ám của phiền muộn hoàn toàn biến mất vĩnh viễn và một ánh sáng tuyệt diệu, đem lại sức khỏe tràn ngập toàn thể hiện hữu. Bạn, thế giới và ánh sáng trở thành một. Hãy vui thích ghi nhớ điều này. Có những khoảng nghỉ ngắn, lặp lại thực tập này nhiều lần, cuối cùng buông lỏng trong điều gì bạn cảm nhận mà không cần những hình ảnh.

Bạn có thể trải rộng thực tập này trong cuộc sống hằng ngày. Khi bật đèn hãy thấy ánh sáng của mặt trời, mặt trăng; hãy thấy ánh sáng tràn ngập bóng tối và đem lại sức mạnh chữa bệnh.

3. *Làm khô đi những giọt nước mắt phiền muộn*

Nếu bạn có thói quen cảm thấy lạnh hay ớn lạnh, một sự không may nhẹ nhất hay một trạng thái xấu có thể gây ra cảm giác làm toàn thân bạn giống như bị ướt đẫm trong nước mắt của sự buồn rầu.

Những vấn đề của hệ tuần hoàn, thiếu tập luyện, và chế độ ăn uống hay sự mất cân bằng hóa chất cũng có thể làm chúng ta cảm thấy lạnh. Và những vấn đề tại nơi làm việc, hay những mối liên hệ của chúng ta hoặc ngay cả những việc bình thường như thời tiết cũng có thể làm chúng ta thấy lạnh. Vì vậy chúng ta cần nhận ra những nguyên nhân đó và cần ứng xử với chúng một cách thực tế.

Tuy nhiên, chúng ta cũng phải nhận ra rằng tâm thức ta là nguyên nhân lớn nhất của phiền muộn, và việc biểu lộ cảm giác lạnh của thân thể là sự phản ảnh của tâm thức chúng ta. Và nó cũng giúp chúng ta phát triển một thái độ rộng mở, vô tư lự ngay khi đối diện với khó khăn, và thiền định trong một cách đem lại sự ấm áp nhiệt thành.

Hãy bình thản cảm nhận nỗi buồn và quán tưởng nỗi buồn trong bạn như bóng tối, hay những đám mây ướt đẫm nước mắt. Ở bên trên và phía trước bạn, hãy quán tưởng nguồn sức mạnh như là trung tâm và tinh túy của sức nóng đem lại sự sống. Bạn phải quán tưởng rằng nguồn lực chuyển hóa thành một trái cầu ánh sáng và sức nóng màu cam và như mặt trời hoặc có thể là một bổn tôn.

Dần dần quán tưởng những tia sáng từ hình ảnh đó chạm đến đầu của bạn. Hãy thấy và cảm nhận sức nóng và ánh sáng rực rỡ. Hãy cảm thấy rằng sự lạnh lẽo, bóng tối và nước mắt dần dần bốc hơi, giống như khăn ướt được mặt trời làm khô.

Hãy tập luyện bài tập này từng giai đoạn một cho mỗi phần của cơ thể bạn từ đầu cho đến ngón chân. Sau đó, quán tưởng sự ấm áp, ánh sáng, và cảm giác hài lòng đầy tràn trong toàn thân thể bạn, và rồi ánh sáng từ bạn chiếu ra và lập tức sưởi ấm môi trường quanh hay thậm chí toàn thể vũ trụ. Lặp đi lặp lại cách thiền định này. Chấm dứt với một cảm nhận rộng mở rỗng rang.

4. *Xua tan ảo tưởng của sợ hãi*

Khi bạn sợ hãi, hãy quán tưởng nỗi sợ và nghi ngờ như một màn sương hay bóng tối tạm thời trong thân bạn. Hãy cảm thấy màn sương mù này. Sau đó quán tưởng một tia sáng ban phước rực rỡ mạnh mẽ từ nguồn ánh sáng sức mạnh của bạn chạm vào khối sương mù và hoàn toàn loại bỏ chúng khỏi thân bạn. Toàn thân bạn được tràn ngập với ánh sáng chữa bệnh. An trụ trong sức mạnh và sự ấm áp này.

Bạn cũng có thể quán tưởng trước mặt một đấng thiêng liêng đầy thần lực ở dạng an bình hay phẫn nộ, tùy bạn lựa chọn. Trong con mắt tâm của bạn, hãy nhìn thẳng vào vị nam hay nữ ấy, thấy và cảm nhận sức mạnh lạ thường của ngài chiếu ra rực rỡ. Rồi cầu nguyện và xin vị thần ban sức mạnh, hoặc hình dung rằng vị thần chuyển thành ánh sáng rực rỡ và hòa nhập vào bạn. Bây giờ, hãy cảm nhận cái gì là không sợ hãi. Rồi tưởng tượng rằng bạn có thể di chuyển tự do khắp thế giới hay bất cứ đâu trong vũ trụ, không còn bất cứ một dấu vết nào của sợ hãi.

Lặp lại sự thực tập, ở yên trong bất cứ cảm nhận được ban truyền sức mạnh (quán đảnh) của an tĩnh và hư không mà sự thiền định này đem lại cho bạn.

5. Khai thông những ảo tượng lo lắng

Cho dù chúng ta hạnh phúc hay khỏe mạnh, chúng ta vẫn chứa chấp sợ hãi hay lo lắng trong những chiều sâu của tâm thức và lòng mình. Nếu chúng ta không chuyển hóa những cảm xúc này, chúng có thể xuất hiện mạnh mẽ khi cơ hội khởi lên.

Nếu bạn sử dụng một ít thời gian yên lặng nhìn vào trong mình bạn có thể nhận ra một số lo lắng hay sợ hãi quen thuộc. Trong một cách thân thiện hãy mời mọc chúng biểu hiện. Hãy cảm nhận bất cứ cảm xúc khó chịu nào khởi lên, và chú ý nếu chúng có vẻ như đến từ một phần đặc biệt của cơ thể. Hãy quán tưởng một hình ảnh nào thích hợp cho sự lo lắng của bạn.

Có lẽ nỗi lo lắng giống như một ánh sáng tối tăm đến từ một hang động. Hãy hình dung ánh sáng tối tăm lạ lùng này bị che phủ hay bằng cách nào đó bị "kẹt" bên trong bạn, bây giờ không cần cố gắng, hãy mở và chiếu sáng ra ngoài. Mọi tối tăm hoàn toàn biến mất khỏi thân bạn.

Bạn cũng có thể thấy nguồn sức mạnh của mình như chạm xúc hay hòa tan vào nơi bóng tối bị che phủ. Hãy cảm nhận và tin tưởng rằng thói quen lo nghĩ đã biến mất, và bất cứ sự lo lắng nào đều bị nhổ bật rễ khỏi tầm nhìn vĩnh viễn. Bạn cũng có thể tự nhủ "Tôi không có lo nghĩ! Thật là tuyệt khi cảm thấy tự do như thế này." Hãy thưởng thức cảm giác nhẹ nhàng của tâm và thân thoát khỏi lo nghĩ.

6. Phá vỡ lớp vỏ tự bảo vệ của sự nhạy cảm

Nếu vì sự thiếu tự tin mà chúng ta để thói quen nhạy cảm với cảm xúc phát triển, cuối cùng ta sẽ kinh nghiệm hầu hết những hoàn cảnh như một nguồn của sợ hãi, nguy hiểm và đau khổ.

Để chữa lành đặc tính nhạy cảm tâm thức, chúng ta cần phải phá vỡ thói quen của sự tự giới hạn, siết chặt, và sự dễ bị thương tổn của lớp vỏ bảo vệ của mình.

Trước tiên, hãy nhận ra và chấp nhận những cảm giác nhạy cảm của mình. Bấy giờ, không ở trong những nghi ngờ và sợ hãi, tưởng tượng bạn là một hình thể vi tế - không có chất thể, trong suốt và rỗng rang. Bạn có thể nghĩ mình hình thành bởi ánh sáng, hay phi vật chất giống như một hình bóng phản chiếu trong gương. Hãy cảm thấy bạn chẳng có gì cần phải bảo vệ. Không gì có thể nắm giữ hay làm thương tổn bạn, và tất cả sự gây hại đi xuyên qua bạn và biến mất. Khi bạn thiền định về điều này, hãy tin tưởng rằng mọi cảm giác thương tổn, nhạy cảm và tự bám víu đã biến mất.

Không cần phải lo nghĩ quá nhiều về sự vững chắc, buộc chặt của "*cái ta*", bây giờ bạn có thể thoải mái và tận hưởng đời sống. Bạn có thể hoàn toàn hiện diện với bất cứ điều gì mỗi khoảnh khắc đem lại, và ứng xử với sự tự tin, nhiệt thành với những người mà bạn gặp.

Vào cuối bài tập bạn có thể khơi lên nguồn sức mạnh và cảm thấy được tràn đầy ánh sáng chữa bệnh. Năng lực của nguồn sức mạnh có thể đem lại cho bạn sự phục hồi mạnh mẽ và rộng mở tâm thức.

7. Làm bình lặng thái độ tự chỉ trích

Tội lỗi không phải bao giờ cũng là điều xấu. Nếu chúng ta kiêu mạn, một cảm thức lành mạnh về tội lỗi có thể làm giảm bớt tính ích kỷ và ngăn ngừa chúng ta lặp lại lỗi lầm. Tuy vậy, một số người trong chúng ta lại tự phê bình mình thái quá. Chúng ta chấp chặt vào sự phạm tội và đánh mất cơ hội để hạnh phúc và thỏa mãn.

Không nên cảm thấy mặc cảm phạm tội vì tội lỗi của mình. Điều này chỉ làm bạn lạnh lùng và khắt khe. Hãy vui lòng đối với tội lỗi của mình, vì khiêm tốn là sự tích cực. Bất cứ quan điểm tích cực nào đều có thể tự động trở thành sự cảm hứng và chữa lành, ngay trong khoảnh khắc chúng ta bắt đầu chuyển đổi thái độ. Vì thế hãy xem sự tự phê bình của bạn như một nguồn của sự nồng ấm. Trong tâm bạn, hãy bao bọc nó với cảm nhận về khoảng không và sự an ủi.

Sau đó buông đi tội lỗi như một gánh nặng không cần thiết. Hãy cảm nhận dường như nó không có sức nặng nào cả và hãy để cho nó bị cuốn đi giống như một lông chim trong cơn gió nhẹ.

Thiền quán về ánh sáng, như được mô tả trong những bài tập khác, cũng có thể có ích. Hãy quán tưởng sự tự phê bình hay tội lỗi như bóng đêm, mây đen hay sương mù. Hãy hình dung những tia sáng rực rỡ đến từ nguồn sức mạnh của bạn, chạm vào với tội lỗi, sưởi ấm nó, cảm thấy nó không có chất thể. Ánh sáng tràn đầy thân bạn, tiếp xúc với lòng và tâm thức, xua tan tất cả bóng tối. Không có tội lỗi, giờ đây chúng ta có thể cảm nhận niềm vui, ánh sáng và sự ấm áp. Hãy cho bạn buông xả trong bất kỳ cảm giác tích cực nào khởi lên. Hãy lặp lại thực tập này nhiều lần, cuối cùng thiền định trong một cách rộng mở.

8. *Tập trung tâm tán loạn*

Khi tâm thức quá nhạy cảm và tự thu mình lại, chúng ta thiền định để mở rộng ra. Trái lại, với một tâm vô mục đích và không kiểm soát chúng ta cần phải phát triển sự tập trung.

Nếu tâm trí bạn lộn xộn hay tán loạn như chiếc lá trong cơn gió, hãy thực hành một trong những bài tập sau.

Hãy quán tưởng thân bạn to lớn và nặng như một núi bằng vàng, bạc hay thủy tinh. Quán tưởng nó cố định và không thể di chuyển được. Cảm nhận tính chất sức nặng không thay đổi và không thể lay chuyển của cơ thể và nền tảng của nó. Hãy để thân và tâm bạn cảm thấy sức nặng. Lặp lại bài tập này và nghỉ ngơi trong cảm giác về sức nặng.

Hoặc quán tưởng một tượng Phật to lớn như một núi vàng. Quán tưởng sức nặng, sự cứng rắn, sức mạnh và không thể di chuyển của tượng. Lặp lại bài tập và nghỉ ngơi trong cảm giác của sức mạnh và vững chắc.

Tỉnh thức trong cuộc sống hằng ngày cũng làm chúng ta tập trung và vững chắc. Ví dụ, nếu bạn đang đọc sách, hãy tạo thói quen tập trung vào mỗi chữ và ý nghĩa của nó, không suy nghĩ gì khác. Khi bạn không làm gì, sự tập trung vào hơi thở rất có hiệu quả.

9. Ổn định những năng lực trôi nổi

Một cách khác để ổn định năng lực phân tán là quán tưởng ánh sáng tạo sự vững chắc. Khi tư tưởng và cảm xúc không ổn định, hãy quán tưởng sức nặng của ánh sáng từ nguồn năng lực xuống toàn thân bạn. Từ đầu tới chân, cảm nhận sức mạnh vững chắc của ánh sáng này. Khi vào lòng bàn chân, nó làm cho bạn vững vàng trên mặt đất. Bạn đang đứng chân trần trên một đồng cỏ xanh đầy sức sống, với sự sống rực rỡ và ấm áp. Tập trung cảm giác vào hai lòng bàn chân tiếp xúc với mặt đất màu mỡ, phong phú và giàu có. Cảm thấy sự bồn chồn không yên của bạn đã mất. An trú trong cảm giác thoải mái của sự an toàn và vững chắc khi bạn đứng ở nơi đẹp đẽ này. Hãy trở thành một với cảm nhận đó.

Và đây là một phương pháp đơn giản nếu bạn bị quấy rầy bởi những cảm giác trôi nổi, những tư tưởng lộn xộn hay lo lắng. Hãy tập trung sự chú ý vào lòng bàn chân tiếp xúc với mặt đất. Cũng vậy, việc chà xát nhẹ nhàng lòng bàn chân một cách buông lỏng với tâm thức thoải mái có thể giúp bạn trở lại với thân thể mình và ổn định.

10. Xoa dịu những ký ức tiêu cực

Nếu bạn bị rối loạn bởi một ký ức dai dẳng gây nhức nhối trong lòng, chẳng hạn như một việc không hay xảy ra trong công việc, thoạt tiên hãy hình dung trong tâm thức bạn một hình ảnh, tình trạng hay những người liên quan mà không có sự phê phán hay đối kháng. Điều đó có thể giúp bạn quán tưởng và cảm thấy rằng ký ức đó là sương mù, đám mây, khói, hay ánh lửa trong cơ thể bạn. Tịnh hóa ký ức với một năng lực chữa lành thích hợp như ánh sáng, gió hay cam lồ êm dịu. Kéo dài càng lâu trong cảm giác dễ chịu nếu bạn thích. Cảm nhận rằng ký ức đã được làm bình lặng, bạn không còn phải đau khổ bị châm chích ngay cả nếu bạn nhớ lại việc đã xảy ra. Tùy theo khả năng, hãy an trú và hạnh phúc trong cảm giác tự do càng lâu càng tốt.

11. Cắt đứt trói buộc của những liên hệ khó chịu

Nếu bạn cảm thấy mình bị những cảm xúc làm bầm giập hoặc sợ hãi vì một mối liên hệ xấu hay ký ức về nó, qua thiền định có thể giúp bạn cắt đứt sự trói buộc với những điều đó. Những bài tập dưới đây cũng có thể giải thoát sự ràng buộc của bạn với những tương quan phụ thuộc thái quá khiến bạn cảm thấy quá yếu đến độ không thể tự mình đứng vững.

Vấn đề khó khăn hay ký ức có thể dính dáng với một ai đó trong công việc, hoặc một người yêu hay người bạn đời trước kia. Gợi lên những cảm giác tiêu cực và quán tưởng người đó cách một khoảng trước bạn, lôi kéo bạn và trói buộc bạn bằng một sợi dây. Bạn không còn sức mạnh để ở yên, bạn bị giằng xé dữ dội.

Sau đó, hãy cầu nguyện từ giữa trái tim mình, đến nguồn sức mạnh để được giải thoát. Hãy quán tưởng nguồn năng lực này một cách rõ ràng, và tưởng tượng nó phóng ra ánh sáng ban phước giống như tia *laser* sắc bén nhắm trực tiếp vào sợi dây. Do sự xúc chạm, ánh sáng không những cắt đứt mà còn đốt cháy toàn bộ sợi dây không còn sót lại vết tích nào giống như giấy bị lửa đốt cháy.

Hoặc tưởng tượng mình bị xô đẩy lôi kéo bởi một sợi xích. Khi ánh sáng ban phước tiếp xúc với xiềng xích, nó sẽ được tháo gỡ khỏi bàn tay người mà bạn lệ thuộc, giống như sắt bị lực hút mạnh mẽ của nam châm. Sau đó quán tưởng xiềng xích tan chảy thành ánh sáng mềm dịu và hạnh phúc.

Trong những quán tưởng đó, hãy tận hưởng niềm thoải mái lớn lao của sự tự do thoát khỏi những tương quan có hại. Hãy cảm nhận sức mạnh bên trong của chính bạn. Nếu bạn thích, hãy thoải mái trong cảm giác tích cực càng lâu càng tốt.

Nếu bạn phải tiếp tục gặp gỡ hay làm việc với người có vẻ như gây ra những khó khăn cho mình, bài tập này vẫn rất hiệu quả. Bạn có thể phá vỡ sự nô lệ vào những cảm xúc tiêu cực để tự do, hay ít nhất cũng bớt bị chúng gây phiền nhiễu. Nếu bạn hoan hỷ hơn và ít xem vấn đề là trầm trọng, hoàn cảnh bên ngoài có thể sẽ bắt đầu cải thiện.

12. Liên kết với những người khác trong ánh sáng của sự chữa lành và tình thương

Chúng ta có thể bị lôi kéo vào những cảm xúc gây tổn hại như thù hận hay khao khát muốn trấn áp người khác nếu chúng ta ở trong cảm nhận rằng người này độc ác hay không tốt với ta. Thay vì nuôi dưỡng sự chán ghét hay giận dữ, hãy cố gắng nhìn thấy bản chất kẻ thù của bạn là tốt đẹp, cho dù bạn không nghĩ người ấy thật sự như vậy.

Trong đạo Phật, người tử tế và hiền từ nhất có thể tưởng tượng ra là "người mẹ". Hãy tưởng tượng kẻ thù của mình như là một "người mẹ" đã lạc đường. Người tốt này đã bị mù quáng bởi vô minh và bệnh tật, là nạn nhân bị hành hạ bởi chính những phiền não của họ. Người ấy đang gây nguy hiểm cho hạnh phúc của chính mình bằng việc tạo ra cõi địa ngục. Nếu bạn có thể thực hành từ bi và nhẫn nhục, tâm bạn sẽ trở nên mạnh mẽ và kiên cố hơn. Vì vậy, chính người này cho bạn một cơ hội hết sức quý giá. Người ấy như một ông chủ tặng thưởng cho bạn vì làm việc giỏi. Ở một mức độ nào đó, người ấy độc ác với bạn và gây nguy hiểm cho chính hạnh phúc tâm linh của y, nhưng bạn phải biết ơn người ấy vì đã cho bạn cơ hội thực hành buông bỏ *bản ngã* và tạo nên tiến hóa tâm linh thật sự.

Sau khi phát sinh được những cảm giác từ bi này, hãy quán tưởng những đám mây của ánh sáng trắng chữa lành và nồng ấm phát ra từ thân bạn và xúc chạm với kẻ thù. Chỉ bằng sự xúc chạm với ánh sáng mà thân thể, tâm hồn và trí óc người ấy đều ngập tràn hạnh phúc. Người ấy được sự an bình và hạnh phúc lạ thường mà chưa bao giờ y nghĩ đến. Hãy để cho người ấy nghỉ ngơi và hân thưởng cảm giác này. Sau đó hãy cảm nhận sự nồng ấm của lòng từ bi chiếu ra tới những người khác, và thậm chí thấm đẫm toàn vũ trụ.

Bạn cũng có thể quán tưởng rằng ánh sáng từ nguồn sức mạnh của bạn chiếu ra chạm đến kẻ thù và chính bạn, và cả hai hòa tan vào một thân bằng ánh sáng.

Nếu bạn có thể thiền định theo cách từ bi này, sẽ dễ dàng hơn để làm dịu đi những khổ đau và bạn trở nên thư giãn hơn trong sự liên hệ với người khác. Khi bạn bình an, bạn có thể ứng xử với những khó khăn thật sự trong cách thiết thực không thiên chấp, mù quáng bởi những cảm xúc tiêu cực. Sức mạnh của lòng từ bi sẽ cải thiện mối quan hệ của bạn và làm phát sinh năng lực an bình, hạnh phúc trong cả bạn và người bạn quan hệ.

13. Tịnh hóa những giấc mơ dữ dội

Những giấc mơ xấu là cách tự nhiên để giải thoát năng lượng tinh thần, vậy chúng ta không cần bận tâm về chúng - những giấc mơ ấy có thể là thú vị hơn là đáng sợ. Tuy nhiên, nếu chúng ta phải chịu đựng những cơn ác mộng căng thẳng đeo đuổi và quấy rối, ta có thể tịnh hóa chúng bằng cách cởi mở chúng trong thiền định những lúc tỉnh thức hoặc ngay cả trong giấc ngủ nếu ta có công phu cao.

Chúng ta phải tự nhắc nhở rằng bất cứ cơn ác mộng nào cũng là một sáng tạo vô hại của tâm. Cũng vậy, ánh sáng chữa bệnh có thể làm an lặng bất cứ hình ảnh quấy rối nào.

Ví dụ, nếu bạn thường nằm mơ bị bỏ tù, hãy dùng ánh sáng chữa bệnh từ nguồn sức mạnh chạm đến hình ảnh trong giấc mơ; hãy thấy và cảm nhận tù ngục biến mất.

Hoặc trong những giấc mơ bạn liên tục bị một vật gì đó đuổi bắt, cuối cùng khi bạn cảm thấy sẵn sàng đối mặt với nó, bạn có thể ngừng lại và cứ để cho nó bắt được. Đừng giận dữ cũng đừng sợ sệt, chỉ dùng ánh sáng chữa lành xúc chạm và chuyển hóa nó thành những hình ảnh an bình và hoan hỷ. Trước mắt bạn nó có thể chuyển thành một hình ảnh an bình!

14. Xoa dịu những triệu chứng rối loạn thần kinh

Một số người bị xáo trộn vì những ảo giác, điềm báo hay những cảm nhận về một tính cách huyền bí hoặc những triệu chứng thần kinh nghiêm trọng. Những lúc không ngủ của họ vẫn luôn giống như trong cơn ác mộng khủng khiếp.

Cũng như chúng ta dịu dàng với những giấc mơ xấu ám ảnh giấc ngủ, sự dịu dàng là thích hợp với những xáo trộn loạn thần.

Với những rối loạn này, chúng ta không nên sợ sệt, phải tìm kiếm sự giúp đỡ và hỗ trợ từ bạn bè hay những sự cố vấn khôn ngoan nếu cần thiết. Những thiền quán chữa bệnh cũng có thể giúp đỡ tịnh hóa những nguyên nhân tiềm ẩn.

Chúng ta có thể dùng trí tuệ để nhận biết rằng kinh nghiệm rối loạn này là giả - chỉ là những bịa đặt hay phóng ảnh của tâm thức - ngay cả từ quan điểm của chân lý quy ước. Điều này tự thân nó cũng có thể xoa dịu những đau khổ của ta.

Chúng ta cũng có thể thấy khổ não là tích cực, vì nó chỉ cho ta thấy cần phải giải thoát và chữa lành những đau khổ nằm ở dưới sâu. Những triệu chứng loạn thần kinh là kết quả của tâm thức cố gắng bám chấp để bảo vệ một vết thương tình cảm hay tâm linh sâu hơn, cũng giống như sự co cơ gây đau đớn là một phản xạ để bảo vệ quanh vùng bị chấn thương hay căng cứng ở phần lưng. Sự khủng hoảng tinh thần cho ta cơ hội để chữa bệnh một cách sâu hơn. Cuối cùng chúng ta được khỏe mạnh và hạnh phúc hơn trước.

Hãy để cho triệu chứng riêng biệt và những nhu cầu nhất thời hướng dẫn. Nếu có thể, hãy dùng bất cứ sự luyện tập nào đã được diễn tả phù hợp với những triệu chứng của bạn. Ví dụ, nếu bạn cảm thấy bị mắc kẹt, thiền định về ánh sáng sẽ có ích.

Nếu bạn cảm thấy vui buồn thất thường và không kềm chế được, hãy nghỉ ngơi một cách yên tĩnh và tỉnh thức với cảm giác thoải mái đang hiện diện trong cơ thể bạn. Bất cứ cách thiền định nào giúp chúng ta bình an và ổn định đều tốt cả.

Nếu bạn bị rối loạn quá, hãy bình tĩnh nghỉ ngơi trong sự nhận biết rằng rối loạn sẽ qua đi với sự nghỉ ngơi và chữa lành. Thậm chí trong tình trạng tâm thức này, bạn có thể tìm sự thoải mái trong một bức tranh hay quyển sách gây cảm hứng. Nhẹ nhàng hướng sự chú tâm của bạn vào từng chữ một trong một lúc, ngay cả chỉ cần đọc một đoạn hay một câu cũng đủ.

Nếu bạn cảm thấy bị đè nặng hay tê liệt bởi những triệu chứng thần kinh kích động, hãy quán tưởng những cảm giác đó ở dạng một sức nặng khổng lồ. Sau đó đặt chúng sang một bên và có thể đi dạo hay thăm bạn hữu.

Đôi khi, đơn giản sống với những cảm nhận theo cách buông lỏng lại là tốt nhất, đi theo dòng cảm xúc với hiểu biết và tin tưởng rằng bạn có thể vượt ra khỏi cơn bão phiền não. Hãy nghỉ ngơi và bình lặng. Hãy luôn luôn có thái độ chăm sóc đối với hạnh phúc của bạn.

15. *Dập tắt ngọn lửa phiền não*

Nếu bạn kinh nghiệm một cảm xúc tràn ngập cao độ như thèm khát, giận dữ hay ghen ghét, hãy tạo khoảng cách với cảm xúc, nếu cần thiết hãy làm mình bình an với hai hơi thở buông xả. Hãy nhận biết sự tấn công và hấp dẫn của cảm xúc mà không bị choáng ngợp. Bây giờ hãy quán tưởng cảm xúc trong thân bạn như một ngọn lửa xanh. Cảm nhận cảm giác châm chích của ngọn lửa này.

Sau đó tập trung sự tin tưởng mạnh mẽ rằng bạn phải bảo vệ hạnh phúc của mình. Hãy cầu nguyện sức mạnh từ nguồn năng lực của mình. Hãy tưởng tượng dòng cam lồ chữa bệnh mát mẻ xuống từ nguồn năng lực vào trong cơ thể bạn, tràn đầy từ đầu đến chân và dập tắt ngọn lửa hủy hoại. Hãy tưởng tượng bất cứ cảm giác dễ chịu, chữa lành nào có thể giúp bạn như sự mát mẻ hay cảm giác hài lòng của sự thoải mái và êm dịu. Cảm nhận và tin tưởng rằng ngọn lửa đã ra đi. Hãy vui mừng rằng ngay khoảnh khắc này bạn hoàn toàn giải thoát khỏi cảm xúc hủy diệt. Kéo dài cảm giác rộng mở này trong vài phút hoặc lâu hơn nếu bạn thích. Nếu có thể được, đem sự tĩnh lặng vào một hoạt động, nó sẽ vận dụng sự chú tâm của bạn và khôi phục lại sự vui thích, mạnh khỏe và thoải mái.

16. *Tịnh hóa những tham dục và những độc hại thuộc cảm xúc*

Có một cách thiền định khác dành cho những phiền não mạnh mẽ, đặc biệt nếu chúng có vẻ như bụi đất hay cứng rắn, đó là quán tưởng chúng dơ bẩn và không thanh tịnh trong cơ thể. Hãy cảm thấy những cảm xúc này giống như chất độc, nếu bám vào có thể gây bệnh. Thiết lập sự tiếp xúc vững chắc trong tâm thức với nguồn năng lực, kêu gọi hay cầu nguyện giúp đỡ. Sau đó quán tưởng rằng từ nguồn năng lực có một ngọn lửa chữa lành to lớn, biểu tượng của trí huệ đến với bạn. Hình dung nó như một ngọn lửa trại mạnh mẽ nhưng hiền hòa. Chỉ việc chạm vào tất cả cảm xúc dơ bẩn trong hệ thống của bạn bị đốt thành tro. Sau đó, một dòng nước chữa lành, tượng trưng từ bi chảy vào trong bạn, rửa sạch tất cả những tro tàn cảm xúc nhiễm ô. Cuối cùng, một cơn gió ban phước mạnh mẽ biểu tượng năng lực, thổi bay đi tất cả những gì bất tịnh, không để lại một dấu vết nào. Hãy kinh nghiệm trạng thái không có những cảm xúc tiêu cực.

Hãy tin tưởng rằng những năng lực chữa lành có thể xoa dịu mọi cảm xúc căng thẳng. Nghỉ ngơi với cảm giác thoải mái và tự do trong tâm và thân.

Bạn có thể đem bài tập thiền định này vào trong đời sống hằng ngày bằng sự quán tưởng rằng những phiền não của bạn được chữa lành bất cứ khi nào bạn nhìn thấy hay tiếp xúc với bất kỳ biểu hiện nào của lửa, sức nóng, nước hay gió.

17. *Thoát khỏi phiền não với hơi thở*

Trong tất cả những cách chữa bệnh, đôi khi chúng ta có thể quên đi nguồn cung cấp lúc nào cũng sẵn sàng để chúng ta dùng, đó là hơi thở. Khả năng quán tưởng những hình ảnh tích cực là một công cụ rất mạnh mẽ. Tuy nhiên, một số người lại muốn thoát khỏi căng thẳng theo một cách khác, tùy theo nhu cầu của họ.

Có lẽ bạn đã mệt mỏi vì đọc tất cả những lời hướng dẫn trong sách này, và đòi hỏi một cách nào đó thật dễ dàng? Vậy thì đây là một bài tập rất đơn giản và hiệu quả.

Nếu bạn đang chịu sức ép của bất cứ loại căng thẳng hay cảm xúc khó khăn nào, hãy đem tỉnh giác vào hơi thở, và đặc biệt là hơi thở ra. Hãy để hơi thở ra vào thư thả, trong lúc đó theo sát hơi thở ra. Tự để mình buông lỏng trong hơi thở ra. Bạn có thể thấy rằng hơi thở ra trở nên rất thư giãn và dài, nhưng dù nó thế nào, bạn chỉ cần đơn giản tỉnh giác có mặt với nó. An trú với điều này càng lâu nếu bạn cần. Đây là một chữa lành rất đơn giản mà bất cứ ai cũng có thể làm.

CHỮA LÀNH QUA ÂM THANH

Quán tưởng và tham thiền về hơi thở là hai phương tiện thiện xảo của sự chữa lành. Một phương tiện khác là giọng nói của chúng ta.

Thông qua lịch sử, những tôn giáo đã sử dụng âm thanh như một diễn đạt quang vinh của tâm linh. Cũng vậy, trong văn minh thế gian, âm nhạc và lời hát dường như khởi lên tự nhiên như một sự tán dương của nhân loại.

Một số âm thanh tự nhiên làm chúng ta cảm thấy thoải mái và rộng mở. Những ca sĩ quen thuộc với lý thuyết âm nhạc nhận thức những khả năng làm cho vui tươi bằng cách (dùng) những nguyên âm "*hồ hởi*" được phát âm là "*ah*", "*ee*", "*ay*" (như trong *may*), "*oh*" và "*oo*". Tôi cũng từng nói rằng những bản nhạc của truyền thống nhà hát *Broadway* được viết để cho ca sĩ đơn ca luôn chấm dứt với một từ nằm trong bất cứ âm thanh nào kể trên. Ca sĩ có thể giữ nốt cuối với một cổ họng mở rộng và thoải mái, âm thanh bay vút lên và sự giải thoát mang màu sắc tình cảm từ đó làm cho mọi người cảm thấy hạnh phúc.

Chúng ta có thể đem âm thanh chữa bệnh vào thiền định và cuộc sống hằng ngày của chúng ta. Ca hát là việc đơn giản tất cả chúng ta ai cũng làm được, nhưng khi làm với sự chú tâm nó có thể trở thành cách chữa bệnh phong phú. Đạo Phật khuyên thực hành những chữ, những âm thanh nào đó, mặc dù bạn có thể cảm thấy thích hợp hơn để hát hay cầu nguyện với những âm thanh có ý nghĩa hơn với bạn, như bất cứ tên nào về Thượng Đế theo truyền thống của bạn, hay một chữ như *amen*, *shalom* (tiếng Do Thái là "*bình* an"), *peace* hay OM AH HUNG.

1. Tạo êm dịu qua âm thanh của sự rộng mở rỗng rang

Trong kinh điển Phật giáo, âm AH được xem là nguồn gốc của tất cả lời nói và âm thanh - nguồn của sự rỗng rang. Việc hát lên nhẹ nhàng âm thanh này là một sự thiền định xoa dịu, mở rộng lòng mình.

Hãy để cho âm thanh phát ra ngoài một cách tự nhiên với hơi thở và ngưng lại khi cần. Thưởng thức âm thanh của giọng mình, và tưởng tượng rằng toàn thế giới tràn đầy âm thanh an bình. Sau đó, tưởng tượng rằng âm thanh vang khắp truyền đến bạn một thông điệp mạnh mẽ này: "Mọi cảm giác bất toàn, mọi tội lỗi, mọi năng lực tiêu cực trong bạn đã hoàn toàn được tịnh hóa! Bây giờ, bạn thuần khiết, mạnh khỏe và hoàn thiện! Hãy tri ân và vui thích." Hãy cảm nhận rằng âm thanh khơi dậy lập tức một cảm giác mạnh mẽ ấm áp và chữa lành, và thư giãn trong kinh nghiệm đó. Bấy giờ hãy hòa nhập bạn với sự ca hát của bạn trong một lúc. Đơn giản hãy là một với âm thanh.

Bạn cũng có thể chữa lành những thương tổn gây ra bởi những lời nói tiêu cực. Nếu bạn cảm thấy tội lỗi hay giận dữ với ai đó, chẳng hạn như cha bạn, hãy quán tưởng rằng bạn nghe giọng của cha mình lặp đi lặp lại với âm thanh tích cực, nhân từ và trung thực như: "Cha rất hạnh phúc và vui lòng có con. Cả hai chúng ta đều có những thiếu sót, mà có ai lại không? Chúng ta hãy tha thứ cho nhau. Này con, bất cứ con là gì, hãy là chính con, cha thương con." Hãy kinh nghiệm một cách bình an ý nghĩa và cảm giác của những lời này. Rồi bằng âm thanh ca hát của bạn, bạn có thể nói với ông: "Cám ơn cha đã nói với con điều cha cảm thấy! Con rất vui mừng khi cha là cha của con! Con thương cha, cha ơi!" Sau đó, hãy cảm nhận tất cả mọi khó khăn giữa bạn và cha mình biến mất giống như sương mù dưới mặt trời mùa hạ, vì vậy bạn cảm thấy an bình và bình thản.

Tình thân thuộc không phải luôn thay đổi trong một sớm một chiều, nhưng nếu thực hành thiền định như vậy một cách toàn tâm toàn ý ta có thể tịnh hóa những bực tức phẫn uất trong ta. Điều này cuối cùng có thể đưa đến một sự cải thiện rất ấn tượng.

Một cách dùng khác của âm thanh là lớn tiếng tự khuyến khích mình. Khi những khó khăn xảy đến, hãy cố gắng tự nói với mình rằng tất cả mọi việc đều hoàn toàn tốt ngay cả sự kiện không hoàn hảo. Hãy lựa chọn những lời thích hợp với nhân cách và những nhu cầu của bạn. Năng lực mạnh mẽ của âm thanh có thể khuếch đại hiệu quả tích cực của những lời nói bình thường hay cầu nguyện.

Một số người trong chúng ta miễn cưỡng khi phải phát

âm. Với những người quá nhạy cảm, âm thanh có thể chỉ là việc giải thoát những cảm giác như sợ hãi và nghi ngờ. Nếu bạn xấu hổ vì những người khác có thể nghe bạn, hãy tìm một nơi hẻo lánh. Khi tôi trưởng thành ở Tây Tạng, các tu sĩ trẻ đã thực hành những bài hát của họ ở bờ sông với những con sóng đang gầm thét. Trong một thành phố bạn có thể tụng đọc hay hát gần một con đường đông đúc, ồn ào, ở đó chẳng ai để ý gì đến bạn. Làm cho ấm lên một cách chậm chạp và với hơi thở ra thư giãn của mình, hãy phát âm to chữ *AH* hay bất cứ âm thanh nào mà bạn cảm thấy tự nhiên. Thật sự buông xả - bạn có quyền tạo ra một tiếng ồn hoan hỷ!

2. Chữa lành qua âm thanh gia trì

Những âm thanh *OM, AH,* và *HUNG* (phát âm *hoong* với âm *h* nhẹ) được xem như những "*chủng tử tự*" của *thân, ngữ, tâm* Phật, bản tánh toàn giác. Vì tính phổ quát của những âm thanh đó mà bất cứ ai cũng có thể được lợi ích từ chúng.

Ba âm tiết này cấu thành một trong những bài tụng mạnh mẽ nhất trong đạo Phật. Chúng thuần khiết và là một mô hình lý tưởng trong bản chất, thoát khỏi mọi tạo tác giả tạo, khái niệm, bám chấp, và cứng nhắc. Vì thế chỉ cần phát âm những âm thanh này cũng đủ cho chúng ta nhiều rộng mở hơn.

Với Phật tử, những âm thanh này cũng hiện thân ý nghĩa đặc biệt trong sự diễn tả về tất cả những phẩm tính của đức Phật. *OM* là sức mạnh bất biến và sự đẹp đẽ của bản tánh chân thật mà chúng ta sẵn có, là thân Phật; *AH* là sự diễn đạt không ngừng và là năng lực khắp cả của thực tại, là pháp âm của Phật; *HUNG* là sự toàn thiện bất động của sự rộng mở rỗng rang nguyên sơ của thực tại, là tâm Phật. Sử dụng lâu dài trong những thực hành chữa bệnh, những âm thanh này được ban phước bởi chư Phật và bậc giác ngộ qua suốt thời gian.

Mỗi âm tiết đại diện cho những phẩm tính chữa lành đặc biệt. Ca tụng chủng tự *OM* đem đến an bình, hỷ lạc, trong sáng, vững chắc, can đảm, kiên cố và sức mạnh; *AH* đem lại năng lực, rỗng rang, mở rộng và xin cho thần lực; *HUNG* là sự kết hợp với giác ngộ, vô tận, tinh túy và nhất thể.

Bạn có thể hát tụng mỗi âm tiết với sự nhấn mạnh bằng nhau. Hoặc nhấn mạnh khác đi và lặp lại một âm tiết tùy theo những phẩm tính chữa bệnh riêng biệt mà bạn cần. Ví dụ:

OOOOOOOOOMMMM   AHHHHHHHHHHHH HUUUUUUUNNNNNGGG

OOOOOOOOOOOOOOOOOOO   MMMMMMM AHHHHH HUUUUNNNGGG

OOOOMM AHHHHHHHHHHHHHHHHHHHHHHHHHHHH   HUUUNNNGGG

OOOOMM AHHHHHHHHHH   HUUUUUUUUUUUUUUUUUUUUNNNNNGGG

CÁC CHỦNG TỰ OM, AH VÀ HUNG TRONG TẠNG NGỮ

Nguồn: http://vastawakening.com

Tuy nhiên, bạn hãy hát theo cách nào mà bạn cảm thấy dễ chịu - trong một giai điệu lên hoặc xuống hay một nốt, lớn tiếng hay thầm lặng, cao hay thấp với một âm thanh dịu dàng hay như sấm sét.

Bạn cũng có thể dùng những âm thanh này để chuyển hóa những tư tưởng, cảm giác và hình ảnh gây khó khăn. Hãy cảm nhận cảm xúc buồn phiền hay đau khổ được chứa trong âm *om* ở dạng đám mây, khói hay sương mù. Khi bạn hát *ah* hãy buông đi vĩnh viễn những vấn đề khó khăn. Với *hung* hãy cảm nhận sự chữa lành của an bình và rộng mở rỗng rang.

Bạn cũng có thể khơi dậy nguồn sức mạnh của mình với những âm tiết này (hay chỉ với riêng một âm AH). Hãy cảm nhận rằng, âm thanh cầu khẩn và phát sinh ra tất cả lực chữa lành trong vũ trụ, và rằng nguồn sức mạnh phát khởi từ âm thanh và bản thân nó là một hiện thân của âm thanh. Hãy thấy và cảm nhận ánh sáng chiếu ấm áp, rực rỡ chiếu ra từ âm thanh và hình ảnh. Ánh sáng dần dần tràn đầy đầu và toàn thân bạn. Trong khi bạn tiếp tục hát, hãy để thời gian tán dương âm thanh và ánh sáng đem lại sự chữa lành cho mọi phần của thân tâm mình.

3. Tịnh hóa những cảm xúc một cách thầm lặng

Bạn cũng có thể trì tụng thầm. Một bài tập được gọi là *"hơi thở ba phần"* gồm việc niệm *"ba chủng tử tự"* hòa hợp với hơi thở. Phương pháp này phát triển sự tập trung và sức mạnh của tâm thức, tịnh hóa những cảm xúc tiêu cực và có thể là một khởi đầu tốt đẹp cho bất cứ sự thiền quán chữa bệnh nào khác.

Trong hơi thở ba phần, niệm thầm *om* khi hít vào. Niệm *ah* khi ngừng thở một lúc cho đến khi hơi thở gần bắt đầu muốn ra. Niệm *hung* trên hơi thở ra. Cảm nhận bạn đang hòa nhập hơi thở với *thân, ngữ, tâm* của chư Phật mọi thời. Nếu bạn cảm thấy thích hợp hơn với cách tiếp cận trần tục, hãy thông cảm những âm này như hiện thân của sức mạnh, sự rộng mở và nhất thể của vũ trụ.

Hãy để cho hơi thở và những âm trôi chảy tự nhiên. Hoàn toàn chú tâm đến điều này sao cho hơi thở, những âm và tâm bạn trở thành một. Cuối cùng, hãy để cho việc niệm thầm tan vào hơi thở thư giãn, buông bỏ những âm và hòa nhập vào sự tĩnh lặng của hơi thở.

Những tiếng ồn ào của đời sống hiện đại đã thu hút chúng ta vào sự phóng dật ồn ào, đưa chúng ta xa rời con người thực của mình. Có thể chúng ta sợ hãi sự yên lặng, giống như trẻ em sợ bóng tối. Bằng việc hoàn toàn hiến mình cho sự hát, tụng, do thân và tâm hợp nhất, ta biết cách thưởng thức âm thanh. Sau đó sẽ trở nên dễ dàng hơn trong việc hoàn toàn thưởng thức sự tĩnh lặng.

9.

CHỮA LÀNH SỰ
RỐI LOẠN THỂ CHẤT

Đạo Phật tin rằng việc mất hài hòa giữa tâm và thân là gốc rễ của bệnh tật. Chữa bệnh qua thiền định tạo ra sự hài hòa về mặt tình cảm và thân xác, giúp giải thoát những chướng ngại tổn hại tiềm tàng và đem lại sức sống xuống tận cấp độ tế bào.

Theo y học cổ truyền Tây Tạng, thân thể là sự kết hợp của những nguyên tố: đất, nước, gió, lửa, cũng như sức nóng và lạnh. Khoa học hiện đại đã cho chúng ta một hình ảnh của thân thể tuyệt diệu và phức tạp, nhưng ngay cả cho tới ngày nay bản đồ truyền thống truyền xuống cho ta từ những kinh điển Phật giáo xa xưa vẫn làm việc như một sự trợ giúp trong việc khai thác tiềm lực bên trong chúng ta.

Chúng ta sẽ đi sâu hơn vào sự nghiên cứu truyền thống y học phương Đông để hiểu tất cả những sự soi chiếu phong phú vào cảm xúc, thân và tâm thức. Tuy nhiên, với mục đích của chúng ta, trọng tâm của vấn đề là thái độ của chúng ta. Mặc dù nó có thể giúp xác định sự đau ốm là thuộc nóng hay lạnh, những người phương Tây thường có ít kinh nghiệm trong sự tiếp cận này.

Bất cứ giải pháp thiền định thật sự nào làm chúng ta cảm thấy dễ chịu và tốt đẹp cũng có thể giúp đỡ ta cả hai khía cạnh tình cảm và thân xác. Bài tập về sự đánh thức năng lực chữa bệnh trong tế bào của chúng ta được mô tả trong chương 7, có thể đặc biệt thích hợp với những khó khăn của thân thể. Chúng ta có thể sử dụng bất cứ bài tập nào để khai thông những năng lượng bị bế tắc. Hoặc vào bất cứ lúc nào, chúng ta có thể đem lại sự tươi mới và thoải mái đơn giản bằng sự thiền quán về nguồn sức mạnh của mình.

Nếu bạn cảm thấy một vấn đề cảm xúc đặc biệt có thể là gốc rễ của những triệu chứng thân thể, bạn có thể thiền định để thoát khỏi nó. Nhưng không cần phải tập trung hay xác định rõ trên một chướng ngại tinh thần riêng biệt cần được chữa lành. Ý định đơn giản buông bỏ những bế tắc cảm xúc tự nó đã là sự lợi ích.

Một sự thiền định thoải mái và rộng mở nhằm vào một vấn đề đặc biệt rõ có thể giải quyết những vấn đề khác và nâng cao tâm linh. Thiền định có thể là tác nhân chữa lành thân xác đầy năng lực. Ngay cả khi chúng ta không thể trục xuất một sự ốm đau thân thể, thiền định có thể giúp tâm trí ta tự do, đó là sự chữa lành quan trọng nhất trong tất cả.

ÁNH SÁNG CHỮA LÀNH NHỮNG BỆNH TẬT THÂN THỂ

Trong Phật giáo Tây Tạng, những quán tưởng ánh sáng là phương tiện phổ thông nhất của việc chữa lành cả bế tắc xúc cảm và bệnh tật thân thể.

Trước khi bắt đầu bất cứ sự quán tưởng nào, hãy tự tạo một không khí tinh thần thư giãn, dù cho sự khỏi hẳn những bế tắc tinh thần hay những đau ốm thân thể như một cái bướu hay bế tắc động mạch. Hãy thở một hơi thở sâu hay theo dõi hơi thở bình lặng trong một lúc.

Nếu sự bế tắc là lạnh hay bạn cảm thấy lạnh, chỉ sau một lúc bạn cảm thấy lạnh lẽo như băng, tê cứng hay ớn lạnh. Bấy giờ hãy tưởng tượng nguồn sức mạnh ở trước bạn và ở trên một chút. Hãy để cho cảm giác tin tưởng thoải mái và mở rộng ra trong sức mạnh chữa lành của tâm bạn được khơi dậy. Bây giờ khơi dậy ánh sáng giống ngọn lửa từ nguồn sức mạnh của bạn. Nếu nguồn sức mạnh của bạn là sự quán tưởng về vị bổn tôn, thì ánh sáng cháy bừng tuôn chảy từ đôi mắt, bàn tay hay thân thể của vị đó.

Ánh sáng hồng ấm áp thấm nhuần chỗ bế tắc. Nếu đó là bế tắc lạnh trong đầu bạn, hãy cảm nhận sự ấm áp và thoải mái khi ánh sáng tiếp xúc vào đó. Hãy tưởng tượng bế tắc như băng giá từ từ tan chảy, hòa tan hoàn toàn vào nước. Dòng nước chầm chậm chảy xuống thân thể, qua cổ họng, ngực, bụng và chân, xuất ra ngoài ở hai lòng bàn chân, móng chân, những cửa bên dưới, hoàn toàn biến mất vào trong lòng đất.

Bạn cũng có thể làm việc với những bế tắc nóng hay lạnh như sau đây. Nếu bệnh tật của bạn liên hệ với sức nóng, hãy quán tưởng ánh sáng trắng mát mẻ đến từ nguồn năng lực của bạn và bao quanh phần trên cơ thể. Nó thu hút tất cả bệnh tật, giống như nam châm hút sắt, thoát ra khỏi đỉnh đầu bạn và hòa tan vào bầu trời. Nếu bệnh tật làm bạn thấy lạnh, hãy quán tưởng ánh sáng đỏ, ấm từ nguồn năng lực của bạn bao quanh vùng bụng và phần dưới cơ thể bạn. Nó thu hút bệnh tật và thoát ra khỏi bạn từ chân và hòa tan vào trong lòng đất.

Nếu sự đau đớn hay tắc nghẽn bạn cảm thấy bén nhọn như mảnh đá, móng tay, dao hay kim châm, thoạt tiên hãy quán tưởng chúng dưới dạng như vậy. Sau đó quán tưởng rằng chỉ cần tiếp xúc với ánh sáng từ nguồn năng lực, sự đau đớn giống như móng tay tạo ra lập tức được rút ra khỏi cơ thể, giống như việc nhanh chóng nhổ một cái gai hay mảnh vụn. Hãy tin tưởng rằng nó hoàn toàn được rút ra và biến mất không để lại dấu vết đau đớn nào. Hãy nghỉ ngơi trong cảm giác an bình, thoải mái và năng lực của sức khỏe tốt.

Nếu bạn có một cái bướu, sau khi tập trung thời gian

ngắn vào vị trí của nó và hình dạng gần giống như nó, bạn có thể quán tưởng ánh sáng giống như tia *laser* rất sáng, sắc bén đến từ nguồn năng lực của bạn. Chỉ cần ánh sáng tiếp xúc sẽ cắt sự tăng trưởng của bướu thành những mảnh vụn để chúng phân rã thành những nguyên tử hợp thành. Những nguyên tử này bị đẩy ra khỏi thân bạn và hòa tan vào lòng đất, hoặc tống ra ngoài theo nước tiểu hay phân.

Nếu động mạch của bạn bị tắc nghẽn vì kết tụ, trước hết hãy cảm nhận chúng và chỗ khu trú của chúng. Sau đó sử dụng sức mạnh ánh sáng chữa bệnh từ nguồn sức mạnh để làm loãng ra, tan chảy, thanh lọc và làm sạch mọi tích chứa gây tổn hại. Hãy cảm nhận lặp đi lặp lại rằng những động mạch đã được mở rộng và khai thông sạch sẽ, dòng máu và sinh lực trôi chảy không có một dấu vết tắc nghẽn.

Thế nên, tùy theo nhu cầu, chúng ta có thể quán tưởng ánh sáng chữa bệnh theo nhiều dạng - như ánh sáng nóng, ấm áp, ánh sáng sắc bén hay ánh sáng mát mẻ. Một số người hình dung những tia sáng giống như cái chổi quét sạch bệnh tật, hay những tia sáng giống như nước rửa sạch những sự không trong sạch của cơ thể.

Hãy dùng phương pháp nào cảm thấy tốt nhất với bạn. Ví dụ, nếu những dây thần kinh hay cơ bắp của bạn bị áp lực hay bóp chặt, hãy làm những bài tập thân thể thông thường thích hợp hay điều trị với cảm nhận rằng ánh sáng ban cho sự ấm áp là ích lợi trong việc mở rộng các đầu nối, giải phóng những áp lực, và chữa lành bất cứ những mô nào bị thương tổn.

NƯỚC CHỮA LÀNH NHỮNG BỆNH TẬT THÂN THỂ

Giống như ánh sáng, nước thường được khuyên dùng như một hình ảnh trong thiền định để đánh thức năng lực chữa lành và tịnh hóa bên trong.

Hãy quán tưởng nước như là một dòng nước thuốc như cam lồ. Từ nguồn sức mạnh của bạn nó chảy xuống qua đầu và tuôn trào xuống toàn thân bạn, xoa dịu và tẩy sạch từng phần, và trong việc đặc biệt phục hồi dòng chảy và sự hài hòa giữa những tế bào bị ảnh hưởng bởi bệnh tật. Hãy cảm nhận và tin tưởng rằng nó tẩy sạch hết những dơ bẩn và giải tan những chất độc. Cơ thể bạn trở nên sạch như một cái chai sạch sẽ và trong suốt.

Lặp lại việc thực tập này nhiều lần; sau đó thấy dòng nước tràn ngập cơ thể. Bạn có thể tưởng tượng nó tràn đầy ngay cả trong các mô và tế bào hồng cầu, đem đến sự tinh khiết và khỏe mạnh. Cuối cùng thư giãn trong những cảm nhận của mình.

Bạn có thể quán tưởng dòng nước thuốc nóng, pha loãng chảy xuống vùng những bế tắc tinh thần hay thân thể như bướu, giống như nước nóng đổ trên băng tuyết. Hoặc nếu bế tắc có cảm giác nóng bỏng hay nhức nhối, quán tưởng một dòng nước cam lồ mát mẻ chầm chậm dập tắt ngọn lửa. Hãy cảm nhận sự mát mẻ của dòng nước khi chảy qua bạn. Cuối cùng, lửa tắt và dòng nước chảy từ từ qua cơ thể, rửa sạch đống tro của bệnh tật, và qua những ngõ ở dưới, lòng bàn chân và ngón chân, tất cả bế tắc bị cuốn trôi vào trong lòng đất. Hãy cảm nhận sự an bình và mát lạnh.

LỬA, KHÔNG KHÍ VÀ ĐẤT ĐỂ CHỮA LÀNH

Mặc dù không nổi bật trong truyền thống chữa bệnh như ánh sáng và nước, những nguyên tố như lửa, không khí, và đất cũng rất hiệu quả tùy theo nhu cầu và cảm nhận riêng của bạn.

Lửa: Những làn sóng lửa chữa bệnh đến với bạn, bao phủ mỗi một tế bào của cơ thể. Ngọn lửa chiếu ra sự ấm áp, mạnh khỏe và hạnh phúc. Nó đốt cháy và thiêu hủy tất cả bệnh tật thân thể liên hệ đến sự lạnh lẽo, không sinh khí hay thiếu năng lực.

Không khí: không khí trong lành thổi tung đi những bệnh tật như suy tuần hoàn và hô hấp, tiêu hóa và tế bào bị nhiễm độc trong cơ thể bạn. Không khí ban phước tịnh hóa và khuếch đại phẩm tính sức khỏe của hơi thở và hệ tuần hoàn đem đến sức khỏe cho mỗi một tế bào của bạn. Bạn có thể quán tưởng cơn gió này giống như âm nhạc đẹp đẽ tuyệt vời trong bạn. Nếu bạn có một máy thu thanh hay máy nghe nhạc bên cạnh giường bệnh, bạn có thể nghe âm thanh thực sự của âm nhạc như thể là những âm thanh bên trong bạn, tạo ra sự thư giãn và sức khỏe.

Đất: Nếu bệnh tật gây ra sự nghi ngờ, sợ hãi hay hoảng loạn, chúng ta có thể tự mình nhắc nhở không những mình có sức mạnh nội tại trong tâm mà còn có khả năng tự phục hồi. Hãy cảm thấy thân thể bạn mạnh khỏe và vững chắc, và để ít thì giờ vui thích với những phẩm tính căn bản giống như đất của nó. Hãy quán tưởng toàn thân bạn giống như đất, không thể lay chuyển được và tự làm mới lại, mặc cho những yếu đuối hay run rẩy của bệnh tật thoáng qua. Hãy mang đến càng nhiều chi tiết nếu bạn thích. Hãy thấy xương, cơ bắp, dây thần kinh, da dẻ và những tố chất của bạn tất cả đều mạnh mẽ. Tưởng tượng đất ở trong bạn, thân thể hay những tế bào vững chắc như quả núi, mạnh khỏe và tái sanh như cây cối, đẹp đẽ như tất cả thiên nhiên.

CHỮA BỆNH VỚI SỰ GIÚP ĐỠ CỦA NGƯỜI KHÁC

Ở Tây Tạng, những vị thầy tâm linh theo truyền thống phục vụ người khác bằng sự chăm sóc sức khỏe của cả tâm và thân. Như những người ban phát sự chữa bệnh thân thể, những vị thầy đã thành tựu dựa trên giáo lý bí truyền của Phật giáo Mật thừa, bao gồm thiền định, tụng niệm thần chú và những vật liệu như thực vật và cây thuốc đã được ban phước.

Đối với đa số những thực hành cao cấp nhất của Phật giáo mật truyền, bạn cần có kinh nghiệm thiền quán mạnh mẽ, một sự quen thuộc với những nguồn *tantra*, và được trao truyền trực tiếp từ một vị thầy đủ uy tín. Tuy nhiên, những giáo lý thông thường trong kinh điển đã nói rõ rằng bất cứ ai cũng có thể được lợi ích từ sự chữa lành qua những nghi lễ được cử hành bởi người khác.

Những người phương Tây tự hào về chủ nghĩa duy lý của họ có thể chối bỏ ý niệm chữa lành chỉ nhờ vào một vị thầy chữa bệnh. Họ có thể nói: "Chuyện này thật hoàn toàn vô nghĩa" hay "Tôi không tin vào huyền thuật." Tuy nhiên những người tự cho mình là hoàn toàn hiện đại và duy lý thường đặt niềm tin mạnh mẽ vào các bác sĩ y khoa. "Niềm tin" trần tục này liên hệ đến phương thức điều trị hiện đại, nhưng cũng vượt ra khỏi giới hạn đó - một bác sĩ giỏi có thể giúp tạo ra nơi bệnh nhân một thái độ tích cực. Điều này có tác dụng rất lớn lao, vì nó có thể kích thích những tiềm năng sẵn có trong bệnh nhân và trợ giúp hệ thống miễn nhiễm trong việc tiếp nhận hiệu quả từ cách điều trị cổ truyền.

Chúng ta tự chữa bệnh, nhưng người khác có thể giúp ta chữa bệnh. Đây là quan điểm của đạo Phật, và cũng là lối nghĩ thông thường. Thế nên rất có ý nghĩa trong việc lựa chọn một thầy thuốc cổ truyền "khéo léo và tận tụy", một người phối hợp giúp chúng ta trong việc chữa bệnh với một tinh thần quan hệ thân hữu và cởi mở.

Quan niệm thông thường cũng cho ta biết rằng phải vui mừng vì tình thương chữa lành mà người khác có thể mang đến cho ta. Những người cảm thấy được thương yêu có thể chống chọi tốt hơn với bệnh tật. Tình thương nuôi dưỡng tâm thức chúng ta, như một bông hoa dưới ánh mặt trời. Sự chia sẻ tình cảm từ những nhóm trợ giúp có thể rất có ích. Dù nếu chúng ta đơn độc với bệnh tật, chúng ta có thể tự thương yêu chính mình theo một cách rộng mở và thoải mái. Điều này đúng đắn và đầy sức mạnh.

Cũng có thể tiếp nhận chữa bệnh từ những người khác qua thiền định. Trong lúc nhiều người chúng ta có thể cảm thấy thích hợp nhất là tự mình sử dụng những bài tập chữa bệnh, một số khác có thể được lợi ích từ người khác như là người chữa bệnh.

Phương pháp sau đây, được dựa theo những nguồn Phật giáo Tây Tạng, có thể có hiệu quả rất mạnh mẽ nếu chúng ta cởi mở tiếp nhận nó. Năng lực chữa bệnh vốn sẵn có trong ta, nhưng đôi khi cần có sự giúp đỡ từ bên ngoài để khai mở chúng.

Với bài tập này, bạn và người chữa bệnh cho bạn cần phải sắp xếp với nhau thật tốt, và cùng chia sẻ một sự rộng mở với thiền định. Nằm xuống và nhắm mắt lại. Cả hai, bạn và người chữa bệnh cùng hít thở sâu vài lần, cảm thấy rằng tất cả năng lực tiêu cực của thân và tâm được loại trừ theo hơi thở ra. Bấy giờ, hãy thư giãn trong cảm giác an bình và trống trải trong một lúc, trước khi cùng nhau quán tưởng bài tập một cách yên lặng.

Với những mục tiêu chữa bệnh thông thường, ánh sáng chữa bệnh đến qua đôi tay của người chữa bệnh từ nguồn sức mạnh. Lần lượt, cả hai, bạn và người chữa bệnh có thể quán tưởng người ấy là nguồn sức mạnh.

Người chữa bệnh xòe bàn tay ra, lòng bàn tay úp xuống và đặt nhẹ trên vùng giữa thân thể hay tại điểm đau hay vùng năng lực tiêu cực. Quán tưởng ánh sáng chữa bệnh xua tan mọi bệnh tật, buồn phiền và lo lắng. Chỉ vừa đủ chạm vào thân bạn, bàn tay của người chữa bệnh di chuyển chậm từ vai xuống tay. Bạn và người chữa bệnh tin chắc rằng mọi bệnh tật được xua tan, khi bàn tay của người chữa bệnh làm tư thế đẩy những bệnh tật ra ngoài qua những ngón tay của bạn.

Sau đó người chữa bệnh chậm chậm thực hiện động tác này lần nữa từ điểm đau bệnh, nhưng lần này theo hướng khác, đẩy những bệnh tật ra ngoài qua chân bạn. Lặp lại sự tịnh hóa này nhiều lần theo sự cần thiết và thoải mái của bạn.

Một giải pháp khác là người chữa bệnh dùng lòng bàn tay xoa bóp nhẹ nhàng vùng có bệnh từ từ theo chiều kim đồng hồ. Cả người chữa bệnh và người tiếp nhận đều phải quán tưởng và cảm nhận ánh sáng như một cơn mưa tràn đầy năng lượng chữa bệnh - sức nóng, hoan hỷ và hạnh phúc - được dẫn truyền từ nguồn sức mạnh qua bàn tay của người ấy, giống như tia sáng mặt trời chiếu qua cửa sổ. Hãy tưởng tượng bàn tay như cánh cửa sổ hướng tới nguồn sức mạnh, truyền trực tiếp ánh sáng đem lại sức khỏe, ấm áp, sáng sủa. Nhờ những cảm giác nhiệt thành và rộng lượng của người chữa bệnh đối với bạn, sức mạnh chữa bệnh được khuếch đại giống như kiếng phóng đại hay thấu kính mà ánh sáng đi qua.

Tất cả những hậu quả đau yếu được tẩy sạch, và giống như những bông hoa nở rộ khi tiếp xúc với ánh sáng, những tế bào nở hoa với năng lực chữa bệnh. Khi bạn cảm thấy những tế bào mở ra với năng lực chữa bệnh và thân thể bạn được thấm đẫm năng lực này, người chữa bệnh vẫn phải giữ tay để làm vững chắc năng lực. Cả hai người có thể phơi sưởi trong những năng lực của sức khỏe lành mạnh được phát sinh, cuối cùng an trú trong sự rộng mở.

Những bài tập tương tự cũng có thể dùng những hình ảnh của ánh sáng giống như tia *laser* đốt cháy bệnh tật thành tro bụi rồi bị quét sạch, hay những dòng cam lồ rửa sạch bệnh tật và làm tràn đầy những chỗ đau yếu trong thân bằng sự khỏe mạnh.

Một số người có thể nhận được lợi ích từ những lời cầu nguyện hồi hướng của những người khác, hay từ sức mạnh của những vật hoặc nơi chốn thiêng liêng. Nếu một thực hành tâm linh hồi hướng cho bạn, hãy cố gắng thiết lập một số nối kết vật chất với nguồn này. Việc bố thí hoặc cúng dường tài vật nếu được thực với sự rộng lượng chân thật có thể giúp bạn cảm thấy rộng mở nhiều hơn. Trong mọi trường hợp, sự tin tưởng vào nguồn chữa lành là cần thiết.

Khi tôi khoảng mười lăm tuổi, nhiều người đã làm việc trong khoảng một tháng để xây lại nhà tôi tại tu viện. Hai phụ nữ giúp việc xây dựng bị bệnh nặng. Thuốc men không hiệu quả. Họ bị chứng *peken trethog*, một sự rối loạn chất đờm thấp, là một trong những vấn đề sức khỏe lớn nhất trong khu vực của tôi, đặc biệt ở những người lớn tuổi. Căn bệnh ngăn cản người bệnh nuốt hay tiêu hóa thức ăn và làm họ bị đói dần đến chết. Tôi dùng bột nhào bánh *tsampa*, bột mì nướng và bơ, sau khi cầu nguyện ban phước, rồi đưa cho họ. Họ ăn bánh không có khó khăn nào.

Trước khi chia tay tôi, họ mang theo một số lượng lớn bột nhào *tsampa* để trộn đã được gia hộ ban phước, và mỗi bữa ăn họ dùng một ít. Sau nhiều tháng, họ hoàn toàn khỏi bệnh.

Bệnh này làm khổ nhiều người, kể cả tu sĩ và người thường, trong số đó có ông tôi đã chết khi tôi lên bốn, và bà tôi được sống sót nhờ vào bánh *tsampa* được gia hộ mà tôi đã đưa cho bà hay thuốc men mà bà đã dùng suốt đời, kể từ lúc tôi có còn nhớ được. Bà đã không bị chết đói, nhưng cũng không bao giờ khỏi hẳn.

Để làm bột nhào bánh *tsampa* được ban phước, tôi quán tưởng *Guru Rinpoche* ở trên bầu trời trước mặt tôi khi nhồi bột và bơ. Lặp lại thần chú cầu nguyện, tôi mở rộng chính mình với lòng sùng tín mạnh mẽ từ đáy sâu trái tim và cầu khẩn những ban phước chữa bệnh của Ngài. Tôi quán tưởng từ vị *Guru Rinpoche* những năng lực chữa lành trong dạng những ánh sáng ấm áp và phúc lạc, hay đôi khi ở dạng những dòng nước cam lồ, chảy xuống và hòa trộn vào bột. Rồi với lòng tin chắc chắn, tôi nghĩ rằng bột nhào đã được truyền vào sức mạnh với những ban phước để chữa lành sự rối loạn đờm thấp.

Bột nhào có thể chữa bệnh nhờ vào ba nguyên lý chữa lành. Những phụ nữ này hoàn toàn tin tưởng vào sức mạnh chữa bệnh của tôi. Họ đã mở rộng về mặt nghiệp để tiếp nhận sự ban phước. Và sự thành tâm của tôi đủ mạnh để tạo thành sức mạnh chữa bệnh.

TỈNH GIÁC CHỮA LÀNH THÂN THỂ VÀ NHỮNG CHUYỂN ĐỘNG NĂNG LỰC

Hãy nằm ngửa trên một nệm thuận tiện, dùng gối để giúp cho sự thư giãn các cơ của thân thể bạn. Sau đó, bình thản và chầm chậm qua những bài tập sau, từ một đến hai phút cho mỗi giai đoạn:

Thở một hay hai hơi thở sâu, buông bỏ tất cả căng th ng hay lo ngh của bạn, theo hơi thở ra và thư giãn thân, tâm.

Hãy nhận biết và cảm nhận toàn thân bạn. Hãy cảm nhận sự bình lặng thâm nhập toàn thân bạn như là kết quả của việc thư giãn.

Hãy nhận thức lưng bạn đang ngh trên tấm nệm, và cảm nhận trọng lực nhẹ nhàng hút bạn như thế nào về đất. Việc này làm ổn định những năng lượng trôi nổi và những tư tưởng dao động.

Với một cảm giác về vô biên, hãy nhận biết việc thở của bạn không ch là không khí trong phổi mà còn là sự thở trong mỗi một tế bào của cơ thể t đ nh đầu xuống lòng bàn chân. Khi những tế bào thở, chúng chuyển động lên xuống theo một cách tự nhiên bình an, rộng mở và đều đặn.

Hãy cảm nhận sự chuyển động và năng lực trong t ng phần của thân bạn: những động mạch, mạch máu, dây thần kinh, cơ bắp, máu, tạng phủ, não bộ, xương sống, các xương và da - nhất là trong bộ phận mà bạn cần chữa bệnh.

Sau đó, với tỉnh giác về năng lực tĩnh lặng này, hãy thưởng thức bài tập sau trong mười hay hai mươi phút:

Rất chậm chạp và tự nhiên chuyển động phần mà bạn muốn chữa bệnh về trước sau, lên, xuống hay sang hai bên. Bạn có thể di động phần này sang mỗi phía trong một hay hai phút rồi một hay hai phút sang phía kia. Trong chuyển động này, điều quan trọng là bình thản, nhất tâm và hoàn toàn ý thức về dòng chuyển động. Hãy nhận biết như thế nào chuyển động dù nhỏ nhất trong một phần này của thân bạn được cảm thấy khắp cả phần còn lại của thân, giống như một chuỗi những làn sóng tiếp nối nhau truyền khắp phần còn lại của cơ thể. Hãy nhận biết sự an tĩnh và hỷ lạc thân thiết đang tuần hoàn trong bạn qua những chuyển động.

Đôi khi bạn cũng không cần phải khởi động bất cứ sự chuyển động thân thể nào. Bạn có thể chỉ tưởng tượng chuyển động, hay tưởng tượng năng lực di chuyển với sự tỉnh giác về những cảm giác.

Sau bài tập này, bạn có thể tập thêm bài sau đây trong vài phút:

Hãy quán tưởng và cảm thấy một cơn mưa ánh sáng ban phước (hay một dòng cam lồ ban phước) từ nguồn sức mạnh rót đầy vào cơ thể bạn, đặc biệt ở phần cần được chữa. Hãy cảm nhận năng lực của sức nóng và hỷ lạc từ ánh sáng hay cam lồ ban phước được khuếch đại, giống như đổ dầu vào lửa, và nhận biết những cơn sóng nóng ấm hỷ lạc mà năng lực đó làm phát sinh trong cơ thể bạn.

Kết thúc bài tập với sự thư giãn trong trạng thái tỉnh giác về tâm và thân trong nhất thể và rộng mở, mà không bám chấp hay phân biệt.

Thực tập này ổn định tâm thức và năng lượng trôi nổi của bạn. Nó kết hợp thân và tâm bạn trong sự hài hòa. Nó giúp trau giồi những tri giác tích cực và năng lực mạnh khỏe. Và nó đánh thức sự tỉnh giác về sức mạnh, an bình, niềm vui, những phẩm tính chữa lành của thân và tâm bạn.

Sau khi thực tập thành thạo, bạn có thể cố gắng sử dụng cùng sự tỉnh giác về năng lực chữa bệnh trong những hoạt động hằng ngày khác như suy nghĩ, cảm nhận, đi dạo, nhìn ngắm, đứng, ngồi, ngủ, nói năng và làm việc.

10.

CHỮA BỆNH VỚI NĂNG LỰC THIÊN NHIÊN

Nguồn thật sự và mục tiêu cuối cùng của việc đánh thức tâm linh là trong tâm chúng ta, không phải ở trong thiên nhiên. Tuy vậy, thiên nhiên có thể là một nguồn giúp đỡ rất lớn lao cho ta. Một sự thưởng thức thiên nhiên cho ta một cơ hội và lập tức trực tiếp tự thoát khỏi chính mình và những mối bận tâm. Chúng ta cần cố gắng một chút để mở rộng với thiên nhiên. Chỉ cần mở rộng mắt và những giác quan, vẻ đẹp hoàn toàn của thế giới tự nhiên có thể đem chúng ta đến gần hơn với con người thực sự của mình. Khi sự tỉnh giác rộng mở, chúng ta đang được dẫn đến thật tánh của tâm ta.

Ở Tây Tạng, lúc còn rất trẻ tôi đã bắt đầu nhận biết sức mạnh xoa dịu của thiên nhiên. Ngọn gió thổi qua và cây cối thung lũng giống như bản nhạc, những con sông có âm thanh của riêng nó. Thậm chí sự im lặng hoàn toàn dường như cũng là một loại âm nhạc. Chúng ta có thể rút toàn bộ chất bổ dưỡng và sự ấm áp từ sức mạnh oai nghiêm, hùng vĩ của những núi non, ánh sáng rộng lượng của mặt trời, mặt trăng hay sự hiện diện bao la của đại dương. Thậm chí nếu chúng ta sống ở đô thị đông đúc hay ngoại ô, thiên nhiên hiện diện trong một chiếc lá cây bên lề đường hay sự ướt át của hàng rào sau cơn mưa. Bất cứ ta ở đâu, trên tất cả là sự rộng mở của bầu trời và hư không như người mẹ luôn khoan dung.

Lẽ dĩ nhiên, chúng ta không cần so sánh thiên nhiên với bất cứ cái gì. Thiên nhiên có thể xoa dịu và sưởi ấm chúng ta, nhưng một cách rốt ráo, thiên nhiên vượt trên những ẩn dụ và khái niệm. Chúng ta dùng những ngôn từ để diễn tả nó, nhưng kinh nghiệm thuần khiết nhất về thiên nhiên chỉ là nhận biết nó đúng thật như nó đang hiện hữu. Thiên nhiên vượt thoát khỏi những giới hạn, sự phân loại, áp lực hay căng thẳng. Bằng sự tận hưởng thiên nhiên một cách rộng mở, với sự tỉnh giác đơn thuần chúng ta có thể làm mềm lỏng đi những bức tường bám chấp và phân biệt của tâm thức.

Đôi khi chúng ta có thể cảm thấy cô đơn hay lẻ loi giữa thiên nhiên bao la. Điều này chỉ là "*bản ngã*" bé nhỏ của chúng ta tự nhắc nhở chính nó. Thay vì lo nghĩ về sự cô đơn, chúng ta có thể được êm dịu với những cảm giác của mình. Chúng ta có thể thật sự vui thích vì sự lẻ loi này. Nếu chúng ta thư giãn với sự cô đơn của mình, điều này có thể là một sự tỉnh thức. Trong nhiều cách, thiên nhiên có thể giúp chúng ta thoát khỏi sự trói buộc của *bản ngã*.

Theo đạo Phật, thế giới vật chất, bao gồm cả thân thể chúng ta, được tạo bởi những nguyên tố đất, nước, gió, lửa và hư không. Thiền định về những phẩm tính tốt đẹp của những nguyên tố trong thiên nhiên cho dù ở dạng cây cối, bông hoa, hoặc đại dương, đều là một loại chữa bệnh tự nhiên.

ĐẤT

Đất mẹ oai nghiêm khoan dung tất cả mọi thứ, xấu hay tốt, mạnh hay yếu... Đất đại diện cho tất cả sự thịnh vượng hay cằn cỗi. Đất an bình cho dù mặt trời chiếu sáng hay một cơn bão dữ dội, không thay đổi bởi ngày hay đêm. Nó là nền tảng vững chắc của chúng ta - nhà của chúng ta.

Với sự cẩn thận và tôn trọng, chúng ta ngồi hay nằm ngửa trên mặt đất trần trụi, cát hay đá. Hãy tiếp xúc với nó bằng tay hay chân. Cảm nhận tính chất vững chắc, mạnh mẽ và oai nghiêm. Bằng tham thiền và cảm nhận tính chất mạnh mẽ, bền vững của đất, tâm bạn tự nhiên nhận được những phẩm tính đích thực này.

Hãy tưởng tượng rằng tất cả năng lực không lành mạnh trong thân đã gây ra cho bạn những lo nghĩ, bất an và cằn cỗi sẽ được loại bỏ. Hãy trở thành một với sức mạnh vô biên của đất. Hãy cám ơn năng lực chữa bệnh này, cám ơn sự phồn thịnh và khoan dung của đất nuôi sống chúng ta.

Tập trung vào đặc tính nội tại của đất như mạnh mẽ và bền vững có lợi ích cho những người tâm thức nóng vội, mơ mộng, trôi nổi và yếu đuối hay những người thiếu cảm thức thông thường, tập trung, kỷ luật, hiểu biết thông thường hoặc thiếu phương hướng vững chắc.

NƯỚC

Hãy tham thiền về tính chất bình an, mát mẻ, sạch sẽ, tổng hợp, hài hòa của nước. Hãy thưởng thức dòng chảy của một con sông, vừa kiên định, mạnh mẽ, vừa luôn hài hòa, tổng hợp. Ở biển, hãy thưởng thức sự bao la; hãy để những giác quan của bạn thấm đầy cơn gió âm thanh khỏe khoắn và thấy những ngọn sóng không ngừng nghỉ. Hãy quan sát sự đùa giỡn của sóng, cảm nhận năng lượng, vẻ đẹp của sự đi lên, tới đỉnh và rơi xuống của nó.

Khi uống nước, hãy hoàn toàn kinh nghiệm sự hài lòng về việc dập tắt cơn khát. Khi tiếp xúc với nước, hãy cảm nhận sự tinh khiết của nó. Lúc tắm hay bơi lội, cảm nhận tính chất dịu dàng của nó. Bạn hãy tự mình cảm nhận mọi vấn đề được rửa sạch và tịnh hóa. Khi trời mưa hãy cảm thấy tính êm dịu của cơn mưa. Hãy cảm nhận cơn mưa nuôi dưỡng đời sống và tăng trưởng trong bạn.

Ngồi yên tĩnh bên mặt hồ bình lặng hay một dòng suối

chảy, tâm thức bạn hoàn toàn tự nhiên lắng đọng vào sự tĩnh lặng và trong sáng. Sự thuần khiết của nước thúc đẩy sự tôn kính trong ta. Nếu bạn không thể gần được với nước, việc quán tưởng bạn đang ngồi ở trong cảnh như vậy có thể đem lại cảm giác an bình cho tâm thức.

Đối với những người không nhất quán, khó thống nhất cuộc sống, hoặc khó đưa những kế hoạch đến kết quả, có thể sẽ có ích lợi khi tham thiền về sự kiên cố, bình lặng và năng lực trôi chảy của nước - đặc tính vốn có của nước trong việc nuôi dưỡng đời sống và gắn bó sự vật với nhau.

LỬA

Lửa hủy diệt, nhưng nó cũng phát sanh. Sự ấm áp và ánh sáng cho phép đời sống phát triển, nở hoa, kết trái và trưởng thành.

Trong thiền quán, chú tâm vào đặc tính, mạnh mẽ, hùng mạnh chiếu sáng của lửa. Trong đời sống hằng ngày, hãy vui mừng vì ánh sáng, năng lượng, sự ấm áp của mặt trời tỏa khắp. Hãy tưởng tượng tất cả năng lực chết hay tiêu cực và những khó khăn trong cuộc sống được chuyển hóa hay bị đốt cháy bởi ngọn lửa chữa lành. Cảm thấy thân và tâm bạn tràn đầy sự ấm áp và năng lực chiếu sáng làm những phẩm tính tích cực của bạn được chín muồi. Hãy cảm nhận sự ấm áp và hòa nhập làm một với nó. Quán tưởng toàn thể vũ trụ tràn đầy năng lượng vô tận của lửa, và vui thích trong sức mạnh chữa lành của nó.

Thiền định về sức nóng và ấm áp nội tại của lửa là một thuận lợi đặc biệt cho những người thiếu cảm hứng và động lực để thỏa mãn những mục tiêu và hòa nhập hoàn toàn vào cuộc sống.

KHÔNG KHÍ

Không khí bao bọc nhẹ nhàng chúng ta, ban cho đời sống và hơi thở. Hãy nhận biết không khí ở tất cả biểu hiện của nó, khi bất động và khi chuyển động, những phẩm tính thay đổi. Hãy chào đón sức mạnh của những ngọn gió, như thể nó mang bạn lên bầu trời. Hãy chào đón những ngọn gió hiu hiu mơn trớn nhẹ nhàng khuôn mặt và thân thể bạn như thể nó âu yếm chạm xúc từng tế bào và bộ phận. Chú tâm trên hơi thở và nhận biết từng vận động của nó, như thể vũ trụ và bạn trở thành một trong tương tục an bình của hơi thở.

Hãy thấy và cảm nhận tính chất lạ lùng của không khí, hoàn toàn nhẹ nhàng và tỏa khắp mọi nơi. Tưởng tượng rằng với việc tiếp xúc với không khí chữa lành, tất cả năng lượng tiêu cực và những khó khăn được tan đi hay bị thổi bay ra ngoài thân và tâm không còn dấu vết. Hãy tưởng tượng bạn tràn đầy không khí nhẹ nhàng và tất cả năng lượng được tỏa khắp.

Cảm nhận sự nhẹ nhàng và vận động nội tại của không khí - trong cuộc sống hằng ngày hay trong những bài tập quán tưởng - có thể tạo cảm hứng cho những người cảm thấy nặng nể, trì độn, chậm chạp lười biếng và vô cảm. Tuy nhiên, với những ai có tâm thức nhanh nhẹn, dễ kích động, cần phải khéo léo và thăng bằng trong việc sử dụng năng lượng chữa bệnh của không khí.

HƯ KHÔNG

Bằng việc thiền định về sự rộng mở của hư không, nguyên tố duy nhất không phải vật chất, chúng ta có thể kinh nghiệm sự rộng mở rỗng rang của bản tánh mình.

Hư không thì trống không và phi vật chất. Hư không

cung cấp khoảng trống cho mọi thứ, kể cả những nguyên tố vật chất khác.

Hãy nhìn ra ngoài bầu trời xanh sâu thẳm và cảm nhận tính chất không nắm bắt và phi vật chất của nó. Hãy thấy và cảm nhận phẩm tính bao la và không giới hạn, sự vô tận của bầu trời. Hãy nhận thức, trong thân thể sẽ phải chết của bạn, hư không và sự rộng mở vượt trên những chất vấn và tạo tác, thời gian hay nơi chốn. Hãy buông đi những niệm tưởng và lo nghĩ của bạn và là một với bản tánh của bầu trời.

Chúng ta có thể cảm nhận sự an bình vĩ đại khi nhìn vào bầu trời, đặc biệt ở một nơi có tầm nhìn rộng và trong một ngày trong sáng. Nhưng bất cứ một cái nhìn thoáng qua nào trong bầu trời cũng có thể đem lại an bình cho chúng ta. Nhìn vào bầu trời đêm, nhất là khi nó trong trẻo, rõ ràng, cũng sẽ khích lệ trạng thái thiền định của tâm.

Bầu trời vô hạn có thừa chỗ cho nỗi đau khổ của ta. Hãy thực hành việc giải thoát vào trong hư không tất cả đau khổ, căng thẳng và bám chấp. Quán tưởng tất cả lo nghĩ và vọng tưởng xấu biến mất vào hư không, giống như mây hay sương mù tan đi không còn một vết tích. Thưởng thức bất cứ cảm giác thoải mái hay an bình nào đến với bạn.

CÂY CỐI

Cây cối có thể là nguồn chữa lành lớn cho tâm. Đức Phật đã chứng nghiệm sự rỗng rang toàn triệt trong lúc ngồi trú dưới gốc cây.

Thiền quán về vẻ đẹp của cây cối là cách đơn giản để nối kết ta với năng lượng chữa bệnh của thiên nhiên. Thoạt tiên, hãy xem xét những phẩm tính của một cái cây: đặc tính lạ lùng của nó, mà dưới mắt ta nó không thay đổi và không có tuổi tác ngày này qua ngày khác; nó vững mạnh trong gió, bão hay mặt trời; sự chịu đựng của nó cho cả nóng hay lạnh; vẻ đẹp của nó trong tuyết giá hay mưa; sự sống động của nó.

Tham thiền với sự hoàn toàn chú tâm của bạn vào những đám lá xanh, có thể trang điểm những bông hoa nở, búp hoa, trái, hạt hay quả chín. Bạn cũng có thể nhìn thật sát một chiếc lá hay một hạt cây, thưởng thức vẻ đẹp lạ lùng và sống động của nó trong kích cỡ rất nhỏ.

Rễ cây cắm chặt vào mặt đất. Hãy thưởng thức sự khỏe mạnh và vững chãi như ngọn núi của cây. Và cũng đánh giá cao tính mềm dẻo uyển chuyển của nó. Cành nhánh của nó di động, đung đưa cả ngày và đêm, như thể trong một lễ hội khiêu vũ tôn vinh vượt trên khái niệm hay ngôn từ. Hãy mở rộng sự tỉnh giác của bạn về sự đẹp đẽ, khỏe mạnh và gây ấn tượng mạnh của cây cối như thế nào. Điều này cho phép cảm nhận sự ấm áp và khỏe mạnh phát triển tự nhiên trong bạn.

Bạn cũng có thể thu hút năng lượng chữa bệnh từ một cái cây bằng cách ngồi yên lặng ở dưới hay bên cạnh nó, hoặc ôm quanh thân cây. Cây cối nối kết với sức mạnh của đất qua bộ rễ và những lực của vũ trụ qua cành, lá. Thân cây là một nhịp cầu sống giữa những lực mặt trời ở trên và mặt đất ở dưới. Nhánh cây vươn ra phía ngoài, biểu trưng tính chất cho và nhận của cây.

Hãy thầm bảo cây hãy cho bạn kinh nghiệm năng lực tự nhiên của nó. Sau đó, khi bạn nhẹ nhàng tiếp xúc với thân cây, hãy cảm thấy bạn đang nối kết với nguồn năng lực thiên nhiên này, và năng lực tích cực đang khởi lên trong bạn. Hãy nhận ra bất cứ năng lực chữa bệnh nào mà bạn kinh nghiệm và hãy sung sướng với bất cứ cảm nhận tích cực nào bạn có được. Hãy nghỉ ngơi với những cảm giác này, để cho tất cả ý niệm và tư duy hòa tan vào năng lực của khoảnh khắc. Đáp lại, hãy cho cây tình thương và sự cảm kích.

Bạn có thể thu hút năng lượng chữa bệnh từ tất cả tạo vật của thiên nhiên đặt căn bản trên những nguyên lý trong bài tập này. Trong sự tham thiền buông xả về thế giới, chúng ta sẽ phải phát triển một sự biết ơn thiên nhiên với tất cả sức mạnh và sự vô biên của nó mà không cố bám chấp hay nắm giữ.

11

CUỘC SỐNG HẰNG NGÀY NHƯ SỰ CHỮA BỆNH

Một trong những phương tiện chữa bệnh quan trọng và hiệu quả nhất là chuyển từng bước cuộc sống hằng ngày của bạn thành những bài tập chữa bệnh. Thay vì phân chia thiền định và đời sống thành những phần tách biệt, hãy đem chúng lại với nhau. Bằng cách mang sự tỉnh giác trống trải vào bất cứ điều gì bạn làm, sự thản nhiên, trong sáng và hoan hỷ đều có cơ hội được phát triển rực rỡ. Nếu chúng ta phát triển những thói quen tốt, tất cả mọi việc đều trở thành một sự chữa lành. Vì thế chúng ta phải kiên định cố gắng thiết lập một cách nhìn, suy nghĩ và hành động đúng đắn.

Tỉnh thức là chìa khóa để chuyển hóa cuộc sống hằng ngày của chúng ta. Hãy buông đi những lo nghĩ và những ghét bỏ theo thói quen, và hãy đơn giản là dòng chảy của những hoạt động của bạn. Hãy nuôi dưỡng trạng thái rộng mở và thư giãn, cho dù bạn đang suy nghĩ với trí thông minh hay hoạt động với thân thể. Khi bạn đi, đứng, nằm, ngồi hãy hiến mình cho điều đó. Khi bạn nhìn ngắm một cái bàn, một bức tranh, hay đang lắng nghe nhạc hoặc người khác, bạn hãy nhìn ngắm hay lắng nghe với trạng thái đó. Hãy sống trọn vẹn với bất cứ điều gì bạn làm. Điều này đem lại sự rộng mở, tỉnh giác và nới lỏng sự trói buộc của *bản ngã*.

Hãy tiếp cận với cuộc sống trong tinh thần vui thích ấm áp. Chỉ một số ít ngày trên tờ lịch được đánh dấu như là ngày lễ, nhưng chúng ta không cần chờ đợi chúng để được vui vẻ và hạnh phúc. Dù khi những khó khăn hay thách thức xảy đến, một thái độ rộng mở sẽ hướng dẫn chúng ta đi theo con đường tâm linh.

Những kinh văn của Phật giáo Tây Tạng cung cấp nhiều pháp tu đặc biệt để chuyển đổi những hoạt động hằng ngày thành sự thực hành tâm linh. Bao giờ cũng vậy, chúng ta cần biết lời khuyên nào thích hợp nhất với những nhu cầu của ta.

Ngài *Yukhog Chatralwa*, một đại sư mà tôi được biết vào khoảng năm mười tuổi, có ban cho một giáo huấn khiến hợp nhất toàn bộ cuộc sống với sự thực hành quán tưởng một bổn tôn, đó sẽ là bất cứ nguồn sức mạnh nào cho chúng ta:

Trong lúc ngồi, quán tưởng đạo sư quý báu nhân từ vô song (nguồn của năng lực)

Trên đỉnh đầu của bạn và

Tiếp nhận nhiều lần sự ban phước (ánh sáng).

Điều này hợp nhất tâm bạn với tâm chứng ngộ của đạo sư.

Trong lúc bạn đang làm những hoạt động hằng ngày,

Hãy thấy những hình tướng xuất hiện như những hình tướng của đạo sư,

Tất cả những âm thanh là âm điệu của Ngài

Và tất cả những tư tưởng xấu hay tốt đều là tâm trí huệ của Ngài.

Đây là giáo huấn về những hình tướng khởi lộ như những đức hạnh của đạo sư.

Trong khi ăn, hãy quán tưởng đạo sư trong cổ họng và

Dâng cúng Ngài cam lồ của thức ăn và nước uống.

Bấy giờ thức ăn và nước uống sẽ không tạo những nhiễm ô trong bạn, và

Chúng được chuyển hóa thành một lễ cúng thiêng liêng.

Trong khi ngủ, hãy quán tưởng Ngài ở giữa ngực bạn.

Những ánh sáng của thân Ngài chiếu sáng thế gian và tất cả chúng sanh.

Chuyển hóa họ thành ánh sáng và rồi hòa tan họ vào trong bạn.

Đây là giáo huấn về chuyển đổi giấc ngủ và những giấc mơ thành sự thể nhập tánh sáng (quang minh, tịnh quang).

Khi bạn đang rời bỏ cuộc đời để đến cuộc sống kế tiếp (cái chết),

Không có xáo trộn trong quá nhiều lo nghĩ,

Hãy tham thiền về sự hợp nhất tính giác của bạn và Tâm giác ngộ của đạo sư.

THỨC DẬY

Lúc thức dậy, có thể là thời gian hết sức an bình và ấm áp. Thân và tâm sống cùng nhau một cách tự nhiên trong giấc ngủ, và rồi bình minh của sự tỉnh giác xảy đến vào buổi sáng. Thay vì lao vào sự xáo động của những bổn phận hằng ngày, hãy dành thời gian để kinh nghiệm sự hợp nhất của tâm và thân. Hãy thoải mái với cảm giác rộng mở và thư giãn.

Hãy thở sâu thư giãn, một hay hai lần, và giải phóng bất cứ những căng thẳng hay không trong sạch nào đã tích tụ suốt đêm. Hãy dành một vài phút để sống với thân và những cảm giác của bạn. Hưởng thụ sự ấm áp tự nhiên của thân bạn, từ đầu đến lòng bàn chân. Đơn giản là rộng mở một cách không giới hạn. Hãy cảm nhận cảm giác của sự ấm áp, rộng mở và hãy là một với cảm giác đó.

Sự định hướng của thân và tâm này cần là nền tảng đơn giản nhất cho phần còn lại của cả ngày. Khi bạn thức dậy để bắt đầu cho buổi sáng, bạn có thể nghĩ: "Tôi sẽ chú tâm dùng sự tỉnh thức và năng lực này như là nền tảng của những hoạt động trong ngày." Sau đó, thỉnh thoảng trong ngày hãy gợi lại sự ấm áp và bình an bạn đã cảm nhận lúc thức dậy, và hãy để nó thấm vào tâm bạn giống như năng lực và sự tĩnh lặng của đại dương bao la bên dưới những cơn sóng của nó.

Ngay cả khi bạn cảm thấy một loại đau đớn cảm xúc nào đó vào lúc thức dậy, sự khởi đầu tỉnh giác sẽ cho ta một thời điểm tốt để chữa lành. Vì sự tỉnh giác hết sức rộng mở khi chúng ta vừa thức dậy, ta có thể hòa nhập ý thức của mình với cơn đau, và rồi cảm xúc đau đớn có thể trở nên an bình hơn.

Nếu bạn cảm thấy lo âu khi bắt đầu một ngày, hãy nhẹ nhàng tự làm dịu bạn trong những sinh hoạt của mình, và tâm trạng có thể thay đổi. Hay bạn có thể sử dụng những bài tập chữa bệnh để khai thông những năng lực bị bế tắc.

Khi thức dậy, bạn cũng có thể tưởng tượng mình đang thức dậy từ vô minh của giấc ngủ và mở rộng con mắt tâm mình tới trí huệ của an bình, hoan hỷ, ánh sáng và tỉnh giác. Bạn có thể cầu nguyện như vậy cho tất cả chúng sanh.

Ngay khi chúng ta vừa thức dậy, thật khó mà không nghĩ tới những lo lắng, tham muốn và xúc cảm quen thuộc ngay trước mắt của đời sống thế tục. Tuy nhiên, nếu chúng ta quay lại với cảm giác rỗng rang thay vì bám níu vào những cảm xúc đó hoặc chạy theo tâm thức tán loạn như cơn gió lốc, dần dần chúng ta sẽ phát triển được thói quen thức dậy với thái độ này một cách tự nhiên.

Nhiều pháp môn tu tập khác nhau của đạo Phật khuyến khích thái độ này. Có một cách là quán tưởng bạn được đánh thức vào buổi sáng từ giấc ngủ của vô minh bởi giọng nói hoan hỷ của những bậc giác ngộ - người Phật tử gọi đó là *"những vị thánh trí huệ"* - hay những âm thanh của những nhạc cụ của họ như trống cầm tay. Một cách khác nữa là tiếp nhận những gia trì từ nguồn sức mạnh của bạn.

TIẾP NHẬN NHỮNG GIA TRÌ

Trước khi đi vào giấc ngủ buổi tối, hãy quán tưởng nguồn sức mạnh trong trái tim hay ở trên bạn, ánh sáng gia trì chiếu sáng suốt trong giấc ngủ của bạn. Lúc đột nhiên thức dậy, hãy cảm nhận sự hiện diện của nguồn sức mạnh sẵn sàng ở trên bạn. Hoặc quán tưởng nó đi lên xuyên qua thân và sau đó ngồi trên đỉnh đầu bạn, như người thủ hộ và dẫn đạo. Hãy hưởng thụ sự ấm áp và mạnh khỏe của sự hiện diện này. Hãy chia sẻ những cảm giác của bạn với toàn thể vũ trụ, và tiếp nhận an bình, hoan hỷ với bạn trong suốt ngày.

LÀM VỆ SINH

Khi rửa mặt, đánh răng hay tắm, hãy tưởng tượng rằng tất cả những gì không trong sạch của bệnh tật, phiền não và căng thẳng được rửa sạch bởi nước tinh khiết và toàn thân bạn được chiếu sáng với năng lực chữa lành.

Khi cảm thấy căng thẳng, bạn có thể làm việc lặt vặt như một sự chữa lành, cũng như trong chuyện Tổ *Lamchungpa* ở chương 4. Khi bạn lau nhà, giặt quần áo, đổ rác, hình dung rằng những cảm xúc, tinh thần (tâm thức) hay những sự không trong sạch vật chất cũng được tẩy sạch hoặc được mang đi giống như bụi và rác rưởi.

THỞ

Hơi thở là sợi dây treo cuộc sống. Nó là sinh lực cơ bản mà mọi chúng sanh luôn phụ thuộc vào. Nếu có thể chuyển việ thở thành một sự trợ giúp chữa lành tâm linh, việc tu tập của chúng ta sẽ tỏa khắp vào từng phần của đời sống.

Hít thở vài hơi sâu, chậm với ý định mở thoát những lo nghĩ hay tiêu cực. Khi cảm thấy bị trói buộc hay dưới sự căng thẳng, hãy để hơi thở của bạn hoàn toàn thư thả. Hãy vui thích với bất cứ cảm nhận tích cực nào, ngay cả sự thay đổi nhỏ nhất trong tâm thức, hay cảm giác rộng mở. Hãy mong muốn rằng tất cả mọi người có thể kinh nghiệm sự an bình và thoát khỏi đau khổ.

Tỉnh giác hơi thở trong từng lúc suốt ngày đưa chúng ta về nhà của chính mình. Trong lúc luyện tập thân thể, bạn có thể phóng lớn những lợi ích tinh thần và vật chất bằng hơi thở tự do trong sự liên kết với những vận động của thân thể, hưởng thụ cảm giác của sự mở thoát và năng lực của hơi thở.

ĂN UỐNG

Vào sáng sớm, uống một tách nước nóng là có lợi cho sức khỏe. Nó thanh lọc hệ thống tiêu hóa, mở rộng các mô, cải thiện sự tuần hoàn của máu và năng lực. Điều quan trọng là dùng những thức ăn tốt và lành mạnh và uống một lượng nước vừa phải. Thực phẩm được dùng không phải như một nỗ lực vô ích để thỏa mãn những cảm xúc thèm muốn mà phải tùy theo những nhu cầu thực tế của cơ thể. Hãy xem thức ăn là để duy trì và nuôi dưỡng, và thưởng thức với sự tỉnh thức đối với mỗi vị mà bạn ăn. Hãy cố gắng nhận biết quá trình của từng ngụm chất lỏng và từng miếng thức ăn, ý thức đi theo sự di động thức ăn trong cơ thể đến chỗ xa nhất mà bạn có thể.

Hãy cảm nhận món ăn thức uống không chỉ thỏa mãn sự đói khát của bạn mà còn phát sinh sức khỏe trong thân và tâm. Hãy cầu mong niềm vui thích như vậy cho tất cả mọi người. Trân trọng và biết ơn đối với niềm vui thỏa của từng miếng ăn, hớp nước mà bạn nhận.

Một số pháp môn tu tập của đạo Phật xem thực phẩm như những phương tiện của sự chữa bệnh. Ví dụ, hãy tưởng tượng ánh sáng ban phước từ nguồn sức mạnh chuyển hóa thực phẩm thành cam lồ chữa bệnh. Sau đó hưởng thụ nó như một chất được ban phước cung cấp cho bạn sự hoan hỷ và sức khỏe.

Hoặc khi bạn thưởng thức món ăn, hãy nghĩ: "Món ăn này cho tôi sức mạnh để nâng cao cuộc sống tôi và để phục vụ những người khác."

Hoặc nghĩ đến thực phẩm như một tặng phẩm thuần khiết, tuyệt vời và cúng dường thực phẩm ấy lên nguồn sức mạnh. Hãy quán tưởng nguồn sức mạnh tiếp nhận cúng dường với sự hài lòng và ban phước cho thực phẩm vì lợi ích của bạn để đáp trả. Sau đó thưởng thức món ăn với sự tỉnh giác rằng nó đã được ban phước. Sự tu tập này phối hợp lòng sùng kính với những thực hành về sự rộng lượng và tri giác thanh tịnh.

Hoặc khởi lòng bi mẫn với vô số chúng sanh sống trong cơ thể bạn dưới dạng vi khuẩn, hãy thưởng thức món ăn và biết rằng thức ăn này cũng sẽ nuôi sống chúng.

Hoặc với tri giác thanh tịnh, hãy tự quán tưởng bạn dưới dạng một bổn tôn, hoặc thậm chí như một chúng hội hàng trăm bổn tôn. Hãy hưởng thụ thực phẩm như phẩm vật cúng dường đã được ban phước, một phương tiện thiện xảo của trí huệ đem đến sự chứng ngộ an bình và phúc lạc.

ĐI BỘ

Đi bộ là hoạt động thông thường và đơn giản nhất của con người, nhưng có thể hoàn toàn là một niềm vui sướng. Cho dù chúng ta ra ngoài tản bộ hay sải bước có ý hướng đến một nơi nào đó, thì một thái độ thoải mái và sự cảm kích chuyển việc đi bộ thành một sự tu tập trong trí huệ của chánh niệm và chữa lành.

Đi bộ tự nhiên, đem tỉnh giác trọn vẹn vào đó hay bất cứ hoạt động nào khác, có thể cần đến sự thực tập. Thoạt tiên, có thể khó khăn để nhận biết việc đi bộ như một dòng tương tục trong đó những động tác riêng biệt và những hình thái xảy ra một cách tách biệt. Vào lúc khởi đầu, hãy lựa chọn riêng biệt một hình thái đi, chẳng hạn động tác của mỗi một bước chân như là mục tiêu của sự tập trung. Khi chánh niệm phát triển, hãy mở rộng ra với năng lực ban sức mạnh chung quanh bạn: mặt đất, không khí, âm thanh, mùi vị và quang cảnh. Hãy sung sướng với sự tác động qua lại không gián đoạn giữa thân và tâm rồi cứ thế mà bước, bước, bước...

Trong số rất nhiều cách thực hành đi bộ, bạn có thể chọn cách quán tưởng nguồn sức mạnh ở trên vai phải và hình dung bước chân đưa bạn đi vòng quanh hình ảnh an bình này. Sự đi vòng quanh đó là một cử chỉ để tỏ lòng kính trọng với nguồn sức mạnh.

Khi đi vào một căn nhà, một tòa cao ốc hay một khu phố, bạn có thể tỏ lòng kính trọng đối với tất cả những người sống trong đó bằng cách niệm tưởng: *"Tôi đang đi vào thế giới của những người khổ đau để giúp đỡ họ"*, hoặc *"Tôi đang đi vào một cõi tịnh độ của chư Phật."* Khi đi ra bạn có thể niệm tưởng: *"Tôi đang dẫn dắt mọi người ra khỏi khổ đau"*, hoặc *"Tôi cám ơn cơ hội được thấy những người này như các vị Phật."*

NGỒI VÀ ĐỨNG

Ngồi là tư thế thân thể chủ yếu để thiền định, giúp cho tâm trí được buông lỏng và phát triển mà ít bị quấy rối nhất.

Khi bạn không thiền định, tư thế tốt và vị trí thích hợp vẫn kích thích sự chú tâm chánh niệm hằng ngày. Bạn cũng có thể nhận biết tư thế ngồi vững chãi, làm phát sinh một trạng thái tâm thức có nền tảng và kiên cố.

Khi đứng, hãy mở rộng thân bạn trong một tư thế tốt, buông lỏng, như thể một sợi dây tưởng tượng tại đỉnh đầu kéo bạn đứng lên theo đường thẳng đứng với trục xương sống. Việc thực hành này có lợi ích làm giảm mệt mỏi. Nó cũng giúp bạn rộng mở hơn với những người khác trong quan hệ. Nếu bạn phải xếp hàng chờ ở siêu thị hay trạm xe buýt, cố gắng rộng mở tư thế. Thay vì phiền toái hay chán nản, việc mở rộng tư thế có thể giúp bạn hoan hỷ và rộng mở với khoảnh khắc quý báu của đời sống phơi bày khi bạn đang chờ đợi.

LÀM VIỆC

Thời gian làm việc chiếm trọn phần lớn cuộc sống của ta những khi thức tỉnh. Từ lúc còn bé đến khi bắt đầu trưởng thành, chúng ta là những học sinh làm việc siêng năng từ năm này sang năm khác. Sau đó, chúng ta bận rộn xây dựng sự nghiệp và kiếm sống. Cuối cùng chúng ta về hưu và làm việc siêng năng chỉ để sống còn, để giữ thân và tâm hòa hợp với nhau, và để xua đi nỗi buồn tẻ, cô đơn của tuổi già. Trong cuộc sống trần tục, thời gian ta làm việc và ngủ chiếm nhiều hơn bất cứ điều gì khác.

Nếu sử dụng công việc trong đời sống như một phương tiện chữa lành, ta có thể chuyển hóa cuộc sống thành một mỏ vàng tâm linh và tình cảm. Chúng ta có thể làm điều này bằng cách trau giồi một trung tâm an bình trong chính mình ở mỗi hoàn cảnh có sự làm việc của ta.

Bất cứ ta làm gì - công việc văn phòng, làm vườn, thợ

mộc, vẽ hay viết... - ta đều có thể sử dụng công việc như một biểu hiện của bản tánh an bình nội tại. Hãy cố gắng tìm ra công việc gì bạn tự nhiên thích thú, mà cũng cố gắng thích thú với bất cứ việc gì bạn làm.

Khi việc làm tiến triển tốt, hãy hoan hỷ và tán thưởng nó một cách chánh niệm. Khi ta cảm thấy buồn tẻ hay chán nản, ta cũng có thể đem sự tĩnh lặng và chánh niệm vào việc này. Hãy thấy tất cả việc làm là thích thú, hoặc ít nhất cũng tìm thấy một điều gì đó thích thú trong công việc. Hãy vui thích với những người bạn tiếp xúc, hãy vui mừng và hài lòng với những vấn đề đã được giải quyết. Cố gắng xem việc làm cực nhọc như một thách thức tích cực, và những kinh nghiệm xấu là một bài tập nhẫn chịu và buông xả. Nếu cảm thấy vướng mắc trong một tình huống cụ thể nào đó, chúng ta có thể tự nhủ: *"Không có nơi nào khác tốt hơn chỗ tôi đang ở. Tôi thích ở ngay đây."* Bằng cách tự nhủ điều này một cách tin tưởng, bản tánh trống không của ta có thể được mở ra.

Những thái độ như lòng bi mẫn, và những phương tiện thiện xảo như thiền định về ánh sáng, không hề được đưa ra như những lý thuyết hão huyền. Chúng ta có thể đem chúng vào ngay trong công việc. Đặc biệt, thái độ của sự rỗng rang, như được kinh nghiệm ngay lúc tỉnh thức hay tiếp nhận những ban phước vào buổi sáng, có thể là nền tảng cho trọn ngày làm việc của ta. Với sự rỗng rang, mỗi một hoàn cảnh có thể hòa vào kinh nghiệm tâm linh, giống như những bông tuyết rơi vào đại dương.

NHÌN

Nhìn không chỉ đơn thuần là việc thụ động nhận lấy những hình tướng và màu sắc quanh ta. Đôi mắt chúng ta là cửa sổ qua đó ta phóng chiếu năng lực tinh thần. Với một cái nhìn đơn giản thoáng qua, đôi mắt chúng ta có thể truyền thông lòng nhân ái và hoan hỷ. Đôi mắt của một người tiêu cực có thể làm tràn ngập người khác với những chua cay và đau khổ.

Với đôi mắt tươi cười và nồng ấm, hãy để lòng bi mẫn tỏa chiếu ra ngoài. Bằng cách này, hành động nhìn trở thành một sự cầu nguyện, một sự thiền định và một phương thức chữa lành. Nếu chúng ta nhìn người khác với ánh mắt nhân ái và chăm sóc, chúng ta không cần những cầu nguyện hay bài tập tâm thức nào khác. Nếu chúng ta nhìn thế giới bên ngoài một cách tĩnh lặng và trong sáng, con người bên trong chúng ta sẽ phản ảnh năng lượng tích cực này như trong một tấm gương.

NÓI

Cũng giống như với cách ta nhìn người khác, lời nói và giọng điệu của ta có thể tác động sâu sắc đến trái tim của chính ta và những người quanh ta. Vì thế, lời nói nhân từ, chăm sóc trở thành lời cầu nguyện. Giọng nói hằng ngày của ta có thể êm dịu, nhẹ nhàng, mạnh mẽ và cũng dứt khoát khi cần thiết. Nếu chúng ta cảm thấy cứng lưỡi và không thể truyền đạt với người khác, ta có thể cầu khẩn sức mạnh từ nguồn năng lực và hình dung lời nói của mình đã được tịnh hóa. Hãy để âm thanh giọng nói bạn vang ra ngoài một cách tự tin, như thể nó khởi phát tự nhiên từ nguồn sức mạnh.

Nếu chúng ta có thói quen nói một cách không suy nghĩ, điều này có thể gieo rắc mọi thứ phiền não cho chính ta và người khác. Hãy suy nghĩ trước khi nói. Và hãy học cách lắng nghe. Thay vì sử dụng việc nói chuyện như một cơ hội để thúc đẩy công việc, như một chương trình được ghi âm sẵn, tốt hơn ta hãy lắng nghe một cách cởi mở những điều người khác nói. Điều này có vẻ như quá hiển nhiên, nhưng trong chúng ta có bao nhiêu người thực sự làm như vậy? Chúng ta có thể phát triển cái lợi của lắng nghe, cũng là một cách khác nữa để buông bỏ *chấp ngã*.

NGỦ

Trong sự tu tập cao nhất của đạo Phật, trong giấc ngủ tâm thức hòa nhập vào trạng thái sáng tỏ quang minh (*tịnh quang*), và sự tỉnh thức trong đó biểu hiện như là trí huệ siêu việt của tánh giác, thoát khỏi *chấp ngã*. Cần có nhiều kinh nghiệm tâm linh để trải rộng thiền định vào giấc ngủ, điều này có thể được với sự tu tập thành tâm và chuyên nhất.

Ngay cả khi chúng ta không thể chuyển giấc ngủ thành tỉnh giác trong sáng của thiền định, một số những thực hành đơn giản của đạo Phật cũng giúp ta thoải mái khi rơi vào giấc ngủ, và tự thân điều này là sự chữa lành. Hãy quán tưởng ánh sáng một cách rất bình an. Hoặc quán tưởng với lòng sùng mộ nhẹ nhàng nguồn sức mạnh ở trung tâm thân hay ở trên thân bạn, chiếu sáng thân bạn và ánh sáng tỏa ra bên ngoài, thế giới và vũ trụ.

Nếu bạn thích trải rộng sự tu tập của mình vượt trên ý thức của lúc tỉnh thức, hãy có ý định mạnh mẽ rằng bạn sẽ đem tỉnh giác trong sáng của thiền định vào giấc ngủ, và duy trì sự quán tưởng ngay cả lúc tâm thức bạn bắt đầu đi vào trạng thái ngủ. Cuối cùng, nếu ta tiếp tục thực hành như vậy, sự tỉnh giác sáng suốt này có thể khởi lên tự nhiên trong giấc ngủ.

Nếu bạn thức dậy giữa đêm, hãy lặp lại sự thiền định của bạn với một cảm nhận rỗng rang. Việc cảm nhận bạn là một thân thể bằng ánh sáng cũng là một thực hành tốt nếu bạn bị mất ngủ. Hoặc tập trung những tư tưởng tán loạn của bạn bằng cách hướng sự tỉnh giác nhẹ nhàng xuống bàn chân hay vùng ngay dưới rốn và cảm nhận sự hiện diện của ánh sáng ở đó. Sự tỉnh giác buông xả của hơi thở cũng làm cho rất bình lặng và chắc chắn có thể đưa bạn trở lại giấc ngủ.

NHỮNG GIẤC MƠ NHƯ MỘT PHƯƠNG TIỆN ĐỂ TỈNH THỨC

Một tu tập khác của đạo Phật là tham thiền về những giấc mộng, trong giấc ngủ và cả khi tỉnh thức. Chúng ta thường nghĩ những giấc mơ trong đêm của mình như những ảo giác, nhưng một trí huệ sáng suốt hơn chính là nhận thức ngay cả sự hiện hữu của đời sống lúc thức tỉnh cũng là một giấc mơ và hoàn toàn ảo hóa. Tham thiền về sự thật này là một cách để làm yếu đi những ái luyến và tham dục hằng ngày của chúng ta.

Việc suy nghĩ về những giấc mộng và tính ảo mộng của đời sống như thế nào có thể mở rộng cánh cửa đến với tâm trong giấc ngủ. Lúc lên giường ngủ, hãy lặp lại nhiều lần ý nghĩ: *"Tôi sẽ nhận ra những giấc mộng của tôi chỉ là những giấc mộng, và không bị vướng mắc hay sợ hãi chúng như thể chúng có thật."*

Một số thiền giả có thể đem sự tỉnh giác sắc bén vào giấc ngủ. Trong lúc mộng, họ nhận ra giấc mộng như một ảo giác, và như thế họ có thể bay lượn một cách an lạc bên trên nguy hiểm hay chuyển đổi một con quỷ thành một vị Phật chẳng hạn.

Như vậy, chúng ta nhận biết những giấc mộng như là những giấc mộng - và những hình tướng xuất hiện lúc thức cũng như mộng nữa! Một sự hiểu biết sâu sắc về điều này giải thoát chúng ta khỏi sự trói buộc của những thèm muốn và bám chấp.

Với người theo đạo Phật, sự bình thản mà thực hành này đem lại được xem là sự chuẩn bị tuyệt hảo cho trạng thái chuyển đổi quan trọng giữa lúc sống sang lúc chết. Điều này cũng là một tu tập làm nhẹ đi những đau khổ của đời sống chúng ta lúc thức. Dĩ nhiên, chúng ta phải duy trì những cảm nhận thông thường và sự quân bình của mình. Ở Tây Tạng, tôi nhớ có một người bị lầm lạc đi đến cực đoan là giết mổ trâu bò rồi dùng những giáo lý về giấc mộng như một sự bào chữa. Sự tiếp cận lành mạnh là phát triển một trí huệ chơi đùa về "thực tại". Chúng ta chịu trách nhiệm về những hành vi của mình; định luật nhân quả cho ta biết điều đó. Đồng thời, sự thật cũng là đời sống luôn thay đổi, thoảng qua và như huyễn. Những cường quốc và những chế độ luôn thăng trầm, người ta sống rồi chết, sự vật hiện ra ở đây rồi biến mất...

Trong sự hiện hữu lúc thức của chúng ta, ta có thể vui đùa hơn với những tri giác về các sự kiện "có thực" đè nặng lên chúng ta. Hãy tưởng tượng chúng sẽ như thế nào trong một trăm năm nữa, hay thậm chí vài tháng, vài ngày nữa. Những chiến thắng và thảm kịch vĩ đại hôm nay có vẻ như cứng chắc và rất thật, nhưng với một ít thời gian trôi qua chúng chỉ còn tính chất của những chuyện thần thoại lý thú. Thế nên ta không cần phải quá nghiêm trọng với chính mình. Chúng ta có thể thư giãn đồng thời tiến bước trên chánh đạo của cuộc đời.

MỘT THỰC HÀNH ĐƠN GIẢN

Chúng ta có thể cảm thấy trói buộc vì bổn phận với gia đình, bạn bè và công việc ngay từ lúc ta thức dậy, đến nỗi dường như thật khó mà tu tập tâm linh. Nếu đúng là như thế, tốt hơn chúng ta hãy thực hành đơn giản trên giường trước khi thức dậy và bị rối tung bởi cuộc sống hỗn độn hằng ngày.

Thực hành tỉnh thức trong sự rộng mở, như đã mô tả ở phần đầu chương này, là một sự rèn luyện đặc biệt rất hiệu quả. Tâm thức được thoải mái trong sự ấm áp và tĩnh lặng. Hãy biết rằng bạn có thể trải rộng cảm giác trống trải đến mọi hoàn cảnh.

Bắt đầu với thực hành buổi sáng làm gia tăng ảnh hưởng của năng lượng chữa lành, giống như một buổi sáng bắt đầu với bình minh tươi đẹp.

BA ĐIỂM QUAN TRỌNG ĐỂ TẬP TRUNG VÀO

Cách tốt nhất để sống là gì? Câu trả lời rất tốt là đặt sự nhấn mạnh trên khoảnh khắc hiện tiền, chỉ ngay ở đây, ngay bây giờ, điểm chính xác trong đó chúng ta đang sống và có quyền tác động một cách trực tiếp và tức thời. Vì thế, trước hết hãy nắm lấy ngay giây phút này và sống một cách khôn ngoan, tốt đẹp trong hiện tại, không lãng phí sự tập trung của bạn vào quá khứ, tương lai hay một nơi nào khác.

Thứ hai, chúng ta phải tập trung chú ý vào cuộc sống của chính mình và những người mà ta có trách nhiệm. Bằng sự ứng xử thực tế với những người sống quanh ta, ta sẽ không rơi vào sự khái quát hóa mơ hồ và những thế giới mộng tưởng. Bắt đầu từ bây giờ hãy là một nguồn hạnh phúc cho những ai hằng ngày tại đây, bao gồm gia đình, bạn bè, hàng xóm - và chính bạn.

Thứ ba, chúng ta phải tự hiến dâng mình cho lợi lạc và hạnh phúc của tất cả mọi người, đặc biệt với những người chúng ta có liên hệ. Điều này là tinh túy của tâm linh. Như người ẩn sĩ nói cho vị vua vào lúc cuối truyện "Ba câu hỏi" của *Léon Tolstoy*:

Hãy nhớ: chỉ có một thời gian quan trọng - bây giờ. Và nó quan trọng vì đó là thời gian duy nhất chúng ta có quyền chi phối chính mình; và người quan trọng nhất là người đang hiện hữu với bạn, vì không ai có thể biết chắc được liệu mình có còn được tiếp xúc với ai khác nữa sau đó, và việc quan trọng nhất để cố gắng là đối xử tốt đẹp với con người, vì chính đó là mục đích duy nhất mà con người hiện hữu trong cuộc sống này.

12

NHỮNG THIỀN ĐỊNH
CHỈ VÀ QUÁN

Những bài tập chữa bệnh trong sách này có ý nghĩa giúp chúng ta hạnh phúc và an bình hơn trong đời sống hằng ngày. Đây là một mục tiêu tuyệt hảo nhưng có lẽ còn giới hạn, vì đạo Phật tin rằng sự chữa lành rốt ráo là vượt lên hạnh phúc "của riêng mình", để chứng ngộ trí huệ chân thật và giải thoát, siêu việt sự bám chấp vào những tư tưởng và cảm xúc. Những chương cuối cùng này phác thảo một số pháp thiền định căn bản có thể mở ra cho chúng ta sự chứng ngộ này.

Việc mô tả thiền định bao giờ cũng khó khăn, vì ngôn từ chỉ có thể diễn đạt gần đúng kinh nghiệm thực tế của một cá nhân. Hơn nữa, sự chứng ngộ có nhiều giai đoạn. Các thiền giả, ngay cả người có nhiều kinh nghiệm và tận lực, rất dễ sai lầm bám chấp vào một giai đoạn này hay giai đoạn khác. Đây là lý do vì sao vào một thời điểm nhất định nào đó, việc thận trọng tìm kiếm một vị thầy hướng dẫn là điều rất quan trọng.

Với một số người thông tuệ, bất kỳ bài tập chữa lành hay kinh nghiệm nào cũng có thể dẫn đến giác ngộ. Ở Tây Tạng, có những câu chuyện về những người sơ học thiền định về *"những thực hành tiên khởi"* và đã kinh nghiệm sự chứng ngộ cao nhất, trong khi những người khác thực hành những tu tập cấp cao nhất và mong muốn trí huệ có thể không có một manh mối về ý nghĩa thật sự của những giáo lý.

Những thực hành *chỉ* và *quán* (hay *an định* và *quán chiếu*), vốn rất phổ biến trong tất cả các trường phái của đạo Phật, là những phương pháp đã được chứng nghiệm qua thực tiễn, có mục tiêu rốt ráo là đạt đến sự rỗng rang và *"vô ngã"* - tức là giải thoát khỏi đau khổ gây ra bởi *chấp ngã*.

Mặc dù những thực hành này hướng đến sự chứng ngộ cao hơn, nhưng chúng có thể mang lại lợi ích cho bất kỳ ai, bất kể trạng thái tâm thức hay cấp độ tâm linh của người ấy là như thế nào.

Tất cả các pháp thiền định trong những chương cuối này cũng có thể mang đến hạnh phúc và sự chữa bệnh "thông thường"; cũng giống như những bài tập chữa bệnh "thông thường" được mô tả ở phần trước trong một số trường hợp có thể dẫn đến sự chứng ngộ.

Mặc dù chúng ta có thể tu tập tâm thức trong thiền chỉ, bằng cách đem tất cả sự chú ý tới bất kỳ hiện tượng nào, nhưng ở đây là sự chú tâm vào hơi thở. Hơi thở của chúng ta là đối tượng đơn giản của sự chú ý, không có màu sắc và hình dáng. Hơn nữa, hơi thở gắn chặt thân thiết với tâm và thân, đến độ việc hướng sự tỉnh giác của ta vào nó sẽ tự nhiên giúp ta vững chắc trong chánh niệm, và như thế mở rộng con đường đến nhất thể.

Ngoài sự tham thiền về hơi thở, nhiều trường phái Phật giáo cũng dựa vào những thực hành thiền quán mạnh mẽ. Nhưng không nghi ngờ gì, thiền định đơn giản về hơi thở chứa đựng hạt giống giác ngộ. Sự nhấn mạnh được đặt vào chánh niệm và tỉnh giác về hơi thở, đó là con đường đi đến định và tuệ.

Thiền chỉ là sự vững chắc của tâm, phương tiện đến nhất thể, sự tẩy sạch bùn nhơ thành sự rộng mở. Thiền quán là tỉnh giác và nhất thể, bản thân sự rộng mở, không có khái niệm hay phân biệt giữa *"bản ngã"* và đối tượng đang được kinh nghiệm.

Với những người sơ học, có thể mất nhiều tháng, thậm chí

nhiều năm rèn luyện thiền chỉ trước khi thích hợp với thực hành thiền quán, thì những ranh giới giữa những pháp thiền định này có thể rất mơ hồ. Vì thế, đừng lo nghĩ quá nhiều về những định nghĩa. Chỉ đơn giản là ngồi trong một tư thế tốt và thực hành tỉnh giác về hơi thở.

Đặc biệt vào lúc đầu, tâm trí chúng ta có thể giống như một nơi chốn tả tơi và hỗn loạn, bị quấy phá bởi những âm thanh, tư tưởng hay sự kích thích nhẹ nhất. Nhìn thấy tính chất chuyển động, không ngừng nghỉ của tâm là bước đầu hướng đến sự tập trung. Bằng cách đem tâm trở lại với hơi thở của mình, dần dần nó có thể trở thành vững chắc hơn.

THIỀN CHỈ

Tu tập thiền chỉ là tập trung vào một đối tượng mà không có bất kỳ sự xao động nào. Nói cách khác là chúng ta tập trung một cách toàn tâm toàn ý, có nghĩa là ta tập trung sự tỉnh giác vào chỉ một đối tượng duy nhất, trong trường hợp này là vào hơi thở của ta. Liên tục lặp lại việc hướng sự tỉnh giác của bạn vào hơi thở một cách nhẹ nhàng mà dứt khoát.

Nhiều người sơ học được ích lợi khi chú tâm trên hơi thở tại một điểm đặc biệt như đầu mũi, hay nhân trung là chỗ có thể cảm thấy hơi thở. Tuy nhiên bạn không cần thiết xác định vị trí hơi thở theo cách này, miễn là bạn cảm thấy thoải mái và có thể tập trung sự chú ý của mình.

Một phương cách hiệu quả khác là đếm hơi thở. Đếm trong tâm bạn "một" khi hít vào, "hai" lúc thở ra... cho đến "mười", tiếp tục không gián đoạn chuỗi số này, từ một đến mười rồi lặp lại càng lâu càng tốt nếu thấy thoải mái.

Buông lỏng vùng bụng có thể giúp bạn thở bình lặng. Một số người có khuynh hướng thở cao trong vùng ngực, nhất là khi họ căng thẳng, chúng ta nên thở tự nhiên, khi hít vào bụng phình ra nhẹ nhàng, hơi thở trở nên đầy và thoải mái.

Trong lúc tập trung vào hơi thở, nếu cảm thấy khó chịu - như thể hơi thở trở nên ngắn hơn hay co thắt - hãy tập trung nhiều hơn trên hơi thở ra trong một lúc. Thở ra vào khoảng không vô tận giải phóng áp lực của sự tập trung. Nhìn chung, sự hít vào ngắn hơn sự thở ra. Sau một lúc, thời gian kéo dài của hơi thở sẽ tự nhiên trở nên dài hơn, nhưng bạn không nên cố làm cho hơi thở dài hơn.

Khi tâm bạn vững chắc và cảm thấy ít xao lãng, hãy hướng sự nhận biết đến sự vào và ra của hơi thở mà không đếm nữa. Hãy nhận biết hơi thở bạn khi nó khởi lên, trụ lại và tan biến. Sự thực hành thiền chỉ này tạo dễ dàng hơn trong việc đem một chánh niệm thư giãn đến bất cứ điều gì chúng ta làm ngoài lúc thiền định.

Ngay khi ta cảm thấy muốn tự chúc mừng vì sự thực hành thiền chỉ rất tốt đẹp thì có thể đột nhiên ta gần như rơi vào giấc ngủ. Buồn ngủ là một tác dụng phụ tự nhiên của sự yên tĩnh dễ chịu. Không nên chán nản. Nhưng phải thức tỉnh ngay! Việc hướng tâm ý mơ màng, lan man trở lại với hơi thở có thể là một cuộc đấu tranh cam go. Không quá nghiêm khắc hay hùng hổ, nhưng chúng ta phải trở về ngay với hơi thở. Và rồi ta có thể tĩnh lặng và sáng suốt.

Trong khi thiền định, có thể có những kinh nghiệm an bình và vi tế khác nhau. Bạn có thể cảm thấy ánh sáng nhẹ như một cọng lông. Toàn thân bạn có thể được tắm trong phúc lạc, sinh động với một cảm giác như một làn gió mát mềm mại, mơn trớn tiếp xúc thân bạn. Một số người thấy những hình ảnh đáng yêu trong con mắt tâm của họ như những tinh tú, mặt trời, mặt trăng, ngọc ngà, châu báu, tràng hoa... Nếu có bất cứ những gì giống như vậy xảy ra, hãy xem đó như dấu hiệu tiến bộ của sự tập trung. Sự thiền định của bạn có thể rất hoan hỷ, nhưng đừng cố bám giữ hay nắm lấy hỷ lạc. Việc cố nắm giữ, "cố định" hay nhân đôi những kinh nghiệm hỷ lạc này có thể trở thành một chướng ngại cho sự tăng trưởng tâm linh.

THIỀN QUÁN

Tu tập thiền quán là để kinh nghiệm bản tánh chân thật của bất cứ đối tượng tham thiền nào đúng thật như chúng đang hiện hữu. Qua sự tham thiền về hơi thở, chúng ta trở nên nhận biết được những vận động và bản chất vi tế của hơi thở đúng thật như nó đang hiện hữu.

Trong tỉnh giác, hãy trở thành một với hơi thở. Trong sự hợp nhất giữa tâm và hơi thở không còn có *bản ngã* để bám chấp. Sự thấu hiểu hoàn toàn về bản tánh thật sự của hơi thở có thể giúp chúng ta chứng ngộ bản tánh tuyệt đối của tất cả hiện tượng đều là *vô ngã*.

Trong thiền chỉ, chúng ta theo dõi hơi thở, vì thế buộc phải rèn luyện tập trung vào hơi thở. Trong thiền quán, chúng ta duy trì sự tỉnh giác về hơi thở mà không suy nghĩ gì về nguyên nhân hay bất cứ ý niệm nào khác, chẳng hạn như là "*cảm nhận sự an bình của hơi thở.*"

Quán là thực hành sự sáng tỏ trong nhất thể. Ví dụ chúng ta có thể nhận biết hơi thở dài, ngắn, lúc bắt đầu, khoảng giữa, và chấm dứt hay sự tĩnh lặng của hơi thở. Hơi thở chúng ta đến, đi và thay đổi, thoát khỏi mọi vướng mắc hay bám chấp. Trong tỉnh giác không cần một cái 'tôi" để suy nghĩ và nhận xét về điều này. Chỉ đơn giản là ở trong sự tỉnh giác về nhất thể.

Có một phương thức thiền quán là bắt đầu với sự quán niệm hơi thở, và tới một điểm nào đó thì buông bỏ cả sự tập trung hay phương pháp. Đối tượng của thiền định sau đó là bất kỳ đối tượng nào khởi lên, hay hoàn toàn không có đối tượng. Chúng ta có thể nhận biết hơi thở, hoặc có thể đơn giản an trú trong khoảng không gian bắt đầu mở rộng ra giữa những tư tưởng.

Trong việc thực hành quán chiếu rỗng rang này, hãy để bất cứ gì khởi lên trong tâm đến và đi, không bám víu. Tất cả những loại tư tưởng, cảm giác, hình ảnh, cảm nhận và kinh nghiệm có thể khởi lên. Không xua đuổi chúng đi và cũng không chạy theo chúng. Chúng ta có thể cảm thấy sự xâm nhập của một *"cái tôi"* đang theo dõi sự thiền định. Tuy nhiên, không cần thiết phải xem điều này như một sự xâm nhập; đơn giản hãy cứ để nó khởi lên và tan biến đi. Hãy để mọi thứ diễn ra tự nhiên, tích cực hay tiêu cực, không vướng mắc. Sự tĩnh lặng giữa những tư tưởng là bản tánh rỗng rang của chúng ta. Những tư tưởng như chúng khởi lên là hoàn toàn lành mạnh, nhưng đừng bám víu đuổi theo vào chúng.

Trong khi thiền định, chúng ta có thể kinh nghiệm những làn sóng cảm giác đau khổ, nhưng khi chúng ta để cho chúng đến, không nắm bắt, bấy giờ chúng có thể trở nên an bình. Sự không hoàn hảo không phải là vấn đề khi chúng ta rỗng rang, nó tốt đẹp đúng như nó là. Với tỉnh giác của thiền quán, những cảm nhận không phải là dễ chịu hay khó chịu mà được kinh nghiệm một cách rỗng rang và như thế được siêu thoát.

Thực hành thiền quán đem lại khả năng nhìn thấy tính cách của khoảnh khắc thoáng qua, *vô ngã*, của sự khác nhau vô tận và những hình dạng của hiện tượng, tại điểm chúng khởi lên và tan biến đi. Một chứng ngộ như vậy vén lên bức màn của những ảo giác tâm thức và của những giả tạo thuộc cảm xúc để bày lộ khuôn mặt của bản tánh bổn nguyên của sự vật như chúng vốn là. Thèm khát khoái lạc hay ghét sợ đau khổ, đã mọc rễ trong sự chấp ngã, bấy giờ sẽ tự nhiên tan biến giống như những hình vẽ trên mặt nước.

Trong thiền định, có thể thấy thân thể không phải thanh tịnh, cũng không phải không thanh tịnh, mà chỉ như sự rộng mở bao la. Tâm không phải vĩnh cửu, cũng không phải không hiện hữu, mà chỉ là sự rỗng rang thanh tịnh. Tất cả hiện tượng không phải có ngã tính mà cũng không phải không có ngã tính, một hiện hữu thực sự, mà là rỗng rang, an bình và thoát khỏi tạo tác.

Bất cứ một thoáng thấy rỗng rang nào cũng có thể giúp chúng ta trong cuộc sống. Nếu chúng ta có một hiểu biết và kinh nghiệm nào đó về sự rỗng rang, sẽ khôn ngoan khi làm cho sự thực hành của chúng ta sâu và rộng hơn, trong thiền định và trong đời sống.

Có thể những mô tả về thiền quán và sự rỗng rang khiến cho chứng ngộ có vẻ như không thể đạt được. Suy nghĩ điều này có thể là tốt. Sau đó chúng ta có thể buông xả ý niệm sở đắc một số *"kinh nghiệm"* như đã mô tả theo một cách nào đó, và điều này tự thân nó có thể giúp chúng ta thiền định một cách rỗng rang.

13

THIỀN ĐỊNH SÙNG TÍN CHỮA BỆNH

Tất cả mọi sự vật đều là một trong Phật tánh: tâm, trái đất, tinh tú, thời gian và không gian. Mọi thứ đều hoàn thiện trong cái nhất thể này, ngay cả những gì ta thường thấy như không hoàn hảo. Phật tánh đang hiện hữu trong tất cả chúng sanh, và trong những sự kiện của cuộc sống hằng ngày. Rốt lại, Phật tánh vượt khỏi những hình ảnh ngôn từ hay khái niệm được tạo tác bởi tâm phân biệt, nhị nguyên.

Đây là điều đạo Phật tin tưởng. Khi một số người phương Tây quan tâm đến Phật giáo, họ có thể thất vọng với việc thực hành sùng tín. Họ nói đại loại như: "Cầu nguyện một quyền năng cao ở ngoài chúng ta, đây là điều chúng tôi đã muốn bỏ lại." Thật là một hoàn cảnh buồn cười, chạy trốn sự sùng tín chỉ để tìm thấy niềm tin và sự cầu nguyện chực chờ sau đó!

Vâng, thực sự thì tất cả vũ trụ là Phật tánh và an bình nằm ngay trong chúng ta. Vậy tại sao phải thực hành sùng tín? Nó là một cách chúng ta buông bỏ ý niệm về bản ngã. Tin tưởng giúp chúng ta rộng mở. Nó là sự thoát khỏi những nghi ngờ và sợ hãi. Rộng mở và tiếp thu là một cách cầu khẩn sự giúp đỡ mà chúng ta cần.

Một số trường phái Phật giáo nhấn mạnh hành động lễ lạy như một thực hành sùng tín. Đây là một cách đơn giản để từ bỏ *bản ngã*. Nó chấp nhận niềm tin rằng việc bám chấp và cố gắng chế ngự mọi sự sẽ dẫn chúng ta xa cách khỏi trí huệ. Niềm tin cũng có thể ở ngoài hệ thống tôn giáo. Ví dụ, chương trình *Mười Hai Bước* của *Alcoholic Anonymous* nhấn mạnh sự từ bỏ cái ngã bé nhỏ và trói buộc đang cố gắng để kiểm soát. Nó công nhận sự cần thiết được giúp đỡ từ một "*năng lực cao hơn*" trong bất cứ cách nào mà cá nhân hiểu được.

Trong đạo Phật, sự sùng tín là phát triển niềm tin vào đức Phật như vị Đạo sư, tin vào Pháp, những giáo lý của đạo Phật, như con đường Chánh đạo, và tin vào Tăng đoàn, cộng đồng Phật tử như sự nương dựa trên hành trình tâm linh.

Sùng tín nghĩa là cầu khẩn sức mạnh trên đường đạo. Sự đáp ứng những nhu cầu tâm linh của chúng ta có thể không luôn luôn ở dạng chúng ta ước muốn hay mong đợi hoặc phù hợp với thời biểu vạch sẵn của ta. Điểm quan trọng của niềm tin là sự rộng mở, đó là cách tiếp nhận những ban phước và giảm nhẹ đau khổ. Trích dẫn Đạo sư Liên Hoa Sanh (*Padmasambhava*), Ngài *Patrul Rinpoche* viết:

Nếu tâm bạn thoát khỏi những nghi ngờ, những ước muốn sẽ đạt được.

Nếu bạn hoàn toàn tin vào sự sùng tín, gia hộ ban phước sẽ vào trong bạn.

Sự sùng tín giống như mặt trời, làm chảy tan sự chấp ngã và để thật tánh của chúng ta chiếu rọi. Trích dẫn Ngài *Drigung Kyobpa Rinpoche*, Ngài *Patrul Ripoche* viết:

Từ vị thầy, giống như ngọn núi tuyết...,

Mà không có sự chạm xúc của những tia sáng mặt trời của lòng sùng tín

Sự ban phước như dòng suối sẽ không tuôn chảy.

Thế nên hãy nỗ lực đưa tâm bạn vào việc tu tập sùng tín.

Nếu chúng ta không có lòng tin hay sự sùng tín, cho dù đức Phật đứng ngay trước mắt chúng ta bằng xương bằng thịt, chúng ta sẽ khó tiếp nhận được bất cứ lợi lạc nào, bởi vì tâm thức ta, vốn là chìa khóa duy nhất cho sự tăng trưởng tâm linh, lại không sẵn sàng đón nhận cơ hội đó. Đây chính là lý do vì sao ngạn ngữ Tây Tạng nói:

Từ bất cứ ai mà người ta thấy như một đức Phật,

Những ban phước sẽ được tiếp nhận như từ một vị Phật.

Từ bất kỳ ai mà người ta thấy như một người ngu si,

Những hiệu quả sẽ đến như từ một người ngu si.

Như vậy Phật tánh ở khắp nơi, nhưng cũng có thể rèn luyện lòng sùng tín bằng việc thiền quán đức Phật, chẳng hạn ở dạng một pho tượng hay một hình ảnh tâm thức. Tự thân pho tượng sẽ không thay đổi cuộc sống chúng ta, chính tâm ta có thể mở rộng ra qua hành động sùng tín. Điều này là tinh túy của phương tiện thiện xảo. Những đối tượng tâm linh có thể tạo cảm hứng cho chúng ta, nhưng yếu tố chánh không phải là ở đối tượng mà là cách chúng ta nhìn nó, một cách tích cực, và cách chúng ta cảm nhận, với sùng tín và niềm tin, chúng giúp ta trên con đường đạo.

Dựa vào một đối tượng tâm linh hay hình ảnh tâm thức nào là một cách tự quán đảnh với hoan hỷ phát sinh từ vị Phật bên trong tất cả chúng ta.

Cho đến bây giờ, tôi đã nhấn mạnh việc người ta có thể thiền quán về một nguồn sức mạnh mà họ lựa chọn như mặt trời, mặt trăng hay một vài hình ảnh cá nhân. Nhưng ở đây, tôi sẽ mô tả một nguồn sức mạnh đặc thù của Phật giáo (Tây Tạng), một sự thiền định sùng mộ về đấng Đạo sư *Rinpoche Padmasambhava*, người đặt nền tảng cho Phật giáo Tây Tạng ở thế kỷ thứ chín, người là hiện thân của tất cả các bậc giác ngộ - chư Phật, chư Bổn tôn, các vị thánh và các nhà hiền triết.

Có nhiều biểu tượng tâm linh có thể tạo hứng khởi cho chúng ta như nguồn sức mạnh. Ví dụ, chúng ta có thể thiền quán đức Phật Thích Ca Mâu Ni để giúp chúng ta có được trí huệ, hay đức Phật Dược Sư để chữa bệnh, hoặc đức Tara, đức Phật trong thân người nữ, làm lặng tất cả sợ hãi và nguy hiểm. Tôi đã chọn *Guru Rinpoche* (được biết như đức *Padmasambhava*) vì lòng từ bi vô biên của Ngài, đã giúp nhiều người cầu khẩn Ngài qua nhiều thế kỷ và vì tôi được tu tập trong dòng truyền thừa của Ngài. Sự hiện diện oai nghiêm của *Guru Rinpoche* là sự biểu hiện kim cương của Phật tánh tuyệt đối, một sức mạnh và phúc lạc tràn ngập của vũ trụ làm an lặng tất cả phiền não.

Để làm nền cho sự thiền định này, tôi sẽ đi vào một cách khá chi tiết về việc chúng ta có thể quán tưởng hình ảnh *Guru Rinpoche* như thế nào. Mỗi một chi tiết của hình tượng thánh kết hợp với một hình ảnh thiêng liêng cho chúng ta một lời dạy, và những dấu hiệu, biểu tượng, màu sắc và tư thế có thể khởi dậy những cảm nhận tích cực trong ta như tấm gương phản chiếu những lời dạy đó, vừa là từng cái một tiếp nối nhau, vừa như chúng được thấy và cảm nhận là một phần trong toàn thể.

Những chi tiết có thể giúp cho một thiền giả có kinh nghiệm an trú trong tỉnh giác về một hình ảnh tâm thức trọn vẹn và phong phú. Nhưng đừng lo nghĩ nếu bạn thiếu kinh nghiệm và sự khéo léo thiện xảo; hãy đơn giản quán tưởng như thế nào mà bạn cảm thấy thoải mái.

Trong sự thiền định được hướng dẫn sau đây, vấn đề thật sự là những cảm nhận mà ngôn từ nỗ lực để truyền đạt. Hãy dùng những cảm nhận để cầu gọi trong tâm thức bạn một hình ảnh của Ngài *Padmasambhava* đơn giản nhưng cảm thông sâu sắc. Nếu bạn chỉ cảm nhận sự ấm áp và sự hiện diện của Đức *Padmasambhava*, thì trong bản thân sự ấm áp và hiện diện này có thể là sự chữa lành rất hiệu quả.

Cũng nên nhớ rằng những hình ảnh thể hiện trong sách

này có ý nghĩa như một trợ giúp. Một bức hình hay bức tượng có thể tạo cảm hứng, dạy bảo hay giúp đỡ bạn như một điểm khởi đầu cho thiền định, nhưng đừng cảm thấy bị giới hạn bởi nó. Điều cốt yếu trong quán tưởng là hình ảnh trong tâm thức bạn, và sự nhiệt thành, rộng mở có thể đến qua sự sùng tín.

CẦU KHẨN HÌNH ẢNH UY NGHI CỦA ĐỨC PADMASAMBHAVA

Giống như một bông hoa nở rộ từ tánh Không, sự hiện diện uy nghi của Đức *Padmasambhava* hiển lộ từ sự quán tưởng. Trong ánh sáng hào quang đẹp đẽ, Ngài *Guru Rinpoche* trẻ trung và rực rỡ ngồi trên một mặt trăng chiếu sáng trong trẻo, ở trên một vầng mặt trời sáng chói. Mặt trăng và mặt trời ở ngay trên một hoa sen khổng lồ, tỏa hương thơm ngát, tươi mát với hơi nước. Hoa sen có ngàn cánh hoa chiếu sáng đầy màu sắc.

Mặt trời, mặt trăng và hoa sen là biểu tượng sinh ra của Ngài. Ngài được sinh ra bởi *"sự sanh vô nhiễm"* trong *"Liên hoa Phật bộ"*, từ sự hợp nhất giữa trí huệ (mặt trời) và đại bi (mặt trăng).

Mặt của Ngài *Guru Rinpoche* màu trắng hơi hồng luôn luôn trẻ trung và minh triết, vượt khỏi phạm trù thay đổi và tuổi tác. Nụ cười hoan hỷ của Ngài vượt lên đau khổ. Đôi mắt từ ái, trong sáng không chớp đem lại phúc lạc cho vũ trụ, chữa lành tâm chúng ta trong mỗi một vận động và mỗi trạng thái của nó và thân thể chúng ta trong từng tế bào và nguyên tử.

Áo choàng của Ngài tỏa chiếu ánh sáng. Áo choàng trắng bên trong và áo phủ bên trong màu đỏ biểu hiện sự giác ngộ của một Bồ tát, người giúp đỡ tất cả mọi người đau khổ trong thế giới này. Áo phủ bên ngoài màu xanh dương của Ngài biểu hiện sự hoàn thiện trong những chứng đắc mật truyền, và Ngài đắp y của một vị tăng đã thọ đại giới. Áo choàng ngoài không tay thêu kim tuyến là biểu tượng rằng tất cả những tu tập tôn giáo đều là một trong chân lý của vũ trụ. Áo choàng này, nón và giày của Ngài cũng nhắc nhở thần lực huyền diệu của Ngài. Chúng là tặng phẩm từ vị vua của *Zahora* đã ngạc nhiên trước những thần lực của Ngài. Vị vua cố gắng thiêu cháy Ngài, nhưng *Guru Rinpoche* đơn giản chuyển hóa ngọn lửa thành nước, bây giờ được biết là hồ *Rewalsar* ở Ấn Độ.

Guru Rinpoche nắm giữ những biểu tượng của giáo lý. Một chày kim cương (*vajra*) bằng vàng trong tay phải Ngài biểu tượng cho sự khéo léo thiện xảo không thể hủy hoại và thần lực, nguyên lý của nam. Trong tay trái Ngài cầm một sọ người, giữ một bình đầy nước cam lồ của sự bất tử. Sọ người biểu tượng sự hợp nhất giữa tánh Không và phúc lạc (*bliss*) là nguyên lý của nữ. Cái bình và nước cam lồ biểu tượng sự trường thọ và chân lý vô thời gian của Phật tánh.

Trong đạo Phật (Tây Tạng), những vị thầy mật truyền thường kết hợp về mặt tâm linh với một người nữ phối ngẫu. Trí huệ của nữ tính được tượng trưng ở đây là một cây đinh ba, dựa vào khuỷu tay trái của Ngài *Guru Rinpoche*. Ba mũi sắc bén của cây đinh ba biểu hiện ba bản tánh chân thật của tâm: sự rỗng rang, trong sáng và sức mạnh của đại bi. Ba trang hoàng cho cây đinh ba đại diện cho ba thân Phật: bộ xương đầu là toàn thể sự rỗng rang, hình ảnh trưởng thành sung mãn là hình tướng thanh tịnh của Phật, và sự trẻ trung là hình ảnh không thanh tịnh của đức Phật dưới cái thấy của tâm thức bình thường.

Giữa những biểu hiện khác là lọn tóc treo ở cây đinh ba. Đây là sự nhắc nhở việc thực hành trong nghĩa trang việc thiền định về sự tan biến của thân xác và sự giải thoát do chứng ngộ chân lý của sống và chết.

Trong trí huệ vô hạn của Ngài, *Guru Rinpoche* biết một cách đồng thời từng sự việc xảy ra trong vũ trụ, mà không rời lìa khỏi bản tánh rỗng rang, tuyệt đối của Ngài. Lòng đại bi vô biên của Ngài mở rộng tới toàn pháp giới và đến tận mỗi một chúng sanh, như một người mẹ gieo rắc tình thương yêu cho đứa con duy nhất.

Bây giờ chúng ta đã khá quen thuộc với hình ảnh này, sau đây là một pháp thiền định sùng mộ mở rộng.

CẦU KHẨN SỨC MẠNH VÀ LÒNG ĐẠI BI CỦA ĐỨC PADMASAMBHAVA

Hãy quán tưởng rằng bạn đang ngồi ở một nơi cao ráo như một đỉnh núi, nhìn vào bầu trời trong xanh bao la. Thưởng thức cái nhìn trong vài phút, an trú trong sự rộng mở. Hình ảnh đang ở tại một điểm cao nâng tâm thức bạn lên trên sự ồn náo của mình. Bầu trời rộng mở làm sạch những hình ảnh, cảm xúc và tư tưởng ồn ào khỏi tâm bạn.

Từ sự rộng mở này, đầu tiên hình dung một chỗ ngồi trên hoa sen với những cánh hoa đẹp đẽ, sau đó là một đĩa mặt trời và phía trên nó là đĩa mặt trăng. Cuối cùng, *Guru Rinpoche* hiện ra rực rỡ.

Hãy cảm nhận sự an bình và ấm áp vô biên của bổn tôn rất thương yêu linh thánh này và an trú thoải mái trong những cảm nhận này một lúc. Hãy để sự sùng mộ tan vào trái tim bạn. Khi bạn đem tỉnh giác của bạn đến hình ảnh, hãy hoàn toàn hiến mình vào nó, không phải chỉ như một hình tướng do tâm thức bạn tạo ra, mà như là vị *Guru* thật sự và chữa lành, thuần khiết.

Bây giờ tưởng tượng toàn trái đất đầy những khuôn mặt hoan hỷ, những đôi mắt hạnh phúc tràn đầy những tấm lòng sùng mộ của tất cả các loại sinh linh. Tất cả đều nhìn chăm chú vào khuôn mặt thương yêu, đẹp đẽ và đầy sức mạnh của Ngài *Guru Rinpoche*, nguồn của tất cả sự chữa lành. Hãy tưởng tượng rằng bạn nghe tất cả họ cùng tụng thần chú trong cùng một giọng với một âm điệu dịu dàng và mạnh mẽ như sấm sét. Thần chú (*mantra*) là một lời cầu nguyện đến Ngài *Guru Rinpoche*, một phương tiện chữa lành cho những vấn đề của chúng ta, một biểu lộ hân hoan của những năng lực tinh thần và thân xác, một tôn vinh sự hiện diện của bậc thiêng liêng này, một sự thiền định về âm thanh thanh tịnh mà bản thân nó là bản tánh của nhất thể.

Từ những chiều sâu của lòng mình, hãy hát chân ngôn của Ngài Guru *Rinpoche*, hoặc một trong hai dạng dưới đây:

Trong âm *Sanskrit* được Tây Tạng hóa:

OM AH HUNG BEDZAR GURU PEMA SIDDHI HUNG

Trong Phạn ngữ (Sanskrit):

OM AH HUM VAJRA GURU PADMA SIDDHI HUM

Mật chú này có thể tạm dịch là: "*Hiện thân của thân, ngữ, tâm của chư Phật, Ôi Padma(sambhava), mong Ngài ban cho tất cả sự gia hộ ban phước.*"

Như một kết quả của lời cầu nguyện và sự rộng mở là những tia sáng của ánh sáng ban phước nhiều màu sắc từ *Guru Rinpoche* chạm đến bạn đem đến sự ấm áp và rộng mở trong thân và tâm. Những ánh sáng này không chỉ đẹp đẽ, thanh tịnh mà còn là năng lực của sự an bình, ấm áp, phúc lạc và rỗng rang. Hãy để cảm nhận này thấm sâu vào bạn qua mỗi một lỗ chân lông và ngõ vào thân thể, xua tan tất cả lo nghĩ và phiền não, như ánh sáng mặt trời xua tan bóng tối.

Hãy cảm nhận toàn thân bạn chuyển hóa thành ánh sáng và năng lượng chữa lành.

Lặp lại chân ngôn nhiều lần, đem toàn bộ con người bạn vào âm thanh. Hình dung rằng những lời cầu nguyện của bạn làm mở rộng tâm thức của tất cả chúng sanh vào niềm vui sùng mộ và ánh sáng từ *Guru Rinpoche* tỏa chiếu trong mọi hướng, xua tan tất cả đau khổ, phiền muộn và mê lầm. Tất cả chúng sanh được giải thoát trong một dàn đồng ca hùng lực. Lời hát tràn đầy vũ trụ, trở thành một trong âm thanh, ánh sáng và hoan hỷ.

Hãy hoan hỷ trong sự ấm áp và rộng mở này. Để cho tất cả ý niệm và cảm giác tan vào một đại dương của sự an bình sùng mộ, trong đó không có những phân biệt hay ranh giới, vượt trên đau khổ và kích động, xấu và tốt, đây và kia, anh và tôi, mà nơi đó tất cả là một và cùng như nhau.

Mặc dù mục đích cao hơn của sự thiền định này là chứng ngộ tâm linh, bạn cũng có thể thiền định về Đức *Guru Padmasambhava* như một nguồn sức mạnh cho sự chữa lành thông thường những vấn đề cảm xúc hay thân xác, bằng việc quán tưởng bất cứ dạng năng lượng chữa lành nào đều bắt nguồn từ hình ảnh, giống như tia sáng *laser*. Hoặc tưởng tượng cam lồ chữa lành từ cái bình của Ngài *Guru Rinpoche* chảy vào trong bạn, thoạt tiên tẩy sạch tất cả đau khổ của tâm thức, cảm xúc và thân thể, rồi làm tràn đầy toàn thân, tâm bạn với an bình và sức mạnh. Ngài *Guru Rinpoche* cũng có thể là nguồn năng lực trong các pháp thiền định có nhờ đến một người khác làm người chữa bệnh cho bạn.

Dù bất cứ sự quán tưởng nào, bạn có thể lặp lại nó thường xuyên trong một thời khóa nếu cảm thấy thoải mái. Khi bạn tụng ca hằng ngày, thỉnh thoảng đem cảm giác rộng mở của thiền định vào cuộc sống của bạn. Bạn có thể tụng ca chân ngôn lớn tiếng hoặc niệm thầm khi bạn ở nơi công cộng.

THIỀN ĐỊNH TRONG SỰ RỘNG MỞ RỖNG RANG

Trong quan điểm cao hơn của đạo Phật, những hình tướng xuất hiện khởi lên từ tánh Không và tan biến trở lại trong tánh Không. Vì thế chúng ta bắt đầu sự thiền định sùng tín này bằng cách đi vào trạng thái rỗng rang, để cho sự quán tưởng khởi lên giống như sự phản chiếu trong một tấm gương trong sáng. Sau khi an trú trong tĩnh lặng trên sự quán tưởng, chúng ta lại kết thúc trong sự rỗng rang và nhất thể. Đó là một tiến trình giống như việc sinh ra, sống và chết đi, một cách tốt để thực hành việc để cho mọi sự đến và đi. Trong mỗi buổi thiền định, đơn giản hãy luôn luôn ở trong trạng thái rộng mở rỗng rang của tâm bạn đúng như nó là vậy mà không bám chấp.

Tùy thuộc vào trạng thái của tâm, chúng ta có thể an trú lâu hơn trong khoảng không của sự rỗng rang. Chúng ta có thể bắt đầu với một quán tưởng, và sau đó buông bỏ kỹ thuật và đơn giản chỉ thiền định trong một cách rỗng rang. Và rồi loại kinh nghiệm thiền định không còn quan trọng lắm, chúng ta có thể hòa nhập toàn bộ kinh nghiệm, người kinh nghiệm và những cách thức để kinh nghiệm vào nhất thể.

Đừng cố định dạng sự rộng mở rỗng rang, hoặc xem nó như cái này hay cái kia, hay đạt được bất cứ điều gì trong nó. Hãy chỉ để sự vật là vậy. Đây là cách để tìm thấy trung tâm của bạn. Nếu bạn tin vào thật tánh của mình, bạn không cần phải tìm kiếm trung tâm nào khác. Hãy chỉ rỗng rang và tỉnh thức.

Chừng nào mà chúng ta còn lệ thuộc vào khổ đau, việc thiền định có thể giúp chúng ta sâu xa và mạnh mẽ. Khi chúng ta chứng ngộ bản tánh của sự rỗng rang, thiền định được hòa tan vào đời sống hằng ngày.

Dựa vào những nguồn chữa lành bên ngoài cũng ích lợi và thậm chí rất cần thiết khi chúng ta còn chịu sự chi phối của những khái niệm nhị nguyên và tùy thuộc vào những đối tượng bên ngoài. Tuy nhiên, điều quan trọng là phải hiểu rằng sự chữa lành rốt ráo vượt trên sự phụ thuộc vào những lực bên ngoài. Nó là sự bảo đảm cho bản tánh rỗng rang, an bình của chúng ta khiến chúng ta có thể đạt đến trọn suốt sự rỗng rang và an bình đó.

14.

ĐÁNH THỨC NHỮNG NĂNG LỰC VÔ BIÊN BÊN TRONG CỦA SỰ CHỮA LÀNH

Thở một hay hai hơi thở sâu, buông xả tất cả căng thẳng lo nghĩ và hưởng thụ cảm giác buông lỏng trong thân và tâm bạn. Sau đó từ từ và bình thản đi qua những bài tập sau đây trong vòng một hay hai phút cho mỗi bước.

1. Khi bạn thức giấc vào buổi sáng, hay bất cứ lúc nào trong ngày, hãy cảm nhận sự sùng mộ đến nguồn sức mạnh. (có thể là đức Phật, *Guru Rinpoche*, hay bất cứ nguồn sức mạnh nào khác.) Sự sùng tín đem đến ấm áp, hỷ lạc, sức mạnh và rộng mở.

2. Hãy quán tưởng và cảm nhận trái tim bạn, trung tâm của thân bạn trong dạng một bông hoa ánh sáng lạ thường, nở rộ trong sự nhiệt thành sùng tín. Như một kết quả, từ đóa hoa lòng sùng tín đó khởi lên trí huệ, tâm bi, năng lực, và những phẩm tính giác ngộ của bạn trong dạng nguồn sức mạnh. Nguồn sức mạnh, trong dạng một thân ánh sáng với sức nóng và phúc lạc, bốc lên qua kinh mạch trung ương - một kinh mạch trống không được làm bởi ánh sáng trong suốt và thanh tịnh - của cơ thể bạn. Bấy giờ nguồn sức mạnh tô điểm bầu trời không vết nhơ và vô hạn, như thể hàng ngàn mặt trời khởi lên với một thân.

3. Hãy tin tưởng rằng nguồn sức mạnh là hiện thân của trí huệ, lòng bi và năng lực của tất cả những bậc linh thánh và của chân lý vũ trụ. Cảm nhận toàn thể thân

và tâm bạn tràn đầy sức nóng, hỷ lạc, và năng lượng vô biên do ở trong sự hiện diện của nguồn sức mạnh.

4. Bấy giờ hãy thấy rằng toàn thể trái đất đầy những chúng sanh khác nhau. Trái tim họ tràn đầy sự sùng tín và khuôn mặt họ nở hoa với những nụ cười hoan hỷ. Cặp mắt mở rộng của họ chú mục vào nguồn sức mạnh với sự tán thán. Cùng với bạn, tất cả họ biểu lộ sức mạnh sùng tín trong lời cầu nguyện, ca hát một cách du dương với những âm vang khác nhau, giống như một bản giao hưởng vĩ đại. Hãy tụng ca lời cầu nguyện với sự tán thán lớn lao trong đó không có những giới hạn hay bó hẹp hạn chế nào.

5. Hát những lời cầu nguyện, tưởng tượng những lời cầu nguyện kêu cầu tâm bi của nguồn sức mạnh. Từ nguồn sức mạnh, trí huệ, lòng bi và sức mạnh của nó đến với bạn dưới dạng vô số tia sáng ban phước đầy màu sắc (hay những dòng cam lồ). Những tia sáng này chạm đến từng lỗ chân lông của thân bạn. Hãy cảm nhận sức nóng khi chúng tiếp xúc. Hãy cảm nhận bản tánh phúc lạc của sức nóng. Và cảm nhận sức mạnh của sức nóng phúc lạc này.

6. Sau đó những tia sáng đi vào trong thân bạn. Hãy quán tưởng và cảm nhận rằng tất cả những thói quen tiêu cực, những yếu đuối tinh thần, những xung đột phiền não, thiếu hài lòng, sợ hãi, những bệnh tật hay những bế tắc lưu thông hay năng lực của bạn đều ở trong dạng bóng tối trong cơ thể. Chỉ việc tiếp xúc với ánh sáng ban phước, tất cả bóng tối đều hoàn toàn tan biến, không còn bất cứ dấu vết nào trong thân và tâm bạn. Thân thể bạn tràn đầy ánh sáng rực rỡ lạ lùng, với cảm giác sức nóng, phúc lạc và sức mạnh. Sau đó thấy và cảm nhận rằng toàn thân bạn chuyển hóa thành thân ánh sáng

ban phước. Hãy cảm thấy mỗi một tế bào trong thân bạn được chuyển hóa thành tế bào của ánh sáng ban phước với sức nóng, phúc lạc và sức mạnh.

7. Sau đó hãy nghĩ về một tế bào ở trán bạn (hay bất cứ nơi nào khác trong thân thể). Tế bào được làm bởi ánh sáng rực rỡ ban phước. Nó đẹp đẽ và bao la. Hãy đi vào tế bào một cách từ từ. Nó vô biên và vô hạn như bầu trời. Hãy cảm nhận sự bao la của tế bào trong một lúc.

8. Sau đó hãy thấy và cảm nhận thân bạn được cấu tạo bởi hàng tỷ tế bào bao la, đẹp đẽ và phúc lạc như vậy. Mỗi một tế bào được trang hoàng với sự hiện diện của nguồn sức mạnh. Hãy nhận biết sự hiển bày và năng lực lạ lùng của thân thể kỳ diệu của bạn. Tất cả tế bào ở trong tình thương và hòa hợp với mỗi một tế bào khác. Cảm nhận sức mạnh của hàng tỷ tế bào phúc lạc trong thân bạn được trang hoàng bởi những nguồn sức mạnh.

9. Tất cả tế bào của những kinh mạch, bộ phận và cơ bắp của thân ánh sáng ban phước của bạn đang thở. Chúng đang thở bằng sức nóng và phúc lạc một cách rỗng rang và tự nhiên như những ngọn sóng của đại dương. Hãy cảm nhận sự chuyển động phúc lạc của những ngọn sóng. Những cơn sóng vuốt ve, thư giãn và hòa tan bất cứ nơi nào mà chúng ta bị chai cứng hay khó khăn, mọi bám trụ của những cảm xúc không giải quyết và những vết thương chưa lành với những vết tích của nó. Hãy cảm nhận hào quang của năng lượng. Hãy cảm thấy sự cảm nhận. Hãy là một với sự cảm nhận.

10. Rồi bạn có thể hát *OM AH HUNG* (xem trang 231-232 và trang 251-254) như một chuyển động chữa lành để phát sinh sức mạnh, sự rỗng rang và hợp nhất với chúng. Bạn có thể hát lớn, nhẹ nhàng, hay thầm lặng trong tâm trí bạn.

Khi bạn hát lặp lại chủng tự *OM* chậm chậm và liên tục, hãy nhận biết những làn sóng âm thanh vang dội mạnh mẽ như thế nào trong mỗi một tế bào, từ những dây thanh quản xuyên qua toàn thân bạn giống như những làn sóng của đại dương. Hãy vui thích trong sự cảm nhận năng lực và sức mạnh, những phẩm tính của *thân Phật*.

Khi hát chủng tự *AH* trong cùng một cách như vậy, hãy nhận biết những năng lực làm rỗng rang, giải phóng và làm nở rộ, những phẩm tánh của *ngữ Phật*.

Khi hát chủng tự *HUNG*, hãy nhận biết sự hòa nhập của bạn với sự hợp nhất của sức mạnh và rỗng rang, là sức mạnh vô biên, những phẩm tánh của *tâm Phật*.

11. Bạn cũng có thể kiết thủ ấn như những vận động chữa lành (xem trang 250 254) để phát sinh sức mạnh và rỗng rang rồi hợp nhất với chúng.

Rất chậm chạp và liên tục, nắm những ngón tay bạn thành kim cang quyền ấn đặt tại trái tim bạn (đặt đầu ngón tay cái vào dưới lóng thứ ba của ngón đeo nhẫn, sau đó ngón giữa và ngón đeo nhẫn nắm lại đè trên ngón cái, ngón trỏ và ngón út duỗi ra ngửa mặt lên). Đặt bàn chân bạn tại điểm nối giữa hông và đùi. Hãy nhận biết sự vận động vang dội liên tiếp từ mỗi một tế bào của bàn tay qua thân bạn giống như dòng chảy của một con sông. Hãy hoan hỷ trong sự cảm nhận năng lực và sức mạnh là những phẩm tính của *thân Phật*.

Trong cùng một cách, tạo một cử chỉ hoa nở tại trái tim bạn. Giữ nắm tay hướng lên, mở những ngón tay (từng ngón một, bắt đầu từ ngón út) và mở rộng bàn tay và cánh tay và nhận biết cảm giác hoan hỷ của sự rộng mở, giải thoát và nở hoa, những phẩm tánh của *ngữ Phật*.

Kiết ấn thiền định, đặt hai lòng bàn tay ngửa lên trong lòng bạn, bàn tay phải trên bàn tay trái, hai đầu ngón cái vừa chạm nhau, và hãy nhận biết sự tự hòa tan mình với sự hợp nhất của rộng mở và sức mạnh, là sức mạnh vô biên, những phẩm tánh của *tâm Phật*.

Bạn cũng có thể thực hiện những thủ ấn (cử chỉ) này trong lúc tụng ca *OM, AH VÀ HUNG.*

12. Bạn có thể thấy hào quang bao la lạ lùng của ánh sáng ban phước sáng ngời tràn đầy sức mạnh năng lực chung quanh thân bạn. Đó là hào quang bảo hộ ngăn ngừa bất cứ tác động tiêu cực nào xảy đến. Đó cũng có thể là hào quang của sự chuyển biến khiến chuyển hóa mọi thứ trong hào quang năng lực thành ánh sáng ban phước, giống như những bông tuyết rơi vào nước nóng.

Hãy chia sẻ những ban phước với tất cả những chúng sanh đã từng là mẹ ta.

15

SỰ THIỀN ĐỊNH CHỮA LÀNH CỦA TÂM ĐẠI BI

Nếu chúng ta phát triển tâm bi, những kinh nghiệm tâm linh khác sẽ tự nhiên khởi lên trong ta. Tâm bi là gốc của tất cả đức hạnh. Nó giúp ta thoát khỏi sự *chấp ngã*.

Vì Phật tánh luôn hiện diện trong ta, tất cả chúng ta đều có khả năng khai mở tâm bi to lớn, hào phóng và rộng lượng. Tâm bi mở rộng tâm thức khép kín và đông cứng của ta. Nó làm an bình tâm thái hoang dã và chuyển hóa tính khí lạnh lẽo, mục nát và tiêu cực của ta. Nó đem chúng ta ra khỏi tối tăm, những tù ngục ngăn che được tạo tác bởi tính ích kỷ và sự chán nản để trở thành ánh sáng ban ngày. Thay vì lôi cuốn người khác phục vụ cho bản ngã hoang dã của mình, ta có thể tìm ra trung tâm thật sự của mình nhờ lòng bi mẫn đối với những người khác. Tâm bi là bản tánh chữa lành của tâm ta, qua đó ta có thể tìm thấy an bình.

Dù ta hiểu rằng lòng bi mẫn đặt ta trực tiếp trên con đường chân chánh, chúng ta vẫn thấy khó ngừng sự bám chấp ích kỷ vào những mối quan tâm của mình, chừng nào ta chưa kinh nghiệm được tâm rộng mở với người khác. Cách tiếp cận căn bản của đạo Phật là bắt đầu từ một cách đơn giản và mở rộng vòng của tâm bi ra ngoài.

Vì vậy, chúng ta nên cảm thấy một cảm giác lành mạnh của tình thương cho chính mình, thận trọng với những nhu cầu và tiện ích thật sự và hoan hỷ đón nhận niềm vui khi nó khởi lên trong ta. Chúng ta nên cảm kích những ai ở gần mình và quan tâm chăm sóc họ, đạt được kinh nghiệm trực tiếp của thái độ nồng nhiệt hơn là chỉ dựa vào những ngôn từ hay cảm giác mơ hồ. Dần dần, chúng ta có thể mở rộng việc thực hành tâm bi.

Tâm bi không có nghĩa là lo lắng. Nó là trí huệ chân thật cởi mở và là sự quan tâm chăm sóc. Trái lại, sự lo lắng bị mọc rễ trong sự bám chấp, làm hao mòn sức mạnh của ta và khả năng giúp đỡ người khác.

Thường thường, khi chúng ta quan tâm đến một ai, chúng ta lo nghĩ. Điều này là phản ứng không thể tránh được của một tâm thức bình thường. Vì thế, nếu bạn có thể, hãy quan tâm nhưng không lo nghĩ. Nếu những lo nghĩ nổi lên, đừng lo lắng về sự lo nghĩ đó. Hơn nữa, hãy nhìn điều này như một sự tích cực và nghĩ: "Tôi lo nghĩ vì tình thương với người này. Quan tâm là thái độ tốt nhất." Bằng việc nhìn sự lo nghĩ trong ánh sáng tích cực này và hoan hỷ vượt qua nó, tác động tiêu cực sẽ được chuyển hóa thành năng lực xây dựng.

Chúng ta có thể cảm nhận tâm bi hướng đến kẻ thù hay những người ta không thích như thế nào? Sự tiếp cận có hiệu quả là xem họ như những người mẹ, trên thực tế họ nhân từ, tử tế và có tình thương, ngoại trừ việc thật tánh của họ bị che lấp; hay có lẽ chúng ta thấy khó khăn trong việc nhận ra Phật tánh trong họ vì cái nhìn của ta bị ngăn che.

Trong thiền định, chúng ta có thể bắt đầu phá vỡ bức tường ngăn cách ta với những người khác. Đức *Tsongkhapa* nói điều này về tâm bi và thiền định:

"Đặc tính của tâm bi là ý tưởng 'Cầu cho tất cả chúng sanh được thoát khỏi đau khổ' và 'Tôi sẽ dẫn dắt họ đến giải thoát.' Những giai đoạn của tâm bi là trước tiên ta thiền quán hướng đến những người mình thương, sau đó hướng đến người không thương, không ghét, và kế tiếp là hướng đến những kẻ thù. Khi một người có tâm

bi nhìn người thương và kẻ địch cũng như nhau, hãy thiền định tiếp hướng đến tất cả chúng sanh trong vũ trụ."

Tôi sắp diễn tả một thực tập tinh thần nhắm vào sự thống khổ của người khác một cách sinh động. Một số người lo lắng rằng thiền định trên những đau khổ khủng khiếp có thể làm cho tinh thần yếu đuối, nhưng trên thực tế nó chữa lành chúng ta bằng việc giải thoát sự chấp chặt *bản ngã*. Vì thế hãy mở rộng trái tim bạn, và để cho cảm giác của tâm bi lớn lên.

Hãy quán tưởng một cách sinh động và đồng cảm với một người bị hành hạ vô hy vọng, kinh hoàng, đang cầu cứu. Bạn cũng có thể dùng hình ảnh của một người đang hấp hối đơn độc với những đau đớn nhức nhối không còn hy vọng sống sót, từng giây treo trên niềm hy vọng được sống, đang kêu gọi giúp đỡ và nhìn chăm chú vào thế giới của những người đang sống với dòng nước mắt. Hoặc bạn có thể quán tưởng một ai đó đang bị những người hành hình kéo lê đến cái chết bằng những bàn tay thô bạo trước đôi mắt sợ hãi, đầy nước mắt vô vọng của những người thân. Hoặc thấy một con vật vô hại, hiền lành đang bị giết thịt bởi con dao bén nhọn của những người đồ tể giữa những tiếng cười sấm sét hãi hùng. Hoặc hình dung một người bị kẹt trong lửa, lũ lụt hay động đất liếc nhìn thế giới yêu dấu lần cuối cùng qua những giọt nước mắt lẫn máu.

Sau đó hiểu rằng sinh linh đau khổ đó không ai khác hơn là cha mẹ, con cái hay người thân của bạn. Đạo Phật tin rằng, tất cả chúng sanh đã từng là người thân của chúng ta, vào lúc này hay lúc khác trong rất nhiều kiếp quá khứ. Và rồi hãy nghĩ: "Lúc bà ấy là mẹ tôi, bà đã cho tôi tất cả tình thương và chăm sóc lúc tôi cần, sưởi ấm trái tim tôi với lòng từ ái và hy sinh hạnh phúc, giấc ngủ vì lợi ích cho tôi. Nhưng hôm nay không ai giúp bà ấy thoát khỏi nguy hiểm này. Bà không có cơ hội phát triển trí huệ và sức mạnh cần có vào lúc cuối cùng này. Tôi là đứa con duy nhất làm sao có thể tiêu tốn tất cả sinh lực vào những trò tiêu khiển ngớ ngẩn của cuộc sống này, thờ ơ với nỗi đau khổ và sợ hãi của bà?"

Bây giờ hãy quyết định đi theo con đường của tâm bi, suy nghĩ rằng: "Ngay từ khoảnh khắc này, tôi nguyện trước toàn thể thế giới, hồi hướng từng phút giây của đời sống tôi để phát triển tâm linh nhằm chữa lành tất cả chúng sanh là những người mẹ đang đau khổ của tôi."

Bạn cũng có thể bắt đầu tu tập tâm bi bằng việc an trú vào những hình ảnh tích cực. Nghĩ về lòng nhân từ và bi mẫn của một bậc cha mẹ, một người bạn hay một bậc thầy đã bày tỏ với bạn, và gợi lên cảm giác tuyệt diệu của những ký ức ấm áp đó với bạn. Sau đó tự nhủ mình phải chuyển tặng phẩm lớn lao đó của lòng đại bi đến những người khác, và ban tặng một cách rộng rãi, giống như ánh sáng sưởi ấm toàn thể thế giới và vũ trụ.

Hoặc bạn có thể dùng cảm giác đau khổ và sợ hãi sâu xa của mình để phát sinh tâm bi. Đa số chúng ta cố gắng che giấu một cách vô ích khi đau khổ đến với ta, nhưng nó có thể là một nguồn lực vô giá. Với thái độ đúng đắn, mùi vị cay đắng của đau khổ khiến ta dễ dàng hơn trong việc hiểu được sự đau khổ của người khác.

Thấy và cảm nhận đau khổ đem lại một sự hiểu biết mạnh mẽ về sanh tử luân hồi, hiện hữu trần thế ngắn ngủi của chúng ta. Điều này có thể phát sinh một năng lực đầy sức mạnh, không chỉ thương xót hay mong muốn tốt cho người khác, mà là một nguyện vọng và cam kết hết lòng nhận trách nhiệm giải thoát cho tất cả chúng sanh khỏi hầm lửa sanh tử.

Bằng việc phát triển tâm bi mạnh mẽ cho tất cả chúng sanh như những người mẹ, chúng ta sẽ mất đi sự thù hận, ghen tỵ, đố kỵ và thèm khát. Tâm bi làm tiêu tan bức tường phân cách bạn bè và kẻ thù, anh và tôi, tốt và xấu. Nó cung cấp khoảng không cho hạnh phúc và an bình.

Ngài *Asanga* (Vô Trước) một triết gia Đại thừa vĩ đại của Ấn Độ thời xưa, đã thiền định về Đức Phật Di Lặc (*Maitreya*), vị Phật của lòng từ ái, suốt 12 năm trong một hang động. Tuy nhiên, Ngài đã thất bại không thấy được bất cứ dấu hiệu nào của thành tựu thực sự, cho đến ngày rời hang động và nhìn thấy một con chó rên rỉ gần chết trên đường. Khi Ngài cố gắng giúp đỡ con vật, đột nhiên tâm bi vô biên bùng mạnh và con chó chuyển thành thân chói lọi của Đức Di Lặc. Ngài Asanga than khóc: "Đức Phật, Ngài ít lòng bi với con, tại sao đã lâu Ngài không cho con thấy mặt." Đức Di Lặc nói: "Ta luôn luôn ở cùng với con không ngăn cách. Nhưng con không thể thấy ta vì những chướng ngại tâm thức của con. Tâm bi đã tịnh hóa tất cả chúng."

Khi tâm bi tăng trưởng, ta dễ dàng hơn trong việc buông bỏ sự vật lộn của tâm phân biệt liên tục. Trong sự rộng mở của tâm bi, chúng ta có thể chuyển hóa những mê lầm của mình thành tri giác thanh tịnh, trí huệ bổn nguyên của tâm.

Phần lớn chúng ta khó quan niệm về sự chứng ngộ sự rỗng rang trường cửu, toàn triệt. Tuy nhiên nếu chúng ta thực hành tâm bi, những ảo giác, bám chấp và những thói quen của nghiệp xấu sẽ bắt đầu rơi rụng.

Khi chúng ta thành Phật, tâm bi tự nhiên khởi lên trong ta như một sức mạnh tỏa khắp, hiện diện khắp nơi của Phật tánh. Như Ngài *Longchen Rabjampa* nói:

Từ bản tánh chân thật (Phật tánh),

Trong tất cả mọi hướng, khởi dậy sức mạnh của đại bi,

Hoàn thành sự lợi lạc cho mọi người qua sự hiển bày của nó.

CẦU KHẨN ĐỨC PHẬT CỦA TÂM ĐẠI BI ĐỂ MỞ RỘNG TRÁI TIM TA

Thiền định về bất cứ nguồn sức mạnh nào cũng có thể giúp chúng ta rộng mở tâm bi, giống như gieo hạt trên mảnh đất màu mỡ. Đặc biệt mạnh mẽ là thiền định về một vị thiêng liêng, như hình ảnh của sự cảm hứng. Bài tập đặc biệt tôi sẽ mô tả sau đây là cầu khẩn Ngài Quán Thế Âm (*Avalokiteshvara*), đức Phật của tâm đại bi. Sự tiếp cận và nội dung của sự quán tưởng này tương tự với những bài tập khác có thể dẫn ta đến sự rộng mở. Điều then chốt ở đây là ý định mở rộng tâm chúng ta. Dù đôi khi ta khó cảm nhận tâm bi trong cuộc sống hằng ngày, thì tự thân ý định đã là sự chữa lành hiệu quả.

Khởi dậy quán tưởng này với càng nhiều chi tiết nếu bạn có khả năng, thiền quán về hình ảnh với một sự thư giãn nhưng tập trung nhiệt thành. Hiến mình vào thiền định, sao cho tỉnh giác và hình ảnh là một.

Hãy tưởng tượng bạn ở một chỗ cao như là ngọn núi, nhìn vào bầu trời vô hạn. Hít một hơi thở sâu, và an trú với sự rộng mở này trong bao lâu tùy bạn muốn, giải thoát khỏi tất cả những căng thẳng tâm lý và lo nghĩ.

Đức Quán Thế Âm hiện ra từ bầu trời rộng mở trước bạn, trong sự an bình và tạo cảm hứng nhất, và trong một hình dạng đẹp đẽ nhất mà bạn có thể tưởng tượng được. Thân Ngài màu trắng, chiếu sáng rực rỡ, giống như một núi tuyết hay pha lê chiếu sáng hàng ngàn tia sáng mặt trời.

Ngài trang hoàng bằng lụa và châu ngọc, ngồi trên một đĩa mặt trăng giữa một hoa sen đẹp đẽ. Đức Phật ngồi vững chãi, biểu tượng trạng thái bất động của Phật tánh.

Trong sự thiền quán này, đức Phật có bốn tay, ban rải lòng từ bi vô biên cho tất cả chúng sanh trong vũ trụ. Hai bàn tay thứ nhất của Ngài chắp lại ở ngực trong một cử chỉ biểu tượng nhất thể của *Niết-bàn* và luân hồi - sự hợp nhất giữa giác ngộ và đau khổ của thế gian, sự hoàn thiện của mọi sự vốn như vậy, bao gồm những đấu tranh và sự vô thường thế gian. Trong hai bàn tay chắp lại Ngài giữ một viên ngọc như ý, tượng trưng cho *"những phương tiện thiện xảo"* thỏa mãn nhu cầu cho tất cả những chúng sanh nào rộng mở với cơ hội. Bàn tay phải thứ hai cầm một tràng hạt pha lê biểu tượng tính kiên định của tâm đại bi của Ngài đối với tất cả. Tay trái thứ hai của Ngài cầm một bông sen trắng biểu tượng trí huệ và sự hiểu biết vô biên, vô nhiễm của Ngài.

Đôi mắt Ngài tràn đầy lòng quan tâm và từ ái vô biên, nhìn không nháy mắt vào tất cả mọi người trong một tình thương vô điều kiện và không ngừng nghỉ, Ngài là cả hai sự trẻ trung và không tuổi tác, vượt trên tất cả đau khổ, và khuôn mặt đang mỉm cười đầy hoan hỷ giải thoát đau khổ cho mọi người.

Hãy phát triển cảm nhận trong tâm bạn rằng điều này không chỉ là một hình tướng do tâm thức tạo ra, mà là hình tướng thanh tịnh, chân thật của đức Phật đại bi, hiện thân của tất cả chư Phật và những bậc giác ngộ. Hãy tin tưởng vào hình ảnh này như là sự phản chiếu bản tánh thanh tịnh của tự tâm bạn, xuất hiện như đức Phật. Hãy cảm nhận sự hiện diện của Ngài trong trái tim, thân và tâm bạn. Hoan hỷ với những ban phước Ngài đem đến nơi bạn đang sống, đến những người đang sống với bạn, và toàn thể vũ trụ.

Trên mặt đất đối diện Đức Quán Thế Âm, hãy quán tưởng tất cả mọi loại chúng sanh vui mừng khôn xiết được hiện hữu trong sự hiện diện của đức Phật. Bây giờ, với một cảm nhận nồng nhiệt, hãy nghĩ rằng tất cả chúng sanh trên trái đất hợp cùng với bạn tụng ca chân ngôn sau đây:

OM MANI PADME HUNG HRI

Hay:

OM MANI PADME HUNG

Chân ngôn này có thể dịch là "*Đức Phật của ngọc báu và hoa sen, chúng con cầu khẩn Ngài*", hoặc rộng nghĩa hơn là "*Ôi, đức Phật nắm giữ ngọc báu và hoa sen của đại bi và trí huệ, mong Ngài ban cho chúng con những ban phước.*"

Hãy hiến mình trọn vẹn vào âm thanh của sự tụng ca; nói hay hát chân ngôn nhiều lần, theo cách mà bạn tìm thấy sự hứng khởi. Khi bạn làm như vậy, hãy làm tươi mới lại sự quán tưởng của bạn. Với lòng nhiệt thành và sùng mộ, hãy hình dung tất cả chúng sanh ở mọi nơi đều nhìn chăm chú vào đức Phật với đôi mắt mở rộng và hoan hỷ. Âm thanh êm dịu của chân ngôn tràn đầy trong vũ trụ như một bản giao hưởng làm chuyển hóa mọi sắc tướng, âm thanh và ý niệm trở thành sự tán thán đức Phật Đại Bi.

Bây giờ, trong tâm bạn nghe giọng nói êm dịu của đức Phật lặp đi lặp lại rằng: "*Tất cả những hành vi và cảm nhận độc hại của con đều hoàn toàn được chữa lành. Bây giờ con thanh tịnh và hoàn thiện. Hãy cảm nhận hạnh phúc và an bình.*"

Hãy để cho ý nghĩa của những lời này thấm sâu vào lòng bạn, không chỉ như ngôn từ đến và đi mà là một quán đảnh và ban phước thật sự và được cảm nhận sâu sắc.

Bây giờ, những tia sáng rực rỡ của ánh sáng chữa lành chiếu ra từ đức Quán Thế Âm và khi tia sáng chạm vào bạn, lòng bạn hoàn toàn rộng mở tới những người mẹ-chúng sanh vây quanh đức Phật. Những ánh sáng không những có sắc tướng đẹp đẽ, thanh tịnh mà còn là năng lực an bình, ấm áp, phúc lạc và rỗng rang. Ánh sáng từ đức Phật tuôn chảy qua bạn, tới tất cả chúng sanh, xua tan tất cả đau đớn, khổ sở.

Hãy để cảm nhận về tĩnh lặng và rỗng rang lan tràn qua

bạn. Cảm nhận rằng toàn thể thế gian trở thành một trong tâm đại bi. Sự rắn chắc và lạnh lẽo như băng giá trong tâm thức chưa thuần hóa của bạn được tan chảy, và bằng sức mạnh ánh sáng của đức Phật Đại Bi, thân bạn được chuyển hóa thành ánh sáng thanh tịnh. Ánh sáng của đức Phật giống như một ngàn mặt trời, nhưng không bao giờ làm tổn thương cặp mắt của bất cứ ai; trái lại còn đem đến một cảm giác an bình và giải thoát. Khi ánh sáng vô tận chiếu sáng rực rỡ trong tất cả các phương, vũ trụ hòa tan trong sự an bình nhất thể.

Hãy cảm nhận sự bao la và rỗng rang của vũ trụ. Để cho tất cả tư tưởng và cảm nhận của bạn tan biến vào trong an bình và ấm áp vô tận của đức Phật, trong tâm bi của Ngài không có phân biệt đau khổ và hạnh phúc, xấu hay tốt, đây hay kia, anh hay tôi... Tất cả là một và như nhau trong an bình vĩ đại. Hãy an trú trong sự rỗng rang của tâm chữa lành của bạn. Sau đó bạn có thể lặp lại sự thiền định này nhiều lần khi thích hợp.

Sự thiền định này có thể đổi khác bằng việc sử dụng những dạng của năng lượng chữa lành khác như đã thảo luận trong phần đầu sách này. Ngài *Karma Chakme*, một bậc thầy vĩ đại về nghi quỹ, đã đúc kết nhiều thực hành của những kinh điển phổ thông và thiêng liêng, cũng như những lời dạy bí truyền, trong một pháp thiền định về đức Phật Đại Bi có thể dùng để chữa lành những bệnh tật thông thường.

Hãy quán tưởng đức Phật ở trên đầu của người bệnh, có thể là chính bạn hay một người nào khác. Đức Phật Đại Bi có hai tay, tay phải đưa ra trong cử chỉ che chở, tay trái nắm một hoa sen trắng tại trái tim. Trong nhiều khía cạnh xuất hiện kỳ diệu của Ngài là hình ảnh chân ngôn, *OM MANI PADME HUNG*, chuyển động trong một vòng tròn quanh trái tim Ngài. Từ chân ngôn, ánh sáng huy hoàng chiếu ra rực rỡ.

Hãy cầu nguyện đức Phật Đại Bi, vị Đại Bồ tát, Bậc Thí vô úy. Cầu cho được thoát khỏi bệnh tật, và tin tưởng rằng lời cầu nguyện này sẽ được đáp ứng.

Phần sau của pháp thiền định được Ngài *Karma Chakme* mô tả như sau:

"Từ thân đức Phật, một dòng cam lồ chảy xuống và cuốn trôi đi mọi bệnh tật và những ảnh hưởng xấu của người bệnh và sau đó cam lồ phúc lạc tràn đầy thân thể người bệnh.

Sau đó lặp lại nhiều lần chân ngôn sau đây càng tốt: "OM MANI PADME HUNG SARVA SHANTING KURUYE SOHA." (Có nghĩa: Đức Phật của đại bi và trí huệ, mong sao tất cả [bệnh tật đó] được bình lặng.)

Bấy giờ đức Phật ở trên đầu người đó tan biến thành ánh sáng và hòa tan vào người bệnh.

Hãy nhớ rằng bạn luôn có thể đem cảm nhận và năng lực từ bất cứ sự thiền định về đại bi nào vào trong đời sống hằng ngày của bạn; đó là một ban phước luôn luôn sẵn sàng cho chúng ta. Hãy chào đón tất cả mọi sự mà đời sống đem lại cho bạn - tất cả đều là cơ hội để chúng ta chứng ngộ thật tánh của mình.

Khi bạn hạnh phúc, hãy cảm nhận điều đó trọn vẹn như năng lực ban phước của đức Phật, mà không bám chấp vào nó. Khi bạn đau khổ, hãy nghĩ: "Mong sao sự đau khổ này là một vật chuộc để giảm nhẹ đau khổ cho tất cả những người mẹ-chúng sanh", và xem sự đau khổ như một nguồn lực tích cực đem lại cảm hứng và tỉnh giác tâm linh, mục đích tối thượng của đời người.

NHỮNG NGUỒN KINH ĐIỂN
CHO SÁCH NÀY

Những vấn đề chúng ta đối diện là bây giờ và ở đây, nhưng thường thì lời khuyên tốt nhất cho những khó khăn luôn được truyền lại cho chúng ta từ quá khứ. Một trong những ý định của tôi trong việc trích dẫn rộng rãi những vị thầy tâm linh vĩ đại gần đây hay xưa kia là hãy để những lời minh triết này nói một cách trực tiếp trong những ngôn từ đẹp đẽ và truyền cảm của chúng.

Một lý do khác là để xác nhận sự tiếp cận nền tảng của quyển sách này. Kinh điển tràn ngập những lời giảng về cách thức để tâm thức chúng ta có thể chữa lành đau khổ. Tuy vậy, chỉ phần nhỏ của những kinh điển này có thể thích hợp với những chương của một cuốn sách như sách này. Tôi nghĩ độc giả có thể tò mò muốn biết một số bài tập chữa lành như khi chúng xuất hiện trong kinh điển. Phần phụ lục này cũng trình bày những nguồn kinh điển khác về tâm và những cảm xúc.

CHỮA LÀNH QUA QUÁN TƯỞNG

Kinh điển hướng dẫn chúng ta chữa lành tâm và thân bằng niềm tin mạnh mẽ, cầu nguyện nhiệt thành, và gợi lên những hình ảnh tâm thức.

Bước đầu tiên là nhận dạng được bệnh tật tinh thần hay thể xác - cái mà những bản văn Phật giáo ám chỉ như "*đối tượng để phủ định*". Những cảm xúc tiêu cực và bệnh mọc rễ trong sự chấp ngã, nhưng trước khi chúng ta làm bình lặng chúng, điều cần thiết là phải thấy chúng rõ ràng. Như Ngài *Shantideva* (Tịch Thiên) nói:

Không có sự nhận biết thực thể được gán cho,

Bạn sẽ không nhận ra sự không hiện hữu của nó

(không có tự tánh).

Vậy, trước khi quán tưởng một hình ảnh tích cực, chúng ta cần phải hiểu được tâm và nguồn gốc của phiền não. Như Ngài *Zhabkarpa* nói:

Nếu bạn không xác minh những đặc tính thực tế của tâm là gì,

Bất cứ việc tu hành đức hạnh nào bạn theo đuổi, sẽ không đụng đến điểm cốt yếu.

Cũng giống như có mục tiêu ở gần bên

Nhưng lại bắn mũi tên đi xa mất.

Giống như có một tên trộm trong nhà bạn

Mà lại nỗ lực tìm kiếm ở bên ngoài.

Nhiều bản văn khuyên quán tưởng bệnh tật trong một dạng dơ bẩn. Một khi hình ảnh tiêu cực được gợi lên, nó có thể được tịnh hóa với những năng lực chữa lành như cam lồ và ánh sáng. Ngài *Dri-me Ozer* mô tả sự quán tưởng sau đây, trong đó nguồn sức mạnh là đức Phật Kim Cương Tát Đỏa (*Vajrasattva*) hiện thân của chân lý và sức mạnh vô tận:

Hãy nghĩ rằng từ thân Phật những tia sáng và những dòng cam lồ ban xuống vào trong bạn. Những ngăn che tối tăm của thân bạn được tịnh hóa... Thân bạn được ban phước như thân kim cương, thân Phật. Với những tia sáng và dòng cam lồ từ ngữ Phật, những nhiễm ô của lời nói bạn được tịnh hóa... Ngữ của bạn được ban phước như ngữ kim cương. Với những ánh sáng và cam lồ từ tâm Phật, những ngăn che của tâm bạn được tịnh hóa... Tâm bạn được ban phước thành tâm kim cương. Với ánh sáng và cam lồ chảy xuống từ mọi phần của đức Phật, những nhiễm ô do bám chấp vào thân, ngữ, tâm như một thực thể cá biệt (bản ngã) được tịnh hóa... Bạn đã tiếp nhận sự ban phước trí huệ kim cương.

Trong một nghi thức về chữa lành, Ngài *Do Khyentse* giới thiệu một quán tưởng chữa lành dùng khói, lửa, không khí, nước và cam lồ:

Tay của vị bổn tôn (nguồn sức mạnh) cầm một bình kho tàng như ý,

Tỏa ra những đám mây khói thơm ngát.

Thiêu cháy mọi bất tịnh, khuyết điểm và nhiễm ô của chúng ta.

Từ lỗ mũi của vị bổn tôn phát ra luồng gió trí huệ,

Thổi tung mọi nhiễm ô, chán nản và vẩn đục.

Từ miệng của bổn tôn, những đám mây, sương ban phước

Và một cơn mưa cam lồ trí huệ đến

Rửa sạch mọi bệnh tật, hậu quả độc hại, nhiễm ô, mất hài hòa và không toại ý của chúng ta.

Cầu cho mọi bất tịnh bị thiêu cháy bởi lửa trí huệ.

Mong sao chúng bị thổi tiêu mất bởi lực mạnh mẽ của không khí

Mong cho chúng được tịnh hóa bởi cam lồ.

Ngài *Tsewang Chokdrub*, một tác giả vĩ đại về phương pháp thiền định ở thế kỷ mười tám, viết về sự cần thiết chuẩn bị tâm thức cho việc chữa lành - đặc biệt qua sự tập trung khiến dẫn đến tỉnh giác tĩnh lặng và trong sáng.

Vậy, để loại bỏ hôn trầm, bạn nên giữ và hoàn toàn tập trung tâm thức mạnh mẽ, hoàn toàn và nhất tâm tại trái tim. Để loại bỏ sự buông thả, khích động hay sự rối loạn của tâm trí, bạn nên giữ và hoàn toàn tập trung tâm trí một cách mạnh mẽ, hoàn toàn và nhất tâm ở dưới rốn (đan điền). Khi sự tập trung của bạn trở thành nhất tâm và mạnh mẽ, sẽ không có sự hôn trầm hay khích động trong tâm thức.

Một trong những bài tập chữa lành thực tế được do Ngài *Tsewang Chokdrub* đề nghị liên quan đến việc chúng ta tự quán tưởng mình như một vị Phật và tưởng tượng trong trái tim chúng ta chủng tự HUNG, đại diện cho tâm giác ngộ của đức Phật:

Để chữa lành những bệnh tật thân xác, trước tiên quán tưởng và tự thấy bạn như vị bổn tôn. Quán tưởng chữ HUNG màu xanh dương đậm có cỡ như hạt đậu tại luân xa tim. Nếu tính chất bệnh tật của bạn là nóng, quán tưởng chữ HUNG màu trắng có kích thước như một hạt đậu được phóng ra từ chữ HUNG màu xanh dương đậm, và bao bọc mọi phần của phần trên thân bạn, cuốn hút tất cả bệnh tật, giống như nam châm hút sắt, thoát ra khỏi đỉnh đầu và biến mất vào không gian. Sau đó thở ra. Nếu tính chất bệnh tật của bạn là lạnh, quán tưởng chữ HUNG màu đỏ phóng ra từ chữ HUNG màu xanh dương đậm và bao bọc mọi phần dưới cơ thể bạn, thu hút tất cả bệnh tật liên hệ đến lạnh và thoát ra từ "những cửa dưới" sau đó tan biến xuống sâu trong lòng đất. Nếu bạn bị đau ở một chỗ riêng biệt như cánh tay, quán tưởng chữ HUNG màu đen tại chỗ đau. Nó thu hút mọi đau đớn và thoát ra từ đầu những ngón tay hoặc từ đôi mắt của bạn và biến mất vào không gian.

Ngài *Tsewang Chokdrub* cũng mô tả phương pháp hòa

lẫn tỉnh giác của chúng ta thành một với đau khổ. Ngài nói về sự hòa nhập vào Đại Ấn, một thuật ngữ của đạo Phật chỉ sự rộng mở, rỗng rang (tánh Không):

Bất cứ bệnh tật nào bạn đang kinh nghiệm hay từ bất cứ nguyên nhân và điều kiện nào bệnh tật khởi lên, tất cả những đau khổ như bệnh tật và đau đớn xảy đến với thân huyễn hóa của bạn xảy ra vì chuỗi vọng tưởng được tạo tác do không nhận ra chân lý, rằng những đau khổ được khởi lên chỉ vì hành vi chấp ngã, rồi theo sau là những lực lượng của phiền não, tham lam và sân hận. Bấy giờ bạn cần phân tích xa hơn. Nếu bạn nói: "Gốc rễ của tất cả đau đớn và khổ sở này do sự chấp ngã, và tôi sẽ từ bỏ nó", bấy giờ (cái gọi là) tự thân người từ bỏ sẽ khởi lên như một sự chấp ngã.

Cách đúng đắn của việc tự nguyện từ bỏ sự chấp ngã là như sau: Không có bất kỳ tạo tác giả tạo nào, đối với bất cứ đau đớn hay bệnh tật nào bạn đang kinh nghiệm, hãy tham thiền về sự hợp nhất hay nhất thể của (người đang kinh nghiệm) mùi vị đau khổ và tự chính sự đau khổ mà không có sự chấp nhận (chính mình, người đang kinh nghiệm nó) và không có sự khước từ (đau khổ).

Tập trung tâm trí bạn một cách mạnh mẽ và nhất tâm vào sự hợp nhất đó, nó là cái nhất thể và rỗng rang vô ngại, cả hai tự thân đau khổ và ý niệm về chính mình, người đang kinh nghiệm đau khổ, đều tan biến vào khoảng không của Đại Ấn mà không có bất kỳ sự phân biệt nào của sự chấp nhận bản ngã và khước từ đau khổ. Điều này sẽ cắt đứt những trói buộc vào chấp ngã.

TỈNH GIÁC VỀ THÂN, TÂM VÀ HIỆN TƯỢNG

Tỉnh giác về những phẩm tính và tính chất của thân thể bạn, những cảm nhận, những tư tưởng, và những hiện tượng là chủ đề trung tâm của những thiền định Phật giáo phổ biến như *"Bốn niệm xứ"* và *"chỉ, quán"*. Điều này duy trì tỉnh giác về mọi tư tưởng và cảm nhận của tâm thức, và mỗi sự hiện diện thân xác và mỗi khoảnh khắc, một cách rộng mở, không có bất cứ khái niệm bám chấp hay cảm xúc xung đột nào.

Tỉnh giác về những phẩm tính tích cực và hoan hỷ, và bản tính rộng mở của thân, tâm và vũ trụ là con đường và mục đích của "hai giai đoạn" (tức giai đoạn phát triển và giai đoạn thành tựu) tu tập của Phật giáo mật truyền.

THẤU HIỂU MỖI TẾ BÀO HAY NGUYÊN TỬ CỦA THÂN THỂ VÀ CỦA THẾ GIỚI LÀ NHỮNG PHẨM TÍNH CỦA PHẬT

Trong giáo lý mật truyền của đạo Phật, bạn tu tập sự thấu hiểu mọi khía cạnh của thân và tâm bạn và vũ trụ như những phẩm tính và trí huệ khác nhau của Phật. Ngay trong những giáo lý phổ thông cũng nhận hiểu mỗi nguyên tử như sự biểu lộ vô tận và vô hạn của những cõi Phật tịnh độ. *Bhadracharya-pranidhana* nói:

Mong sao tôi chứng ngộ trong mỗi vi trần (nguyên tử)

Sự phô bày hoàn thiện của tất cả cõi tịnh độ trong ba thời.

Cầu mong tôi được đi vào cõi tịnh độ của chư Phật

(Của mỗi nguyên tử) của tất cả mười phương.

HIỂU TÂM

Ngài *Chandrakirti* (Nguyệt Xứng), một triết gia Trung Quán vĩ đại của đạo Phật ở thế kỷ thứ bảy viết:

Chúng sanh, thoạt tiên chấp vào "ngã" như là "tôi" và

Rồi vào "các pháp" như là "của tôi",

Quay tròn trong chu kỳ của cuộc sống thế gian giống như một bánh xe dẫn nước.

Nhưng làm sao những chúng sanh đau khổ là chúng ta có thể tháo mở sự *chấp ngã*? Mặc dù chúng ta có khuynh hướng nghĩ về những kinh nghiệm là tích cực hay tiêu cực, đặc tính tốt hay xấu của những hoàn cảnh không quan trọng bằng việc chúng ta thấy và sử dụng chúng một cách khéo léo như thế nào. Trích dẫn Ngài *Longchen Rabjam*, Ngài *Paltrul Rinpoche* hướng dẫn chúng ta trong việc sử dụng những phương tiện thiện xảo để chuyển hóa cuộc sống:

Đôi khi hãy nhìn vào bản chất tự xuất hiện của những hoàn cảnh hài hòa.

Bằng sự thấu hiểu chúng là tự biểu hiện, chúng khởi lên như sự hỗ trợ cho những kinh nghiệm tâm linh.

Đôi khi hãy nhìn vào sự xuất hiện của những hoàn cảnh xấu.

Điều đó rất hiệu quả để xua tan sự bám luyến vào những vọng tưởng.

Đôi khi hãy nhìn vào bạn bè và những vị thầy;

Điều đó cho bạn cảm hứng để rèn luyện bằng việc học được những tính tốt và xấu của họ.

Đôi khi hãy nhìn vào sự phô bày của những điều kỳ diệu của bốn nguyên tố trong không gian.

Điều đó đem lại việc thấu hiểu sự tan biến của những nỗ lực tâm thức vào trong thật tánh của tâm.

Đôi lúc hãy nhìn vào đặc tính của xứ sở, nơi ở và những sở hữu của bạn;

Thấy chúng như ảo ảnh xua tan sự bám luyến của bạn vào những hình tướng như huyễn ấy...

Tóm lại, hãy đánh giá bản chất hoặc tính cách của những hiện tượng xuất hiện trong nhiều khả năng khác nhau;

Điều đó phá tan sự bám luyến bị lừa dối của bạn với chúng như là có thật.

Phần lớn chúng ta thấy sự cô đơn như một cảm xúc tiêu cực, nhưng những thiền giả có kinh nghiệm đã biết rằng cảm nhận đó, trong một tâm thức buông lỏng, có thể giúp chúng ta giải quyết những ý niệm khô cứng và đưa sâu vào thiền định. Ngài *Paltrul Rinpoche* viết:

Nếu bạn ở một nơi mà cảm giác cô đơn (hoặc buồn bã, thờ ơ hay trống không) xảy đến, sự thể nhập thiền định khởi lên trong chúng ta. Như vị thánh Milarepa nói:

> *Trong những hang động của những thung lũng trống,*
>
> *nơi không có người,*
>
> *Không có thời gian cho cảm giác cô đơn ngưng dứt,*
>
> *Không có thời gian để tách rời khỏi tâm thức sùng mộ*
>
> *Với Đạo sư (Guru) và chư Phật của ba thời.*

Khi chúng ta bắt đầu hiểu được tâm, chúng ta thấy rằng nó không cần bám vào hạnh phúc, buồn phiền, hay bất cứ hiện tượng nào khác thuộc tâm thức hay bên ngoài. Trong quan điểm đạo Phật, tất cả hiện tượng chỉ là những phản ảnh và định danh của tâm. Ngài *Mipham Rinpoche* viết:

Vậy, tất cả đều là những trò phô bày huyễn thuật của tâm.

Nếu giải thoát, đó là sự giải thoát của tâm, và nếu bị trói buộc, đó là sự trói buộc của tâm.

Lìa khỏi tâm không có giải thoát cũng không có trói buộc,

Không có hạnh phúc cũng không đau khổ và không có Phật cũng chẳng có chúng sanh.

Ở mức độ cao nhất của hiểu biết, chúng ta tìm thấy an lạc trong sự giải thoát khỏi bám chấp, và những phiền não của chúng ta rơi rụng. Bấy giờ cái vòng quay tròn của những khát khao thế tục sẽ dừng lại. Ngài *Shantideva* viết:

Khi bạn đã thấu hiểu

Rằng không có người kinh nghiệm những cảm nhận và

Không có cảm nhận,

Làm sao sự khát khao của bạn (là kết quả của cảm nhận) không quay lưng bỏ đi?

PHIỀN NÃO

Chính thái độ nắm giữ của chúng ta gây ra phiền não. Theo kinh điển, sáu phiền não gây rắc rối đau đớn nhất là: vô minh (si), sân, tham, keo kiệt, ganh ty và kiêu mạn.

Sự nhẫn nhục nổi bật lên như một đức hạnh mạnh mẽ đặc biệt. Nó là một thái độ của việc hãy để như vậy, không khước từ hoặc bám chấp vào hoàn cảnh hay cảm xúc, mà để cho những xuất hiện khởi lên rồi tan biến. Ngài *Shantideva* viết:

Không có gì xấu xa bằng thù hận

Và không công đức nào bằng nhẫn nhục.

Bởi thế, bằng những phương tiện khác nhau

Hãy dâng hiến đời bạn cho sự thực hành nhẫn nhục.

Những bài giảng của kinh điển về thái độ đúng thừa nhận sự khó khăn của hầu hết chúng ta đối với phiền não. Kinh điển dạy rằng hãy bắt đầu từ việc dễ dàng. Vì thế, nếu người nào đang ôm ấp sự ganh ty rất nặng nề thì việc nhỏ nhất trước tiên là hãy nghĩ đến một người nào đó kém may mắn hơn mình và cầu mong cho người ấy được thịnh vượng. Điều này có thể làm mềm đi thói quen cứng như đá chỉ mong muốn hạnh phúc cho riêng mình và gieo trồng khả năng cảm thấy hạnh phúc vì vận may của những người khác.

Lời dạy như trên thường hết sức thiết thực. Để nới lỏng sự trói buộc của tính ích kỷ, chính đức Phật cũng dạy rằng trước tiên nên cho người khác một cái gì nhỏ nhặt, như rau cải chẳng hạn. Ngài *Shantideva* viết:

Đạo sư (đức Phật) hướng dẫn người ta,
Vào lúc bắt đầu, nên cho những vật như rau cải.
Đã rèn luyện dần dần, về sau,
Họ sẽ có thể cho ngay cả chính máu thịt của họ.

Đạo Phật tin vào sự tái sanh, và xem sự hào phóng như là việc tạo nghiệp tốt có thể mang vào đời sống tương lai. Ngài Long Thọ nói với chúng ta rằng tài sản mà chúng ta không thể tặng cho hay hưởng thụ thì chỉ là nguồn gốc của đau khổ:

Hưởng thụ tài sản sẽ đem lại hạnh phúc trong đời này.

Bố thí tài sản đem lại hạnh phúc trong đời tương lai.

Tài sản uổng phí do không được hưởng thụ hay không được bố thí

Chỉ đem lại đau khổ và không có hạnh phúc.

Ngài *Sakya Pandita*, học giả vĩ đại nhất của học phái *Sakya* thuộc Phật giáo Tây Tạng, tuyên bố:

Sự giàu có tốt nhất là sự bố thí,

Hạnh phúc tốt nhất là hạnh phúc của tâm.

Những phiền não mạnh mẽ như tham dục làm chúng ta mắc bẫy trong đau khổ. Thèm khát và bám chấp dẫn chúng ta ra xa khỏi an bình thực sự của tâm. Để tháo mở những bám vướng của chúng ta, việc tư duy một cách sâu sắc về tính chất thoáng qua của mọi hiện tướng là rất khôn ngoan. Ngài *Ngagi Wangpo* nói:

Sự giàu có của cuộc sống này giống như mật của những con ong.

Dù chúng gom góp mật, mật lại được hưởng thụ bởi các loài khác.

Sự tụ họp của họ hàng và bạn bè giống như sự gặp gỡ của những khách trọ,

Dù có ở cùng nhau, họ sẽ ra đi trên những con đường riêng lẻ.

Đời sống là vô thường giống như hạt sương trên đầu ngọn cỏ.

Dù chúng ta ở đây, sự biến mất của chúng ta sẽ sớm đến.

Thần chết như những tên mật thám,

Ngày đêm chờ trông cơ hội để bắt ta.

Những hiện tượng của cuộc sống này cũng như người sắp tỉnh khỏi một giấc mộng:

Chúng là tạm thời và thoáng qua, rồi chúng ta sẽ ra đi,

rời bỏ tất cả chúng.

Những nghiệp của luật nhân quả, giống như cái bóng của chúng ta,

Sẽ luôn theo sát bên ta.

Thế nên, người có tâm trí sáng suốt

Đi theo con đường giải thoát ngay từ hôm nay.

Kinh *Udanavarga (kinh Xuất diệu)* dạy rằng:

Nếu bạn muốn có tất cả hạnh phúc,

Hãy từ bỏ tất cả những tham dục.

Bằng sự từ bỏ tất cả những tham dục,

Bạn sẽ hưởng thụ hạnh phúc tối thượng.

Chừng nào bạn còn bám víu vào những đối tượng tham muốn,

Sẽ không có sự thỏa mãn nào đến với bạn.

Vậy, bất cứ ai, nhờ trí huệ kiềm chế được tham dục,

Sẽ vui thích với sự hài lòng.

Về tất cả những cảm xúc đau khổ, vô minh (si) là yếu tố độc hại chủ yếu. Đắm chìm trong cuộc bon chen của mình, chúng ta khó nhìn thấy được đúng thật về thế gian vô thường và khổ đau này cũng như chứng ngộ thật tánh của chúng ta và sự rỗng rang vĩ đại của mọi hình tướng. Trí huệ nằm trong bất cứ bước tiến nhỏ nhặt nào mà chúng ta đạt được trong việc buông bỏ sự chấp ngã. Ngài *Shantideva* nói:

Vậy, bất cứ ai muốn làm bình lặng những khổ đau

Nên phát triển trí huệ.

Kinh *Dharmapada (Pháp cú)* dạy rằng:

Khi bạn chứng ngộ với trí huệ của bạn

Rằng mọi hiện tượng hiện hữu đều vô ngã (vô tự tánh),

Bạn sẽ không bị thương tổn bởi đau khổ.

Đây là con đường hoàn thiện.

THUẬT NGỮ

AH: Theo kinh điển Đại thừa, *AH* là nguồn gốc của mọi âm thanh, diễn tả và chữ viết; nó không sanh ra, không tạo tác, không do cấu tạo, là sự rộng mở rỗng rang, thanh tịnh và tự nhiên. Nó không truyền đạt bất cứ sự diễn tả ý niệm nào, nhưng biểu lộ bản tánh bổn nguyên của nhất thể, tánh Không.

ánh sáng: Những ánh sáng thông thường như ánh sáng ban ngày được đặc trưng như là khía cạnh thanh tịnh của những nguyên tố thô. Ngài *Natsok Rangtrol* viết: "Khía cạnh thanh tịnh của những nguyên tố thô là những tia sáng, như ánh sáng và tia sáng mặt trời, và tia sáng của pha lê."

ánh sáng tuyệt đối: Theo Ngài *Longchenpa*, năm uẩn của thân tâm trong quan niệm thế gian chính là năm thân Phật trong Phật tánh. Năm cảm xúc phiền não là năm trí huệ bổn nguyên, và năm nguyên tố vật chất (*năm đại*) là năm ánh sáng thanh tịnh... Trong Phật tánh, chúng hiện diện trong bản tánh của nhất thể hay sự hợp nhất, an bình và hoan hỷ, nhưng trong tâm thức trần tục, tâm và những đối tượng của nó được tri giác, chấp giữ và kinh nghiệm như là năm uẩn thân tâm, năm cảm xúc phiền não, năm nguyên tố vật chất... theo một kiểu nhị nguyên cảm xúc và đau khổ.

bardo: Theo đạo Phật, sau khi bạn chết sẽ là giai đoạn *bardo*, là một giai đoạn chuyển tiếp; sau đó bạn sẽ tái sanh vào một cuộc sống khác. Trong *bardo* nếu được trang bị, bạn có thể chứng ngộ bản tánh tối hậu và tất cả những hình tướng xuất hiện có thể khởi lên như là nhất thể.

bản tánh chân thật (thật tánh): Còn được gọi là Phật tánh, bản tánh tối hậu, chân lý tuyệt đối, tánh giác ngộ hay Tâm Phật.

chân ngôn của Đức Liên Hoa Sanh

OM: Chủng tử tự của Thân Phật

AH: Chủng tử tự của Khẩu Phật

HUM: Chủng tử tự của Tâm Phật

VAJRA: Kim cương (cứng chắc), Pháp Thân (Bản tánh tuyệt đối của Phật)

GURU: Đạo sư (sự phong phú), Báo Thân (Tướng thanh tịnh của Phật)

PADMA: Hoa sen (sự thanh tịnh), Hóa Thân (thân Phật người bình thường thấy được)

SIDDHI: Thành tựu, đạt được những kết quả chung và không chung

HUM: Xin ban cho; mong rằng

chân ngôn của Đức Phật Đại Bi: Trong những kinh văn Phật giáo, chân ngôn chỉ có sáu chữ, nhưng trong phần lớn những kinh văn được phát hiện (*Terma*) lại có bảy chữ, thêm *HRI* là chủng tự tâm của đức Quán Thế Âm. Trong chân ngôn này HRI là chủng tự tâm của Phật được cầu khẩn và sáu chủng tự khác là phương tiện để cầu khẩn nó.

OM: A + O + M = OM; biểu tượng thân, ngữ và tâm của chư Phật, do đức Quán Thế Âm hiện thân.

MANI: Ngọc quý; biểu tượng cho sự thỏa mãn những ước nguyện, những phương tiện thiện xảo.

PADME: Hoa sen; biểu tượng cho sự thanh tịnh không nhiễm ô, cho trí huệ. Tu tập những phương tiện thiện xảo và trí huệ là con đường tâm linh của đạo Phật và sự toàn thiện của chúng là phương tiện thiện xảo và trí huệ của Phật tánh.

HUNG: Sự hợp nhất, sự cầu khẩn, hay việc hợp nhất. Nó tượng trưng cho sự hợp nhất giữa trí huệ và phương tiện thiện xảo. Nó cầu khẩn chư Phật ban cho trí huệ, phương tiện thiện xảo và tất cả sự gia hộ ban phước. Lần lượt hung hợp nhất thân, ngữ và tâm của người ta làm một không thể tách rời với (Thân, Ngữ và Tâm của) Phật.

HRI: Chủng tự tâm, đại diện cho tinh túy tâm của đức Phật Đại Bi để cầu khẩn và được hợp nhất.

Nghĩa đơn giản: "Ôi! Đức Phật, Ngài nắm giữ ngọc báu và hoa sen (đại bi và trí huệ), mong Ngài ban phước gia hộ cho con."

chấp ngã: Ý niệm nhận thức về chính mình ("tôi" và "của tôi") hay về người khác hoặc sự vật ("ông ấy", "bà ấy" hay "này", "kia", "đây", "đó") như thể chúng thật sự hiện hữu.

cõi giới tối hậu (Pháp giới): Ngài Shakya Chokden viết: "Cõi giới tối hậu (không gian tối hậu) là trí huệ của Phật tỏa khắp, thấm khắp nền tảng, con đường và quả." Ngài viết rằng pháp giới cũng có thể giải thích theo ba bối cảnh: "Trong bối cảnh của nền tảng, tức là luân hồi, thì pháp giới hiện diện như bản tánh tuyệt đối và thanh tịnh. Trong bối cảnh con đường, trong các bậc thánh hay chứng đắc cao của Đại thừa, nó hiện diện như phương tiện chứng ngộ (hay phát triển) của Pháp thân với hai sự thanh tịnh (thanh tịnh khỏi những nhiễm ô đột nhiên sanh khởi và thanh tịnh trong thật tánh của nó từ vô thủy). Trong bối cảnh của kết quả, Địa vị Phật, nó hiện diện như ba thân Phật và những hoạt động Phật tự nhiên thành tựu.

kim cương (vajra): Biểu tượng cho phẩm tính cứng rắn, kiên cố bất hoại và không thay đổi. Giống như thập tự giá trong đạo Cơ Đốc, kim cương là biểu hiện của đạo Phật mật truyền. Kim cương cũng giống như một vương trượng, một pháp khí được bổn tôn cầm hay được sử dụng trong những buổi lễ, tượng trưng cho sức mạnh nam tính.

mantra (chân ngôn): Chữ hay nhóm từ hoặc nhiều nhóm từ bí mật đầy năng lực bằng tiếng Phạn, hiện thân bản tánh tuyệt đối của âm thanh, ngôn ngữ, diễn tả và sức mạnh. Nó cũng là sự biểu hiện hoặc diễn tả trí huệ tinh hoa và năng lực của một bổn tôn, một vị Phật. Với hành giả, nó có thể được tụng niệm như một thiền định, cầu nguyện hay phương tiện diễn đạt tâm linh hoặc hành động.

năm màu: Mỗi một màu có sức mạnh chữa lành riêng. Ngài *Kunkhyen Longchenpa* viết: "Khi trí huệ (thật tánh) biểu hiện sự bất biến, ánh sáng của nó xuất hiện như màu xanh lá cây. Khi trí huệ biểu hiện thanh tịnh, ánh sáng của nó xuất hiện là màu trắng. Khi trí huệ hiện thân những phẩm tánh, ánh sáng của nó xuất hiện là màu đỏ. Khi trí huệ thành tựu tất cả bốn hành động, ánh sáng xuất hiện là màu xanh dương. Ngài viết: "Ngài Rang Shar giải thích: 'Ánh sáng màu trắng là (ánh sáng của hành động hay năng lực) của sự an bình; ánh sáng màu vàng là sự phát triển; ánh sáng đỏ là sức mạnh (khiến tất cả được kiểm soát); ánh sáng xanh lá cây là lực (giải thoát khỏi tiêu cực) và ánh sáng xanh dương là sự thành tựu của tất cả (bốn) hành động.'"

những thân Phật: Những phương tiện khác nhau của Phật. Phần lớn những giáo lý giới thiệu ba thân Phật. Thân tối hậu (Pháp thân) là tánh Không toàn thể hay khía cạnh rỗng rang của Phật tánh. Thân hưởng thụ (Báo thân) là hình tướng chân thật hay thanh tịnh của Phật. Trong đây, tất cả mọi hình tướng của chư Phật và những hình tướng hiện tượng của cõi tịnh độ là bất biến và không thể tách rời khỏi chính Phật tánh. Thân biểu lộ (Hóa thân) không phải là thân thực sự hay thanh tịnh của Phật. Nó là một dạng biểu hiện cho chúng sanh bình thường để phục vụ cho những nhu cầu và tri giác của họ.

terma: Những giáo lý và những đồ vật được tìm thấy nhờ năng lực của giác ngộ.

Tịnh độ: Những tướng chư Phật và những biểu hiện của vùng đất mà chư Phật an trụ. Trong Phật tánh không có những phân biệt chủ và khách. Tất cả đều hiện diện trong trạng thái nhất thể, như trí huệ và sức mạnh của trí huệ với an bình, niềm vui và đẹp đẽ. Từ này có thể dịch là cõi Phật hoặc đất Phật.

Thân ánh sáng: Nhiều Đạo sư Thành tựu của Đại Toàn Thiện (*Dzogchen*) Tây Tạng vào lúc chết đạt được "Thân ánh sáng" hay "Thân cầu vồng" (*jalu*), họ chuyển hóa thân sanh tử thành thân ánh sáng thanh tịnh, và chỉ để lại tóc và móng chân, tay. Một số đạt được "thân ánh sáng thanh tịnh của đại chuyển di" (*jalu phowa chenpo*), trong đó họ chuyển hóa thân thể thô nặng thành thân thể ánh sáng thanh tịnh, không để lại dấu vết vật chất gì.

thở theo OM AH HUNG: OM là sức mạnh bất biến và vẻ đẹp của thật tánh mà chúng ta đều sở hữu, thân Phật. AH là sự diễn tả bất tận và là năng lực thịnh hành của thực tại, ngữ Phật. HUNG là sự toàn thiện bất động của sự rỗng rang bổn nguyên của thực tại, tâm Phật. Cũng có những thực hành như thở ra chữ OM và hít vào chữ

HUNG và giữ hơi thở lại với chữ AH hay thở ra với OM, thở vào với AH và giữ hơi với HUNG.

thực hành phương pháp thở bí truyền: Trong Phật giáo Tây Tạng có nhiều cách rèn luyện bí truyền về năng lực hay khí như sự rèn luyện Lung (r*L*ung) hay Tsalung (r*T*sa r*L*ung). Chúng sử dụng năng lực của cơ thể như một phương tiện đầy sức mạnh để phát sinh năng lực, nó lại đem đến sự chứng ngộ về sự hợp nhất của đại lạc và rỗng rang (*tánh Không*), chân lý tối hậu. Kết quả, hành giả mật truyền sống với nội nhiệt mà không cần quần áo để giữ ấm, bay trong bầu trời như chim muông; tự nuôi sống bằng năng lực thay vì phải dùng thực phẩm thô và hưởng thụ sự tươi trẻ và trường thọ. Ngoài ra, một trong những cách tốt nhất để neo buộc lại những năng lực và tâm bạn là chú tâm vào điểm ở dưới rốn (đan điền). Những giải thích về cách rèn luyện này nên đọc ở những sách khác.

tư thế hoa sen: Đây là một tư thế thiền định phổ biến nhất ở phương Đông: (1) ngồi theo thế kiết già (hoa sen), (2) đặt tay trong lòng theo tư thế thiền định, (3) giữ xương sống thẳng, (4) hơi cúi đầu xuống, (5) cánh tay hơi đưa ra giống như cặp cánh hay một cái ách, (6) hạ thấp tầm mắt tập trung trước mặt khoảng một đến hai thước ngang tầm chóp mũi, và (7) đặt đầu lưỡi đụng lên vòm họng.

tsa ba và grang ba: Theo y học Tây Tạng, mọi bệnh tật của thân thể đều liên hệ đến *tsa ba* (nóng) hay *grang ba* (lạnh). Phần trên cơ thể là trung tâm của *tsa ba* và phần dưới là trung tâm *grang ba*.

MỤC LỤC

Trong kinh Pháp Cú, đức Phật dạy rằng: "Pháp thí thắng mọi thí." Thực hành Pháp thí là chia sẻ, truyền rộng lời Phật dạy đến với mọi người. Mỗi người Phật tử đều có thể tùy theo khả năng để thực hành Pháp thí bằng những cách thức như sau:

1. Cố gắng học hiểu và thực hành những lời Phật dạy. Tự mình học hiểu càng sâu rộng thì việc chia sẻ, bố thí Pháp càng có hiệu quả lớn lao hơn. Nên nhớ rằng **việc đọc sách còn quan trọng hơn cả việc mua sách.**

2. Phải trân quý kinh điển, sách vở in ấn lời Phật dạy. Khi có điều kiện thì mua, thỉnh về nhà để tự mình và người trong gia đình đều có điều kiện học hỏi làm theo. Không nên giữ làm của riêng mà phải sẵn lòng chia sẻ, truyền rộng, khuyến khích nhiều người khác cùng đọc và học theo. Không nên để kinh sách nằm yên đóng bụi trên kệ sách, vì **kinh sách không có người đọc thì không thể mang lại lợi ích.**

3. Tùy theo khả năng mà đóng góp tài vật, công sức để hỗ trợ cho những người làm công việc biên soạn, dịch thuật, in ấn, lưu hành kinh sách, **để ngày càng có thêm nhiều kinh sách quý được in ấn, lưu hành.**

Thông thường, việc chi tiêu một số tiền nhỏ không thể mang lại lợi ích lớn, nhưng nếu sử dụng vào việc giúp lưu hành kinh sách thì lợi ích sẽ lớn lao không thể suy lường. Đó là vì đã giúp cho nhiều người có thể hiểu và làm theo lời Phật dạy. Mong sao quý Phật tử khắp nơi đều lưu tâm đóng góp sức mình vào những việc như trên.

TINH YẾU THỰC HÀNH PHÁP THÍ

- *Mua thỉnh kinh sách về đọc, tự mình sẽ được rất nhiều lợi ích.*

- *Chia sẻ, truyền rộng bằng cách cho mượn, biếu tặng kinh sách đến nhiều người thì lợi ích ấy càng tăng thêm gấp nhiều lần.*

- *Đóng góp công sức, tài vật để hỗ trợ công việc biên soạn, dịch thuật, giảng giải, in ấn, lưu hành kinh sách thì công đức lớn lao không thể suy lường, vì có vô số người sẽ được lợi ích từ việc lưu hành kinh sách.*